D1771751

ஊரும் சேரியும்

ஊரும் சேரியும்

சித்தலிங்கையா (பி. 1954–2021)

நவீன கன்னட இலக்கியத்தில் தலித் குரலைப் பதிவு செய்த முன்னோடிப் படைப்பாளிகளில் முக்கியமானவர். எழுபதுகளில் உருவான தலித் எழுச்சியில் இவரின் பங்கு குறிப்பிடத்தக்கது. இவர் இயற்றிய 'ஹொலெமாதிகர ஹாடு' என்னும் கவிதைத் தொகுதி ஆயிரக்கணக்கில் விற்பனையாகிக் கர்நாடகத்தின் எல்லாப் பகுதிகளிலும் இவருடைய பெயரும் புகழும் பரவக் காரணமாக இருந்தது; இவருடைய கவிதைகள் மூலைமுடுக்குகளெங்கும் பாடப்பட்டு, கன்னட மண்ணில் தலித் இயக்கம் உருவாக விதையாகவும் உரமாகவும் இருந்தன. கர்நாடகத்தில் தலித் சங்கர்ஷ சமிதி என்னும் அமைப்பைக் கட்டியெழுப்பியவர்களில் இவரும் ஒருவர். இவருக்கு முனைவர் பட்ட ஆய்வேடான 'நாட்டுப்புறக் கடவுள்கள்' இன்றளவும் ஆய்வுலகத்தில் முக்கியமானதாகக் கருதப்படுகிறது. பெங்களூர் பல்கலைக்கழகத்தில் கன்னடத் துறையில் பேராசிரியராகப் பணியாற்றியவர். மூன்று கவிதைத் தொகுப்புகளும் மூன்று கன்னட நாடகங்களும் மூன்று கட்டுரைத் தொகுதிகளும் இவருடைய படைப்புகள். கர்நாடகச் சட்ட மேலவை உறுப்பினராக இரண்டு முறை பதவி வகித்தவர். கன்னட வளர்ச்சி ஆணையத்தின் தலைவராக இரண்டு ஆண்டுகள் (2006-2008) பணியாற்றியிருக்கிறார். சித்தலிங்கையா 2021இல் கோவிட்-19 பெருந்தொற்றினால் பீடிக்கப்பட்டு பெங்களூரில் காலமானார்.

பாவண்ணன் (பி. 1958)
மொழிபெயர்ப்பாளர்

நவீன தமிழ்ச் சிறுகதைப் படைப்பாளிகள் வரிசையில் முக்கியமானவர். இயற்பெயர் ப. பாஸ்கரன். பதினேழு சிறுகதைத் தொகுதிகளும் மூன்று நாவல்களும் இரு குறுநாவல்களும் மூன்று கவிதைத் தொகுதிகளும் இருபது கட்டுரைத் தொகுதிகளும் ஐந்து குழந்தைப் பாடல் தொகுதிகளும் சிறுவர் கதைத் தொகுதியொன்றும் இவருடைய சொந்தப் படைப்புகள். ஐந்து நாவல்கள், ஒன்பது நாடகங்கள், இரண்டு தலித் சுயசரிதைகள், ஒரு சிறுகதைத் தொகுதி, கன்னட தலித் எழுத்துகளைப் பற்றிய அறிமுக நூல், நவீன கன்னட இலக்கிய முயற்சிகளை அடையாளப்படுத்தும் இரண்டு தொகைநூல்கள் என எண்ணற்ற படைப்புகளைக் கன்னடத்திலிருந்து தமிழுக்கு மொழிபெயர்த்துள்ளார்.

1995இல் வெளிவந்த 'பாய்மரக் கப்பல்' நாவலுக்கு இலக்கியச் சிந்தனைப் பரிசும் 'பயணம்' என்னும் சிறுகதைக்கு 1996இல் கதா விருதும், 'பருவம்' என்னும் கன்னட நாவலை மொழிபெயர்த்தமைக்காக 2005இல் சாகித்திய அகாதெமி விருதும் பெற்றவர். 2018இல் இந்திய– அமெரிக்க வாசகர் வட்டம் வாழ்நாள் சாதனையாளர் விருதளித்துக் கௌரவித்தது.

மனைவி: அமுதா. மகன்: அம்ரிதா மயன் கார்க்கி.

மின்னஞ்சல்: paavannan@hotmail.com

Unauthorised use of the contents of this published book, whether in e-book or hardcopy format, for any type of Artificial Intelligence (AI) training - including but not limited to Machine Learning, Deep Learning, Natural Language Processing, Computer Vision, Chatbot Training, Image Recognition Systems, Recommendation Engines, and Language Models - is strictly prohibited without prior licensing from the publisher. Any such unauthorised use may result in legal action.

சித்தலிங்கையா

ஊரும் சேரியும்

கன்னடத்திலிருந்து தமிழில்
பாவண்ணன்

காலச்சுவடு பதிப்பகம்

அன்பார்ந்த வாசகருக்கு,

வணக்கம்.

காலச்சுவடு நூலை வாங்கியமைக்கு நன்றி.

நூலின் உள்ளடக்கம், உருவாக்கம், அட்டைப்படம் இன்ன பிற அம்சங்கள் பற்றிய உங்கள் கருத்துகளையும் ஆலோசனைகளையும் காலச்சுவடு வரவேற்கிறது. தகவல், எழுத்து, வாக்கியப் பிழைகள் தென்பட்டால் அவசியம் தெரிவித்து உதவுங்கள். நூல் தயாரிப்பில் கடும் குறைபாடு இருப்பின் மாற்றுப் பிரதி உங்களுக்குக் கிடைக்கக் காலச்சுவடு ஏற்பாடு செய்யும்.

மின்னஞ்சல்: publisher@kalachuvadu.com

காலச்சுவடு நாகர்கோவில் அலுவலகத்திற்குக் கடிதம் அனுப்பலாம்.

தங்கள்
எஸ்.ஆர். சுந்தரம் (கண்ணன்)
பதிப்பாளர் — நிர்வாக இயக்குநர்

ஊரும் சேரியும் ❖ தன்வரலாறு ❖ ஆசிரியர்: சித்தலிங்கையா ❖ ©ரமா குமாரி ❖ கன்னடத்திலிருந்து தமிழில்: பாவண்ணன் ❖ முதல் பதிப்பு: டிசம்பர் 1996 ❖ காலச்சுவடு முதல் பதிப்பு: டிசம்பர் 2014, பதினொன்றாம் பதிப்பு: ஜூன் 2025 ❖ வெளியீடு: காலச்சுவடு பப்ளிகேஷன்ஸ் (பி) லிட்., 669 கே.பி. சாலை, நாகர்கோவில் 629001 ❖ கோட்டோவியங்கள்: பா.குணசேகரன்

uurum ceeriyum ❖ Autobiography ❖ Author: Siddalingaiah ❖ ©Rama Kumari ❖ Translated from Kannada by Paavannan ❖ Language: Tamil ❖ First Edition: December 1996 ❖ Kalachuvadu First Edition: December 2014, Eleventh Edition: June 2025 ❖ Line Drawings: P. Gunasekaran ❖ Size: Demy 1 x 8 ❖ Paper: 18.6 kg maplitho ❖ Pages: 160

Published by Kalachuvadu Publications Pvt. Ltd., 669 K.P. Road, Nagercoil 629001, India ❖ Phone: 91-4652-278525 ❖ e-mail: publications@kalachuvadu.com ❖ Printed at Manipal Technologies Limited, Manipal 576104, Karnataka

ISBN: 978-93-84641-17-7

06/2025/S.No. 651, kcp 5835, 18.6 (11) uss

முன்னுரை

வறுமையும் திறமையும்

கன்னடத்தில் சுயசரிதையின் வடிவத்துக்கு இன்னும் ஒரு வரலாறு உருவாகவில்லை. ஒரு தனிப்பிரிவாகக் கருதி விவாதிக்கும் அளவுக்கு அது இன்னும் வளர்ச்சியடையவில்லை. வெளிவந்திருக்கும் ஒன்றிரண்டு படைப்புகளும்கூட ஒருவகையான தகவல்களின் தொகுப்பாக அமைந்திருக்கிறதே தவிர, படைப்பூக்கம் மிகுந்த கலைப்படைப்புகளாக மலரவில்லை. அத்தகு வரலாற்றுத்தேவையும் உருவாகவில்லை என்பதும் இதற்கு ஒரு காரணம். நமது எழுத்தாளர்கள் தம் படைப்பூக்கம் மிகுந்த மனநிலையில் கவிதை, சிறுகதை, நாவல், நாடகம் ஆகிய வடிவங்கள்வழியாக தம் அனுபவங்களையும் கருத்துகளையும் வெளிப்படுத்துகிறார்கள். சுயசரிதை என்பது ஓர் எல்லையை எட்டியபிறகு உருவாகும் கதை. சாதனைகளின் பதிவு. நினைவென்னும் தோணி*யில் செல்லும் பித்து மனத்தின்* அலைகள். நமது எழுத்தாளர்களுக்கு சுயசரிதை என்பது காந்தியைப்போல சத்தியசோதனையின் சாதனயல்ல. லட்சுமண, காய்க்வாட் ஆகியோரைப்போல வலியின் வரலாற்றை உணர்த்துகிற ஊடகமும் அல்ல. ஒரு கோணத்தில், படைப்பூக்கத்தின் மறுபக்கம் உள்ள தகவல்களின் தொகுப்பாக சுயசரிதை உள்ளது.

* நினைவென்னும் தோணி : எழுத்தாளர் குவெம்புவின் சுயசரிதை
பித்து மனத்தின் பத்து முகங்கள் : எழுத்தாளர் சிவராம காரந்தின் சுயசரிதை

ஆகவேதான் ஓர் எல்லையைக் கடந்த பிறகு நமது எழுத்தாளர்கள் சுயசரிதையை எழுதத் தொடங்குகிறார்கள். அல்லது ஓய்வுநேர எழுத்தாக சுயசரிதை அமைந்துபோய்விடுகிறது என்றும் சொல்லலாம்.

சித்தலிங்கையாவின் சுயசரிதையான ஊரும் சேரியும் அப்படிப்பட்டதல்ல. ஆகவேதான் கன்னடத்தில் இது புதுவகையான கதைப்படைப்பாக உள்ளது. இது வறுமையின் வலியைப்பற்றிய கதையும் அல்ல. சாதனைகளின் வரலாறும் அல்ல. தான் வளர்ந்து பெரியவனான விதத்தைப் பதிவு செய்கிற வேட்கையும் இதில் இல்லை. படைப்பாற்றலுள்ள மனம் வறுமையில் புரண்டபடியே அதை வெற்றிகொண்டவாறும், அவமானங்களை அனுபவித்தபடியே அவற்றுக்கு எதிரான போராட்ட மனநிலைகளை வளர்த்துக்கொண்டவாறும், சமாதான எதார்த்தநிலையை ஏற்றுக்கொண்டபடியே அதை நேருக்குநேர் எதிர்த்தவாறும் தம்மைச் சுற்றிச் சூழ்ந்துள்ள நிலைகளுடன் ஆரோக்கியமான விதத்தில் மோதும் படைப்பு இது.

பொதுவாக சுயசரிதையில் 'நான்' ஒரு மையப்பாத்திரமாக விளங்க, அதைச்சுற்றி விவரங்கள் விரிவடைந்தபடி செல்வதுண்டு. ஆனால் 'ஊரும் சேரியும்' நூலில் 'நான்' என்னும் 'அகம்' இல்லை. மாறாக, 'நான்' என்னும் இருப்பை உணர்ந்துகொள்ளும் மனிதனின் கதையாக வளர்ந்து இது முக்கியத்துவம் பெறுகிறது. நமது இலக்கியத்தைப் படித்திருக்கும் ஒவ்வொருவருக்கும் இக்கதையில் உள்ள குறும்புத்தனம், கிண்டல், தன்னைத்தானே அடையாளம் கண்டுகொள்ளக்கூடிய தேடல்முறை அனைத்தும் சட்டென கவனத்தைக் கவர்ந்திழுக்கின்றன. ஆனால் அவற்றுக்கு அப்பால் ஒலிக்கிற கட்டுரையின் குரல்மட்டும் சித்தலிங்கையாவுக்கே உரிய தனித்துவம் மிகுந்தது. மராத்தி மொழியில் சுயசரிதைக்கென ஒரு மரபே உள்ளது. சோனகாம்பள் எழுதிய ஆரவணிச்சிபட்சி, தயாபவர் எழுதிய பலூத, லட்சுமண மானெ எழுதிய உபார, லிம்பாளி எழுதிய அட்சரமாஷி, காய்கவாட் எழுதிய உசால்யா முதலியவற்றை இங்கே நினைத்துக்கொள்ளலாம். ஆனால் கன்னடத்தின் ஊரும் சேரியும் இவற்றின் வரிசையில் சேர்ந்து நின்றபடியே அவற்றிலிருந்து வேறுபட்டிருக்கிறது என்பதே இதன் சிறப்பாகும். சித்தலிங்கையாவின் சமகாலச் சமூகத்தை இந்த நூல் முழுக்க நேருக்குநேர் எதிர்கொண்டபடியே இணைக்கும் குரலாகவும் இருக்கிறது. முழக்கமிடும் அரசியல்வாதியின் ஆவேசத்துடன் ஒரு சொல்கூடப் பேசவில்லை. போராளியாக வளர்ந்துவந்த, அமைப்பைத் தாங்கியிருக்கும் சக்தியான சித்தலிங்கையா, விலகி நின்று அனுபவங்களை வெளிப்படுத்தும்

விதம் இப்புத்தகத்துக்குச் சிறப்பான கவனத்தை ஏற்படுத்திக் கொடுத்திருக்கிறது. தலித் எழுத்தாளர்களிலிருந்தும் கலக எழுத்தாளர்களிலிருந்தும் முற்றிலும் வேறுபட்ட எழுத்துமுறையில் இது அமைந்திருக்கிறது. ஒரு சமூகப்பிரிவின் கதையைச் சொல்கிறேன் என்னும் துணிச்சல் இதில் இல்லை. தன் கதையைச் சொன்னபடியே தன்னைப்போன்றவர்கள் அனைவரையும் அரவணைத்துக்கொள்ளும் முயற்சியை சித்தலிங்கையா செய்திருக்கிறார். அதற்காக இதை தலித்துகளின் வேதனை வரலாறாகவும் நாம் எடுத்துக்கொள்ளமுடியாது. உசால்யா அப்படிப்பட்டதாகும். அதில் லட்சுமண காய்க்வாட் 'குழந்தைப்பருவத்திலிருந்தே நான் என்னைச் சுற்றி வாழ்கிற உசால்யா மக்களின் வறுமை, சங்கடங்கள், வேதனைகள் எல்லாவற்றையும் பார்த்து வளர்ந்தவன். மனிதர்களைப்போல வாழ எங்களுக்கும் உரிமை இருக்கிறது. கையில் இருப்பதையும் பறிகொடுக்கவைக்கிற இந்த விவசாயத்தைத் துறந்துவிட்டு சொந்த ஆற்றலை ஆதாரமாகக்கொண்டு வாழவேண்டும், கல்வியை அடையவேண்டும், அநியாயங்களுக்கு எதிராகத் திரண்டு இணையவேண்டும் என்கிற விஷயங்களையெல்லாம் நமது மக்களுக்குப் புரியவைக்கிற முயற்சியில் ஈடுபட்டிருந்தபோதுதான் உயர் சாதியினருக்கும் நடுத்தட்டுப் பிரிவினருக்கும் அறிவுஜீவிகளுக்கும் அதிகாரவர்க்கத்தினருக்கும் இந்தச் சமூகத்தினுடைய வேதனையின் வரலாறே தெரியவில்லை என்பதைப் புரிந்துகொண்டேன். ஆகவே எல்லா வேதனைகளின் கதையையும் மக்களின் முன்னிலையில் வைக்கவேண்டும் என்கிற முயற்சியே இப்படைப்பின் நோக்கம்' என்று சொல்கிறார். லட்சுமண காய்க்வாடுக்கு தம் மக்களுக்கு புரியவைக்கவேண்டும் என்றும், ஏனையவர்களுக்கு தமது வேதனையை விரிவாகச் சொல்லவேண்டும் என்றும் நோக்கம் இருக்கிறது. அதனால் அங்கே இலக்கியமதிப்பைவிட சமூகநிலை முக்கியத்துவம் பெற்றுவிடுகிறது. அதுவே வாசகர்களை ஒருவித குறிப்பிட்ட கோணத்தில் படிக்கும்படி தூண்டுகிறது. எச்.நரசிம்மையாவின் 'போராட்டத்தின் வழி' என்னும் நூலில் நாம் வேறொரு முறையைக் காணலாம். அதுவும் போராட்டத்தின் பதிவுதான். ஆனால் அது தன் சொந்த ஆற்றலை நம்பி வளர்ந்த முறை. அதிலேயும் புரிந்துகொள்ள வைக்கிற ஆவலே முக்கியமாக இருக்கிறது. 'இந்தப் புத்தகத்தைப் படிக்கும் மாணவர்களும் இளைஞர்களும் தம் தன்னம்பிக்கையையும் சுயமுயற்சியையும் அதிகரித்துக்கொள்வார்கள் என்பது என் நம்பிக்கை' என்பது எச்.நரசிம்மையாவின் குறிப்பாகும். இது சுயமுயற்சியின் வழியாக வளர்ந்து சாதனையாளனாக மாறிய ஒருவரின் வரலாறு. சித்தலிங்கையாவின் 'ஊரும் சேரியும்' இவ்விரண்டு

9

நூல்களிலிருந்து வேறுபட்ட படைப்பாகும். மக்களுக்குப் புரியவைக்க வேண்டும் என்கிற ஆவலோ, மற்றவர்களுக்குத் தம் வேதனைகளைத் தெரியப்படுத்தவேண்டும் என்கிற எண்ணமோ சிறிதும் இல்லை. மேலும் தம் சாதனையைப் பின்னோக்கிப் பார்க்கும் எண்ணமும் இல்லை. படைப்பாற்றல் மிகுந்த மனத்துக்கு மிகவும் இயல்பாக இருக்கக்கூடிய ஆர்வம், கெட்டிதட்டிப் போகாத நுட்பமான விழிப்புணர்வு, குறும்புப்பார்வை ஆகியவற்றின் வழியாக தன்னைத்தானே கண்டடைகிற, தன் வழியாக ஒரு மக்கள்கூட்டத்தை, ஒரு தலைமுறையை அறிமுகப்படுத்துகிற முயற்சி இப்படைப்பில் அடங்கியிருக்கிறது.

'ஊரும் சேரியும்' மென்மையான கட்டுரை வடிவத்தில் இருக்கிறது. அதே உற்சாகம், அதே நகைச்சுவை உணர்வு, அதே விவரிப்பு. ஆனால் இது எதார்த்தத்தின் முதுகிலேறிக் கிளம்பிய மனத்தின் உற்சாக அலை அல்ல. வேதனைகளையும் அவமானங்களையும் வெல்லும் பேராற்றல். இதில்தான் சித்தலிங்கையாவின் சிறப்பு அடங்கியுள்ளது. டி.ஆர்.நாகராஜ் பின்னுரையில் சொல்லியிருப்பதுபோல வறுமைக்கும் திறமைக்கும் இடையில் இருக்கும் உறவுநிலை ஊரும் சேரியும் நூலின் ஒரு முக்கிய அம்சமாகும். தலித் எழுத்தாளர்களின் படைப்புகளில் நாம் எதிர்பார்க்கக்கூடிய பல அம்சங்கள் சித்தலிங்கையாவின் சுயசரிதையில் இருக்கின்றன. வறுமை, கோபம், அவமானங்கள் போன்றவை அனைத்தும் உள்ளன. அதே சமயத்தில் முற்றிலும் புதிய, எதிர்பாராத ஓர் அம்சமும் இந்நூலில் இருக்கிறது. அது வறுமையைப்பற்றிய அச்சமின்மை மற்றும் வன்முறையைப்பற்றிய அச்சமின்மை. இந்த நூலின் கரு பொதுவாக தலித் படைப்புகளில் காணப்படுகிற ஒன்றுதான். ஆனால் இக்கருவுக்குப் பின்னணியாக உள்ள தொனி மிகவும் வித்தியாசமானது. அது சக்தியூட்டக்கூடியது. வறுமை, சாதி அவமான அச்சங்கள் எதுவுமற்ற தலித் கதை என்பது பொய். ஆனால் ஓர் எழுத்தாளன் தன் திறமையின் மூலம் அதை வெற்றிகரமாக வசப்படுத்துகிறான் என்பதே உண்மை. தம் வாழ்வில் இருக்கக்கூடிய பசியையும் அவமானத்தையும் சற்றே தலைகீழாக்கிக்கொள்வதன் வழியாக கவிஞர் சித்தலிங்கையா, அவற்றைக் கடந்துசெல்லும் வழியையும் காட்டுகிறார். படைப்பாற்றலைப்பற்றிக் குறிப்பிடும்போது லோகியா இதையே குறிப்பிட்டிருக்கிறார். பழக்கங்களின் அடிமையாகி, திடப்பட்டுவிட்ட சமூகத்தில் ஓர் அசைவை உருவாக்க, மனிதர்களைப் படைப்பூக்கம் மிகுந்தவர்களாக மாற்றுகிற தேவை இருக்கிறது என்று லோகியா நம்பினார். படைப்பாற்றலுக்கு மிகச்சிறப்பான சக்தி இருக்கிறது. அது அடிமைத்தனத்தை அகற்றுகிற, அதிகார அமைப்பை

எதிர்க்கிற, வேதனைகளையும் அவமானங்களையும் வெல்கிற ஏக்கம் நிறைந்ததாக இருக்கிறது. எதிர்ப்பு நிறைந்த சூழலில் தன் வாழ்க்கையைப் பொருள்பொதிந்ததாக மாற்றிக்கொள்ள எப்போதும் முயற்சிசெய்தபடி இருக்கிறது.

மனம் உறுதியடைந்துவிட்டால், எப்படிப்பட்ட வேதனையையும் அவமானங்களையும் தாங்கிக்கொள்ளும் நிலையை அடைந்துவிடுகிறது. அப்படிப்பட்ட இடங்களில் விதிக்கணக்கு துணைக்கு வருகிறது. இயலாமைபற்றிய புரிதல் இருந்தும் அதை மீறிச் செல்லத் தேவையான ஆற்றல் இல்லாமல் போகும்போது குற்றம்குறைகளைத் தேடித்தேடிக் கண்டுபிடிக்கிற குணமுள்ளவராக மாறிவிடும் சாத்தியம் உண்டு. அப்போது புலம்புவது மட்டுமே நிகழும். இப்படிப்பட்ட முணுமுணுப்புகள் படிப்படியாகத் தத்துவங்களாக வேடம் போட்டுக்கொண்டு கருத்துரையாளர்களிடம் அடைக்கலமாகி ஒடுங்கிவிடுகின்றன. ஆகவே, இவற்றைக் கடந்துசெல்ல இருக்கிற ஒரே வழி படைப்பாற்றல் மட்டுமே. இதிலும் ஒரு துரதிருஷ்டம் இருக்கிறது. நம் சமூகத்தைப் பொறுத்தமட்டில், படைப்புகளுக்குப் பொருத்தமான கலைவடிவங்களைக் கொடுக்கும் முயற்சி முக்கியமாகக் கருதப்படுகிறது. படைப்புக்குப் பொருத்தமான கலைவடிவம் பொருந்தி வந்த கணத்திலேயே, நிறுவனங்கள் வழியாகச் செயல்படுகிற சக்தி திறமையையும் படைப்பாற்றலையும் கட்டுப்படுத்தி இயக்கத் தொடங்குகிறது. மெல்லமெல்ல இந்த அதிகாரம் படைப்பாற்றலைக் கொஞ்சம் கொஞ்சமாகக் கட்டுப்படுத்தி, அதைச் சுருக்கிவிடுகிறது. அல்லது ஒரு காட்சிப்பொருளாக மாற்றிவிடுகிறது. அதனால்தான் நிறுவனங்கள் மீது உள்ளூர ஒருவித அச்சம் நிறைந்த உணர்வுடனேயே படைப்பாற்றல் இருக்கவேண்டியுள்ளது. சித்தலிங்கையாவிடம் இதைப்பற்றிய புரிதல் இருக்கிறது. தெரிந்தே அதை மீறியிருக்கிறார் என்பதாலேயே 'ஊரும் சேரியும்' முக்கியமான படைப்பாகிறது.

சித்தலிங்கையாவின் ஆற்றல், அடிப்படையில் நிகழ்கலையின் சாயலைக் கொண்டதாகும். இது நாட்டுப்புறவியலை அடிப்படையாகக் கொண்டது என்பதால் கிராமங்களின் 'நிகழ்த்துக்கலை' இவருடைய ஆற்றலில் பொதிந்திருக்கும் ஒரு முக்கியமான குணமாகும். 'ஊரும் சேரியும்' நூலின் வடிவத்தை இவ்வாறான நிகழ்த்துக்கலையின் சிறப்பம்சமே கட்டமைத்திருக்கிறது. இந்த நிகழ்த்துக்கலையின் சிறப்பம்சம் என்னவென்றால் முழுக்கமுழுக்க ஆர்வத்துடன் அதிலேயே மூழ்கிப் போவதாகும். அதே சமயத்தில் மெல்லமெல்ல

அதிலிருந்து மேலெழுந்து தனித்துவத்துடன் நிலைத்து நிற்பதையும் குறிப்பிடவேண்டும். நாடகமேடையில் நடிகனாக நடிக்கும்போது உள்ள முகத்துக்கும் மேடைக்குப் பின்னால் சென்ற பிறகு பழகும் முகத்துக்கும் இடையில் உள்ள வேறுபாடு கவனிக்கத்தக்கது. இந்த இடைவெளியே கலையின் ரகசியம். சித்தலிங்கையா சமகால வரலாற்றை எழுதும் பணியை இந்தப் படைப்பில் எடுத்துக்கொண்டிருக்கிறார். அப்படி எழுதும்போது, ஒரு செய்தியாக மட்டும் எஞ்சிவிடக்கூடிய அபாயம் ஒரு பக்கமிருந்தால், மற்றொரு பக்கத்தில் எதார்த்தத்தைக் குலைக்காமல் சொல்லவேண்டிய வழிமுறை பற்றிய கேள்வியும் அவர் முன் இருக்கிறது. கவிஞரின் ஆற்றல், இதைப் பக்குவமான முறையில் எதிர்கொள்ள உதவுகிறது. 'நெருங்காமல் அகலாமல்' உள்ள நடுநிலைப்பார்வை இவருடைய எழுத்தின் பின்னணியில் உள்ள பேராற்றல். தீவிரத்தன்மை இருந்தும்கூட, அதைக் கட்டுப்படுத்தக்கூடிய ஆற்றல் சித்தலிங்கையாவிடம் இருப்பதாலேயே இச்சரிதை விவரங்களை அதிகப்படுத்தாமல், நம்மை உணர்ச்சிமயமாக்காமல், அலட்சியப்படுத்திச் செல்லவும் தூண்டாமல் நம் மனத்தைப் பாதிக்கிற ஆற்றலைக் கொண்டிருக்கிறது. முதல் பக்கத்தில் உள்ள இந்தப் பகுதியையே பாருங்கள்: 'வழக்கம்போல எங்கள் வீட்டுக்குப் பக்கத்தில் இருந்த குட்டிச்சுவரின்மேல் நானும் மற்ற பிள்ளைகளும் நின்று அப்பா அம்மாவைத் தேடிக் கூவிக்கொண்டிருந்தபோது ஒரு காட்சி தெரிந்தது. ஐயரின் நிலத்தில் இரண்டுபேர் தம் கழுத்தில் நுகத்தடியைச் சுமக்க ஒருவன் கலப்பையை அழுத்தி உழுதுகொண்டிருந்தான். நுகத்தடியைச் சுமந்த இருவரும் எருதுகள்போலச் சென்றுகொண்டிருக்க, மூன்றாவது ஆள் பின்னால் இருந்து உழுத அக்காட்சி ஏதோ மாயாஜாலக்காட்சியைப்போல இருந்தது. ஆனால் நுகத்தடியைச் சுமந்த இருவரில் ஒருவர் எனது தந்தை என்று தெரிந்தபோது என் மனத்தில் இனம்புரியாத வேதனை பரவியது. நாங்கள் இருந்த பக்கமாய் வந்த சில பெண்கள், "பாவம், தேவண்ணனுக்கு வந்த கஷ்டத்தப் பாருஞ்" என்று சொன்ன வார்த்தைகள் என் காதில் விழுந்ததும் என் மனவேதனை இரண்டு மடங்காகியது. எருதுபோல கலப்பையை இழுத்துவிட்டு சாயங்காலமாக வீட்டுக்கு வந்த அப்பாவின் தோள்களுக்கு அம்மா ஒத்தடம் கொடுத்தாள்'. இந்தத் தருணத்தை ஒட்டி எவ்வளவு விளக்கங்கள் வேண்டுமானாலும் கொடுக்கலாம். ஆனால் சித்தலிங்கையா கண்ணிமைக்கும் நேரத்தில் இத்தருணத்தை நம் முன் நிகழ்த்திக்காட்டி விடுகிறார். இப்படிப்பட்ட பல தருணங்கள் இச்சரிதையில் உள்ளன. தன் அம்மா தரையைப் பெருக்கிக் குப்பையைக் கூட்டியள்ளும் வேலை செய்கிற மாணவர் விடுதியிலேயே சித்தலிங்கையாவும் இருக்கிற

பல தருணங்களை விவரித்துச் சொல்லும் விதத்தையும் நாம் இங்கே நினைத்துப் பார்த்துக்கொள்ளலாம். எத்தருணத்திலும் கவிஞர் தன் கட்டுப்பாட்டை இழப்பதில்லை. வேதனைகளாலும் அவமானங்களாலும் மனம் தளரவுமில்லை. நகைச்சுவை உணர்வைத் தக்கவைத்துக்கொள்கிறார்.

'ஊரும் சேரியும்' சித்தலிங்கையாவின் இளம்பருவத்தில் தொடங்கி கல்லூரி வாழ்க்கையில் வந்து நிற்கிறது. அதற்குப் பிறகு இருபதாண்டு காலத்தைக் கடந்துவந்திருக்கிறார் சித்தலிங்கையா. அதைப்பற்றி எழுதும் முயற்சியில் அவர் இறங்கவில்லை. டி.ஆர்.நாகராஜ் இதைப்பற்றிக் குறிப்பிடும்போது 'இளம்பருவத்துப் பிரக்ஞையுடன் தீவிரமானதொரு சுயசரிதையை எழுதுவது சிரமமானதாகும். ஏனென்றால் இளமை என்பதே ஏற்றத்தாழ்வுகளிடையேயும் வர்க்கப்பிரிவினைகளிடையேயும் சிக்கிக்கிடக்கும் ஒன்றாகும். தன்னுடைய சமூக முகமூடியையே சரியானது என்று சாதிக்கிற, விரிவாக்குகிற, விவரிக்கிற எழுத்துகளாக மாறி சுயசரிதை பயன்படுத்தப்பட்டுவிடும். தன்னை நிரப்பிக்கொள்கிற, வலியூட்டுகிற, தன்னைத்தானே எள்ளி நகையாடிக்கொள்கிற குணங்கள் இல்லாத சுயசரிதை மலிவானதாகவும் எளிமையானதாகவுமாக மாறிவிடுகிறது' என்று குறிப்பிடுகிறார். அவர் சொல்வது உண்மைதான். ஆனால் சித்தலிங்கையாவின் 'ஊரும் சேரியும்' வறுமையை அழுத்தி நசுக்கி, திறமையின் மூலம் அதை வென்றதுபோல இங்கேயும் அது சாத்தியமாக வேண்டும் அல்லவா? அல்லது இளம்பருவத்துப் பிரக்ஞை என்பது தன்னைத்தானே எதிர்கொள்ளமுடியாத நெருக்கடிகளின் இருப்பாக மாறிவிடுமா? வறுமையைப்பற்றிய அச்சமின்மையும், வன்முறையைப்பற்றிய அச்சமின்மையும் 'ஊரும் சேரியும்' நூலின் முக்கிய அம்சம் என்று நாகராஜ் அடையாளப்படுத்துகிறார். ஆனால், தன்னைத்தானே எதிர்கொள்ளமுடியாத அதே அச்சம் சட்டென பொங்கியெழுந்ததுதான் இருபதாண்டுகளுக்கு முன்பேயே இந்தச் சரிதை நின்றுவிடக் காரணமாக இருக்குமோ என்று தோன்றுகிறது. நாகராஜின் வாதத்தை ஏற்றுக்கொள்ளலாம் என்றாலும், அவரே சொல்லக்கூடிய திறமைக்கும் எதார்த்த நிலைக்கும் இடைப்பட்ட உறவின் கோணத்திலிருந்து விவாதத்தை வளர்த்தெடுக்கலாம் என்று தோன்றுகிறது.

இப்படைப்புக்கு டி.ஆர்.நாகராஜ் எழுதியிருக்கும் பின்னுரை அவருடைய மற்ற எழுத்துகளைவிட வித்தியாசமானது. 'ஊரும் சேரியும்' புத்தகத்தின் கட்டமைப்பு அவருடைய எழுத்தின்மீதும் செல்வாக்கு செலுத்தியிருக்கும் என்று தோன்றுகிறது. இது

'ஊரும் சேரியும்' படைப்பின் சக்தியாகும். தத்துவங்களையும் ஆதாரங்களையும் அறிவுஜீவித்தனத்தையும் தள்ளிவைத்துவிட்டு அதன் சாரத்தைமட்டும் ஏற்றுக்கொள்ளும் சித்தலிங்கையாவின் திறமைக்கு அனந்தமூர்த்தி அடிக்கடி குறிப்பிடும் பின்கட்டுக் குணம் இருக்கிறது. திண்ணைக்காட்சியிலிருந்து இங்கே நெருக்கம் மிகுந்த பின்கட்டைநோக்கிச் சென்றிருக்கிறார் நாகராஜ். கன்னடப்பண்பாட்டில் இது ஊரும் சேரியும் செலுத்தவிருக்கும் செல்வாக்கின் அடையாளம் என்று தோன்றுகிறது.

பெங்களூரு
25.10.2014

நரஹள்ளி பாலசுப்ரமண்ய*
தமிழில்: பாவண்ணன்

---

* நரஹள்ளி பாலசுப்ரமண்ய: கன்னட மொழியின் முக்கியமான இலக்கிய விமர்சகர்

மொழிபெயர்ப்பாளர் முன்னுரை

எண்பதுகளின் தொடக்கத்தில் ஹோஸ்பெட் என்னும் இடத்தில் நான் வேலைக்குச் சேர்ந்தேன். ஒருநாள் எங்கள் முகாமிலிருந்து பேருந்து நிலையத்துக்குச் செல்லும்வழியில் நாற்பது ஐம்பதுபேர் வட்டமாகக் கூடியிருக்க ஒருவர் பாடிக்கொண்டிருப்பதைப் பார்த்தேன். அவருக்கு நல்ல குரல்வளம் இருந்தது. அவருடைய வசீகரமான குரலும் பாடலின் வரிகளும் தொடர்ந்து செல்லவிடாமல் என்னை அங்கேயே தடுத்துவிட்டன. கூட்டத்தில் ஒருவனாக நின்று நானும் அந்தப் பாடலைக் கேட்கத் தொடங்கினேன். ஆறேழு பாடல்களைப் பாடி முடிப்பதற்குள் நூறு பேருக்கு மேல் சேர்ந்துவிட்டார்கள். அதைத் தொடர்ந்து வீதி நாடகமொன்று நடைபெற்றது. ஏறத்தாழ அரைமணி நேரம். அது ஒரு சாதாரணமான பிரச்சார நாடகம். ஆனாலும், ஒருவர்கூட அங்கிருந்து நகராமல் அனைவரும் நாடகத்தைப் பார்த்தார்கள். நாடகத்திலும் பாடல்கள் இடம்பெற்றிருந்தன. நாடகம் முடிந்து அனைவரும் கலைந்துசெல்லும் தருணத்தில் நாடகக்குழுவினரிடம் சிறிது நேரம் பேசினேன். கர்நாடகத்தில் அக்காலத்தில் வீதி நாடகங்களுக்குப் பேர்போன சமுதாயா குழுவின் பாதிப்பால் அவர்கள் ஒரு குழுவைத் தொடங்கியிருப்பதாகச் சொன்னார்கள். பாடப்பட்ட பாடல்கள் அனைத்தும் கவிஞர் சித்தலிங்கையா எழுதியவை என்றும் குறிப்பிட்டார்கள். அங்கேயே 'ஹொலெமாதிகர ஹாடு' என்னும் சித்தலிங்கையாவின் கவிதைத் தொகுதி விற்பனைக்கு வைக்கப்பட்டிருந்தது. ஒரு பிரதியை வாங்கிக்கொண்டு அங்கிருந்து சென்றுவிட்டேன்.

அன்றையப் பயணம் முழுக்க அவருடைய பாடல்களைப் படிப்பதிலும் நாடகக்குழுவினர் பாடிய தாளக்கட்டுக்கு இசைவாக அவ்வரிகளை வாய்க்குள்ளேயே முணுமுணுப்பதிலும் கழிந்தது. 'யாருக்கு வந்தது, எங்கே வந்தது, நாற்பத்தியேழின் சுதந்திரம்?' என ஆவேசமும் அப்பாவித்தனமும் இணைந்து தொனிக்க, அன்று நான் கேட்ட பாட்டின் குரல் இன்னும் என் நெஞ்சில் ஒலித்தபடியே உள்ளது. சித்தலிங்கையா என்னும் ஆளுமையின் பெயரையும் அவருடைய கவிதையையும் இப்படிப்பட்ட ஒரு கணத்தில்தான் நான் தெரிந்துகொண்டேன்.

பெங்களூருக்கு மாறுதல் கிடைத்துக் குடியேறியபிறகு மறைந்த மூத்த மொழிபெயர்ப்பாளர் சரஸ்வதி ராம்னாத் அவர்களுடைய தூண்டுதலால் ஒரு நாடகத்தை முதன்முதலாக மொழிபெயர்த்தேன். அதைத் தொடர்ந்து மொழிபெயர்ப்பு என் படைப்பு முயற்சிகளில் ஒரு பகுதியாகிவிட்டது. நவீன கன்னடக் கவிதைத் தொகுதிக்காக குவெம்பு, அடிக, த.ரா.பேந்த்ரெ தொடங்கிப் பல ஆளுமைகளின் கவிதைகளைத் தேர்ந்தெடுத்தபோது சித்தலிங்கையாவின் கவிதைகளையும் இணைத்துக்கொண்டேன். நேரடியான பேச்சுமுறையைப் பின்பற்றியபடியே, நெஞ்சில் பதிவதுபோல அழுத்தமான சொற்களை முன்வைப்பவை அவருடைய கவிதைகள். நண்பர் தமிழவன் உதவியால் ஒருமுறை அவரை நேரில் சந்தித்து ஒரு சில மணிநேரங்கள் உரையாடிய அனுபவத்தை மறக்க முடியாது. *நிறப்பிரிகை* இதழுக்காக அவரிடம் ஒரு நீண்ட நேர்காணலை எடுத்தேன். நண்பர்கள் ஜி.கே.ராமசாமியும் தேவராஜனும் அப்போது எனக்குத் துணையிருந்தார்கள்.

யு.ஆர்.அனந்தமூர்த்தியை ஆசிரியராகக் கொண்டிருந்த *ருஜுவாது* என்னும் இதழில் 'என் இளமைக்காலம்' என்னும் தலைப்பில் சித்தலிங்கையா சில அத்தியாயங்கள் எழுதியிருந்தார். அவற்றில் குறிப்பிட்டிருந்த பல சம்பவங்கள் எனக்கு மிகுந்த மன எழுச்சியை அளித்தன. அவர் விவரித்திருந்த பல சம்பவங்கள் சிறுகதைகளாகவும் நீள்கதைகளாகவும் விரித்தெழுதத் தகுதியுடையவை என்பதை என்னால் உணர முடிந்தது. மாட்டுக்குப் பதிலாக மனிதர்கள் நுகத்தடியைச் சுமந்திருக்க, ஒருவர் ஏர்க்கலப்பையை அழுத்தி உழுதபடி செல்லும் காட்சி என் மனத்தில் அழுத்தமாகப் பதிந்துவிட்டது. சித்தலிங்கையாவைத் தொடர்புகொண்டு அனுமதி பெற்று, அந்த அத்தியாயங்களை மொழிபெயர்த்தேன். அவற்றின் ஒரு பகுதி சுபமங்களா இதழில் வெளிவந்து பரவலாகக் கவனத்தைப் பெற்றது. *ருஜுவாது* இதழில் அடுத்தடுத்து வரவுள்ள அத்தியாயங்களைப் படிப்பதற்காக ஆவலுடன் காத்திருந்தேன்.

ஆனால், அப்பகுதி இல்லாமலேயே அடுத்தடுத்த இதழ்கள் வெளிவந்தன. சில ஆண்டுகளுக்குப் பிறகு, *ருஜுவாது* இதழில் எழுதியதைப்போன்ற ஏராளமான அத்தியாயங்களோடு அவர் தன் சுயசரிதையின் ஒரு பகுதியை எழுதி முடித்துவிட்டார். 'ஊரும் சேரியும்' என்னும் தலைப்பில் வெளிவந்த அந்தச் சுயசரிதை கன்னட இலக்கிய உலகத்தில் ஒரு புதிய தடத்தையே பதித்தது.

பிரசுர சாத்தியம் பற்றிய எந்த யோசனையும் இல்லாமலேயே சித்தலிங்கையா அவர்களின் அனுமதியுடன் அந்தச் சுயசரிதையை நான் மொழிபெயர்த்தேன். ஒருநாள் புதுவையில் நண்பர் ரவிக்குமாருடன் உரையாடிக்கொண்டிருந்தபோது, சுயசரிதையைப் பற்றியும் சொன்னேன். ஏற்கனவே *சுபமங்களா* இதழில் வெளிவந்திருந்த அத்தியாயங்கள் சித்தலிங்கையாவுக்குத் தமிழ்வாசக உலகில் பரவலான அறிமுகத்தை வழங்கியிருந்தது. அதனால் புதிய அத்தியாயங்களின் தகவல்களைச் சொன்னதுமே அதை உடனே படிக்கும் விருப்பத்தைத் தெரிவித்தார் ரவிக்குமார். பெங்களூருக்குத் திரும்பியதும் முதல் வேலையாக அவருக்கு அனுப்பிவைத்தேன். முதல் வாசகராகக் கையெழுத்துப் பிரதியைப் படித்து அவர் பகிர்ந்துகொண்ட கருத்துகள் எனக்கு மிகவும் ஊக்கத்தைத் தந்தன. 'விடியல்' வழியாக நூல் பிரசுரம் பெறுவதற்கான எல்லா முயற்சிகளையும் அவரே மேற்கொண்டார். ரவிக்குமார், சிவா இருவரையும் இத்தருணத்தில் நன்றியுடன் நினைத்துக்கொள்கிறேன். இதை மொழிபெயர்க்க அன்புடன் அனுமதியளித்த சித்தலிங்கையாவும் நன்றிக்குரியவர். என் எல்லாச் செயல்களிலும் எனக்கு உற்ற துணையாக விளங்குபவர் என் அன்புத்துணைவி அமுதா. அவர் அளிக்கும் ஊக்கமே எனக்கு மிகப்பெரிய பலம். முதன்முதலாக இந்தச் சுயசரிதையை புதுவையில் வெளியிட்டுப் பேசியவர் மறைந்த விமர்சகரான டி.ஆர்.நாகராஜ். தன் சுயசரிதையில் இவரைப்பற்றிப் பல தருணங்களில் சித்தலிங்கையா குறிப்பிட்டிருக்கிறார். தம் இளமை நினைவுகளை அசைபோட்டபடி உணர்ச்சிப்பெருக்கோடு அவர் நிகழ்த்திய அன்றைய உரை மறக்க முடியாத அனுபவம். இன்று அவர் உயிருடன் இல்லை. மரணம் அவரை நடுவயதிலேயே அள்ளிக்கொண்டுபோய்விட்டது. அவரையும் இக்கணத்தில் நன்றியுடன் நினைத்துக்கொள்கிறேன். இந்தப் புதிய பதிப்புக்கென தனிப்பட்டவகையில் சிறப்பான முன்னுரையொன்றை எழுதிக்கொடுத்த முக்கியமான கன்னட விமர்சகரும் என் நண்பருமான நரஹள்ளி பாலசுப்ரமண்ய அவர்களுக்கு என் அன்பும் நன்றியும். இந்த நூலை மிகச் சிறப்பான வகையில் வெளியிடும் காலச்சுவடு பதிப்பகத்துக்கும் என் நன்றி.

பெங்களூரு **பாவண்ணன்**
25.10.2014

பகுதி ஒன்று

ஐயரின் நிலம்

சேரியில் கடைசி வீடு எங்களுடைய வீடு. அதையடுத்து கடைசியாய் எப்பொழுதாவது இன்னொரு வீடு இருந்திருக்குமோ என்னமோ? அதன் கூரையெல்லாம் சரிந்து விழுந்துகிடக்க, வெறும் மூன்று அல்லது நான்கு அடி உயரத்திற்கு குட்டிச்சுவர் மட்டும் எஞ்சியிருந்தது. நானும் மற்ற வீட்டுப் பிள்ளைகளும் சேர்ந்து, அந்தக் குட்டிச்சுவர்மேல் நின்று ரொம்ப தூரத்திற்குப் பார்வையைவீசி, வேலைக்குப் போயிருந்த எங்கள் அம்மா அப்பாவைத் தேடுவோம். 'சீக்கிரம் வீட்டுக்குத் திரும்புங்கள்' என்று கூவி அவர்களுக்குச் செய்தி அனுப்புவோம். எங்கள் அழைப்பு அவர்களின் காதுகளில் விழுந்ததோ இல்லையோ, எங்கள் முகங்கள்கூட அவர்களுக்குத் தெரிந்ததோ இல்லையோ. எதுவுமே எங்களுக்குத் தெரியாது. இந்தக் குட்டிச்சுவரிலிருந்து ஐநூறு அல்லது அறுநூறு அடி தூரத்தில் ஐயரின் நிலம் ஆரம்பமாகியது. அந்த நிலத்தில் ஐயரின் அழகான வீடும் மிகப்பெரிய பம்ப்செட் ஒன்றும் கிணறும் இருந்தன. அக்கிணற்றிலிருந்துதான் ஐயரின் நிலங்களுக்கெல்லாம் தண்ணீர் பாய்ந்து கொண்டிருந்தது. எங்கள் சேரி ஆள்களுக்கு குடிக்க தண்ணீர் கிடைத்தாலே பெரிய விஷயம். சற்றே தொலைவிலிருந்த பூந்தோட்டத்துக்குப் பக்கத்தி லிருந்த கிணற்றிலிருந்துதான் எங்கள் சேரி ஆள்கள் தண்ணீர் எடுத்து வந்தார்கள். வழக்கம்போல எங்கள் வீட்டுக்குப் பக்கத்திலிருந்த குட்டிச்சுவரின் மேல்

நானும் மற்ற பிள்ளைகளும் நின்று அப்பா அம்மாவைத்தேடிக் கூவிக்கொண்டிருந்தபோது ஒரு காட்சி தெரிந்தது. ஐயரின் நிலத்தில் இரண்டுபேர் தம் கழுத்தில் நுகத்தடியைச் சுமக்க ஒருவன் கலப்பையை அழுத்தி உழுதுகொண்டிருந்தான். நுகத்தடியைச் சுமந்த இருவரும் எருதுகள்போலச் சென்றுகொண்டிருக்க, மூன்றாவது ஆள் பின்னாலிருந்து உழுத அக்காட்சி ஏதோ மாயாஜாலக் காட்சியைப்போல இருந்தது.

ஆனால் நுகத்தடியைச் சுமந்த இருவரில் ஒருவர் எனது தந்தை என்று தெரிந்தபோது என் மனத்தில் இனம் புரியாத வேதனை பரவியது. நாங்கள் இருந்த பக்கமாய் வந்த சில பெண்கள், "பாவம்... தேவண்ணனுக்கு வந்த கஷ்டத்தப் பாரு..." என்று சொன்ன வார்த்தைகள் என் காதில் விழுந்ததும் என் மனவேதனை இரண்டு மடங்காகியது. எருதுபோலக் கலப்பையை இழுத்துவிட்டு சாயங்காலமாய் வீட்டுக்கு வந்த அப்பாவின் தோள்களுக்கு ஒத்தடம் கொடுத்தாள் அம்மா.

மூன்று இடங்களில் துண்டு துண்டாக அப்பாவுக்கு நிலங்கள் இருந்தன. வீட்டுக்குப் பக்கத்தில் இருந்த நிலம் குத்தகைக்கு எடுத்து பயிர் வைக்கப்பட்ட நிலம். அதன் சொந்தக்காரர் மாகடியைச் சேர்ந்த பிராமணர் ஒருவர்.

அவரை நாங்கள் 'சாமி' என்றுதான் அழைத்து வந்தோம். அந்த நிலத்தை 'மாந்தோப்பு நிலம்' என்று சொல்லிவந்தோம். அந்த நிலத்தில் மிகவும் வயதான ஒரு மாமரம் இருந்தது. வீட்டுக்குப் பின்னால் இருந்த பெரிய புளியமரத்தைக் கடந்துதான்

அந்த நிலத்திற்குச் செல்லவேண்டும். புளியமரத்தடியில் அகன்ற ஒரு பாறை இருந்தது. நிலத்திற்குப் போகும்போதும் வரும்போதும் அந்தப் புளியமரத்தை நெருங்கியதுமே நெஞ்சில் பயம் கவிந்துவிடும். புளியமரத்தில் பேய் இருக்கிறது என்றும் அது வழிப்போக்கர்களையெல்லாம் கைதட்டி அழைக்கிறது என்றும் ஜனங்கள் பேசிக்கொண்டிருந்தார்கள். புளியமரத்தின் திசையில் இருந்து அவ்வப்போது டப்டப் என்று சத்தம் வந்துகொண்டிருந்ததால் ஜனங்களிடம் அந்தப் பேயைப் பற்றிய பயம் அதிகமாக இருந்தது. ஒருமுறை நிலத்திலிருந்து சாயங்கால வேளையில் தனியாகத் திரும்பிக்கொண்டிருந்தபோது, புளியமரத்தின் திசையில் இருந்து யாரோ கைதட்டி அழைக்கும் சத்தத்தைக் கேட்டுப் பயந்துபோய் 'தப்பித்தோம் பிழைத்தோம்' என்று ஓடோடிவந்து வீட்டையடைந்தேன்.

பிராமணர் வீட்டில் எஞ்சிய சுவையான சாப்பாடு

மாந்தோப்பு நிலத்துக்குச் சொந்தக்காரர் மிகவும் தாராளமானவர். அப்பா, அம்மா, நான் மூவரும் ஊரிலிருந்த அவர் வீட்டுக்குச்சென்று வாசலில் நின்றதும், வீட்டில் மிச்சம் மீதியிருக்கிற சித்திரான்னம், பூரி முதலியவற்றைக் கொடுப்பார்கள். இவ்வகைச் சிற்றுண்டிகளை என்றும் தின்று பார்க்காதவன் நான். அவற்றின் ருசியே ருசி, அவற்றைத் தின்று எங்களிடம் நன்றியுணர்வு சுரந்தது. இது மட்டுமின்றி பழசானதும் சற்றே கிழிசலும் கொண்டதுமான, தன் பிள்ளையின் சட்டைகளையெல்லாம் எனக்குத் தருவதுண்டு. ஐயரின் மகன் என்னைவிடப் பெரியவனாதலால் அச்சட்டைகள் எனக்கு மிகவும் தொளதொளவென்று இருந்தன. ஆனாலும் எப்படியோ ஒருவகையில் அவற்றை மடித்து அணிந்துகொண்டிருந்தேன் நான். இந்தச் சட்டைகளைப் போட்டுக்கொண்டதும் சேரியிலிருந்த மற்ற பிள்ளைகளைக் காட்டிலும் வித்தியாசமானவனாகத் தெரிந்தேன் நான்.

பூரி, சித்திரான்னத்தோடு தொடர்புடைய இன்னொரு சம்பவமும் எனக்கு ஞாபகமிருக்கிறது. மிகவும் சிறிய ஓர் இடத்தில் பூ மற்றும் காய்கறிகளைப் பயிரிட்டு வந்தார் என் அப்பா. இந்த இடத்தை சஞ்சீவி ஐயரின் தோட்டம் என்று சொல்வது உண்டு. இத்தோட்டம் சேரிக்கு இன்னொரு திசையில் இருந்தது. இங்கு வளர்ந்த பூக்களைப் பறித்துக்கொண்டு சென்று மாகடி சந்தையில் விற்று இரண்டணா சம்பாதித்தேன் நான். ஒருநாள் தோட்டத்திலிருந்து வெளியே வந்து ஏரிக்கரைமேல் நின்றுகொண்டிருந்தேன். ஏரியின் சுற்றுப்புறத்தில் சிற்சிலர்

வேலைசெய்துகொண்டிருந்தார்கள். யாரோ எங்கோ கூப்பிடுகிற சத்தம் கேட்டமாதிரி இருந்தது. உடனே ஆண்களும் பெண்களும் சிறுவர்களும் பம்ப்செட் பக்கத்திலிருந்த ஐயரின் வீட்டுக்கு போட்டது போட்டபடி அம்புப் பாய்ச்சலில் பாய்ந்து சென்றார்கள். எனக்குச் சற்றே பயமாக இருந்தது. எனினும் மெல்ல நடந்து ஐயரின் வீட்டையடைந்தேன். அந்த வீட்டுக்கு சற்றே தொலைவில் தலித்துகள் வரிசையாக நின்றிருந்தார்கள். ஐயரின் மனைவி வீட்டில் எஞ்சிய பூரி, சித்திரான்னம் முதலியவற்றை எல்லோருக்கும் கொடுத்துக்கொண்டிருந்தார். கடைசியாக நான் சென்றதால் எனக்கு எதுவும் கிடைக்கவில்லை. அதனால் நிராசையாக இருந்தது. ஆனால் எல்லோரை விடவும் முதலில் வந்திருந்த என் அப்பாவும் அம்மாவும் வாங்கிக்கொண்டு வருவதைப் பார்த்ததும் மிகவும் சந்தோஷப்பட்டேன்.

நறநறவென்று பல்லைக்கடிக்கும் ஜல்தகெரெ அம்மா

சேரியில் எங்களுக்கென்றே ஒரு மாரியம்மன் கோயில் இருந்தது. அக்கோயிலின் பூசாரி ஒரு கிழவி. தூரத்து உறவு வகையில் அவள் எனக்குப் பாட்டி முறையாக வேண்டும். மாரியம்மன் திருவிழாவை மிகவும் சிறப்போடு கொண்டாடுவதுண்டு. பாட்டியின் மேல் 'மாரியம்மன்' வந்து இறங்குவதுண்டு. அப்போது எங்களுக்கெல்லாம் பயமாக இருக்கும். பூசாரிப் பாட்டி எனக்கு உறவு முறையாக இருந்ததால் எனக்குச் சற்றே தைரியம் உண்டு. அது மட்டுமன்றி, சாமி நமக்கு என்ன கெடுதல் செய்துவிடும் என்கிற தைரியமும் இருந்தது.

மேகலஹட்டியில் இன்னொரு சாமியும் அடிக்கடி யார்மீதாவது வருவதுண்டு. அந்தச் சாமியின் பெயர் ஜல்தகெரெ அம்மா. வாரத்துக்கு ஒரு முறை யார் மீதாவது வந்துவிடும். அந்தச் சாமிக்குப் பக்தர்கள் அதிகம். என் அம்மாவும் அந்தப் பக்தர்கள் கூட்டத்தில் ஒருத்தி. சாமி வந்து ஆடத்தொடங்குவதற்கு முன்னேயே நாங்களெல்லாம் சென்று உட்கார்ந்துவிடுவோம். அவளுடைய நடவடிக்கைகள் பார்ப்பதற்கு மிகவும் பயத்தைக் கொடுப்பதாக இருந்தன. அவள் ஒருமுறை நறநறவென்று பற்களைக் கடித்தால் அனைவருக்கும் கடகடவென்று நடுங்கி உடல் வியர்த்துவிடும். சாமி வந்து ஆடும் அப்பெண்மணியை என் அம்மா, 'அக்கா' என்று அழைத்துவந்தாள். பெரியம்மா என்று நான் அழைத்துவந்தேன். அவளும் எங்களோடு ஆசையுடன் பழகிவந்தாள். அதனால் சாமி வந்து அவள் ஆடத்தொடங்கியதும் அந்த அளவுக்கு எனக்குப் பயம் தோன்றுவதில்லை. உண்மையில் அவள் மிகவும் நல்லவள். பார்க்க கட்டான உடல் அமைப்போடு

அழகாக இருந்தாள். அவளுடைய கணவன், அவளைவிட்டு இன்னொருத்தியோடு போனபிறகு அவள் சாமி வந்து ஆடுவது ஆரம்பமானது.

சேரி ஜனங்கள் பலவிதமாகக் கனவு கண்டார்கள். இறந்துவிட்ட தாத்தாமார்களும் பாட்டிமார்களும், தாய் தந்தையரும், சகோதர சகோதரிகளும் இவர்களுடைய கனவுகளில் வந்து தொல்லை கொடுத்துவந்தனர். இறந்துபோன தோழி ஒருத்தி உயிரோடு இருக்கும் தோழியின் கனவில் வந்து மரத்தின்மேல் உட்கார்ந்தபடி 'என்னோடு வா' என்று கைவீசி அழைத்தாள். இவர்களோடு ஜடாமுனியின் நடமாட்டம் வேறு. நள்ளிரவில் வீட்டுக்குத் திரும்புகிற ஆண்கள், வழியில் ஜடாமுனியை பார்த்ததாகவும் அவன் முகத்தை நேருக்குநேர் பார்க்க நேர்ந்திருந்தால் ரத்த வாந்தி எடுத்துச் செத்திருக்கவேண்டுமென்றும், எப்படியோ தப்பித்துவந்ததாகவும் சொன்னார்கள். இதைக் கேட்டு பெண்களும் குழந்தைகளும் பீதியுற்றார்கள். வழியில் தனியாகச் செல்லும்போது பிசாசுகள் கைதட்டுவது, சிரிப்பது போலத் தோன்றும். தைரியமாகத் தொடர்ந்து நடந்தால் 'இந்த முறை பிழைத்தாய் போ' என்று சொல்லின அவை. மக்கள் அனைவரும் இதை மிகவும் ஆழமாக நம்பினார்கள். இத்தொந்தரவுகளிலிருந்து காப்பாற்றும்படி கடவுளிடம் முறையிட்டார்கள்.

இச்சந்தர்ப்பத்தில்தான், ஊரில் கூச்சலிடும் மாரியம்மனின் கலாட்டா ஆரம்பமானது. இரவு நேரத்தில் இந்தச் சாமி வீட்டின் முன்னால் வந்து நின்று, வீட்டுக்குள் இருக்கிற ஒருவரின் பெயரைச் சொல்லிக் கூப்பிடும். கூப்பிடப்பட்டவர் ஏதோ அப்பாவித்தனமாக 'ம்' என்று பதில் சொல்லிவிட்டால் அந்த இடத்திலேயே ரத்தவாந்தி எடுத்து செத்துப் போவார்கள் என்கிற விஷயம் எங்கும் பரவியது. "ஒருநாள் இரவில் எங்கள் வீட்டு முன்னால் யாரோ கூப்பிடுகிற மாதிரி இருந்தது. எனக்கு ஏற்கனவே விஷயம் எல்லாம் தெரியுமாதலால் நான் 'ம்' சொல்லவில்லை," என்று பலரும் சொல்லத்தொடங்கினார்கள். எங்கள் பார்வையில் அவர்கள் அறிவாளிகளாகத் தெரிந்தார்கள். எல்லாரும் வீட்டுக் கதவின்மேல் 'நாளைக்கு வா' என்று எழுதிவைக்கத் தொடங்கினார்கள். ஆகாயத்தில் அதிகாலையில் தூமகேது தெரிவதே இதற்கெல்லாம் காரணம் என்று சிலர் சொன்னதால், ஜனங்களனைவரும் அதிகாலையில் எழுந்து தூமகேதுவைப் பார்த்து மேலும் கூடுதலாகப் பயத்தில் மூழ்கினார்கள்.

இதே நேரத்தில், ஊருக்குள் வந்த ஆசிரியர் ஒருவர் இன்னும் பதினாலு நாள்களுக்குள் பூமியின்மீது நெருப்புமழை

பொழியும் என்றும், இதனால் பெரும் பிரளயம் ஏற்படும் என்றும் சொல்லிவிட்டுச் சென்றார். இச்சமயத்துக்காகவே காத்துக்கொண்டிருந்த சில கில்லாடிகள், ஜனங்கள் அனைவரும் ஆசைப்பட்ட பலகாரங்களைச் சுட்டுச் சாப்பிட்டு ஆசைகளைத் தீர்த்துக்கொள்ள வேண்டுமென்றும், உறவுக்காரர்களைக் கூப்பிட்டு கடைசி முறையாக முகத்தைப் பார்த்து ஆசையைத் தீர்த்துக்கொள்ளவேண்டுமென்றும் ஆலோசனை வழங்கினார்கள். மரணபயத்தின் காரணமாக ஏழைகள் கூடத் தடபுடலாகச் சாப்பிட்டுக் கொண்டாடினார்கள். பணக்காரர்கள் அனைவரும் தாராளமாக அன்னதானம் செய்தார்கள். இதன் பயன்களையெல்லாம் எங்கள் சேரியின் ஆட்கள் நல்லவிதமாகவே அடைந்தார்கள்.

தூமகேதுவின் அச்சத்தில் ஊரே மூழ்கி இருக்கும்போது மாகடிக்கு மைசூர் மகாராஜா வந்தார். அவர் எதற்காக வந்தார் என்பது எனக்கு ஞாபகம் இல்லை. அப்போதுகூட பல பேருக்குக் காரணம் தெரிந்திருக்கவில்லை. அவரைப் பார்ப்பதற்காக பெரிய திருவிழாக்கூட்டம்போல மக்கள் கூடியிருந்தார்கள். எங்களைப்போன்ற சின்னப்பிள்ளைகள் எல்லாரும் தாய்தந்தையரின் தோள்மீது ஏறி மங்கலாகத் தெரிந்த மகாராஜாவை வெகுதொலைவிலிருந்து பார்த்தோம்.

அப்பாவும் அம்மாவும் வேலைக்குப் புறப்பட்டுப்போனதும் தன்னந்தனியாக நான் ஒருவனே வீட்டில் இருந்தேன். சாயங்காலம் பொழுது சாய்ந்ததும் கோழிகளைத் தேடிப்பிடித்து கூடை போட்டுக் கவிழ்த்து வைப்போம். சின்னஞ்சிறிய மண்ணெண்ணெய் விளக்கை ஏற்றி வைப்போம். அம்மாவும் அப்பாவும் திரும்பி வந்ததும் சாப்பாட்டுக்கான ஏற்பாடுகள் தொடங்கும். சில நாள்களில் கிழங்குகளை வேகவைத்துத் தின்போம். சிற்சில நாள்களில் வெறும் கடலையைத் தின்று தண்ணீர் குடித்துவிட்டுப் படுத்துக்கொள்வோம். துண்டு நிலத்தில் விளைந்த விளைச்சல் தந்தையார் வாங்கியிருந்த கடனுக்கு வட்டி கட்டப் போதுமாக இருந்தது. கூலிப்பணம் குடும்பத்தை நிர்வகிக்கப் போதுமானதாக இல்லை. சிற்சில நாள்களில் எங்கள் அம்மா சாவனதுர்கா காட்டுக்குச் சென்று விறகு உடைத்துக்கொண்டு வருவாள். சந்தைக்கு இந்த விறகுக்கட்டை தூக்கிச்சென்று விற்பாள். வீட்டின்முன் இந்த விறகுக்கட்டை இறக்கிவைத்த கையோடு அவசரமாக ஒன்றுக்கிருப்பதற்காக ஓடுவாள். அதற்கப்புறம் விறகுக்கட்டுக்குள் இருக்கும் கரும்புத் துண்டுகளை எடுத்து எங்களுக்குத் தருவாள். சாவனதுர்காவிலிருந்து சில மைல்கள் தூரத்தில்தான் என் அம்மாவின் தாய்வீடான மஞ்சனபெலெ

இருந்தது. மலையின்மேல் ஏறி ஊரைப் பார்த்ததாகவும் 'உங்கள் தாத்தா பாட்டியின் ஞாபகம் வந்துவிட்டது' என்றும் சொல்லிக் கண்ணீரைத் துடைத்துக்கொள்வாள். அப்போது கொஞ்ச காலம் நானும் மஞ்சனபெலெ ஊரின் மீது அடங்காத ஆசை கொண்டவனாக இருந்தேன்.

கந்தர்வ உலக லம்பாணிகள்

எங்கள் நிலத்தின் மூலையில் ஒற்றையடிப்பாதை ஒன்றுண்டு. காட்டிலிருந்து விறகு பொறுக்கிச் சுமந்துவரும் லம்பாணிப்பெண்கள் அந்த வழியாகச் செல்வதுண்டு. கருத்திருந்த எங்களோடு ஒப்பிடும்போது அவர்களைக் கந்தர்வ உலகைச் சேர்ந்தவர்கள் என்றுதான் சொல்லவேண்டும். எங்கள் சேரியைச் சேர்ந்த சில துடுக்கான இளைஞர்கள் அவர்களைக் கிண்டல் செய்வதுண்டு. அந்தப் பெண்கள் இவர்களைத் திட்டுவார்கள். புட்டனரசன் என்னும் பெயர்கொண்ட ஒருவன், தான் ஒருமுறை அப்பெண்களை மிகவும் நெருங்கிச் சென்று கிண்டல் செய்ததாகவும், அவர்கள் தலைச் சுமையைக் கீழே தள்ளிவிட்டு நழுவிய சேலையால் உடலை மறைத்துக் கொண்டதாகவும், எப்படியோ அவர்களிடமிருந்து தப்பித்துக்கொண்டு வந்ததாகவும் சொல்லிக் கொண்டான். இதை நேருக்கு நேர் பார்த்தவர்கள் இல்லை. ஆனால் காதால் கேட்டவர்கள் எல்லாரும் நம்பினார்கள். இதனால் மற்ற இளைஞர்கள் மத்தியில் அவன் மீது லேசான பொறாமை உருவாகியது.

எங்கள் வீட்டுக்கு எதிரே இருந்தவர்களும் எங்களைப் போலவே ஏழைகள். கணவன் மெலிந்தும் குள்ளமாகவும் இருந்தான். சதாகாலமும் பீடி புகைத்துக் கொண்டிருந்தான். அவன் மனைவி மிகவும் பருத்திருந்தாள். தினந்தோறும் அவனை அடித்தாள். ஒருபோதும் அவளை அவன் திருப்பி அடித்ததில்லை. எதிர்ப்பேச்சு பேசியதுமில்லை. இவனுடைய உயிருக்குயிரான நண்பன் ஒருவன் மேகலஹட்டி என்னும் ஊரில் இருந்தான். இருவரும் எப்போதும் ஒன்றாகவே இருந்தார்கள். இருவரும் சேர்ந்து ஊருக்குள் சென்று ஸ்டுடியோவில் ஒன்றாக நின்று போட்டோ எடுத்துக்கொள்கிற அளவுக்கு நெருக்கமாக இருந்தார்கள். அந்த போட்டோவை வீட்டில் தொங்கவிட்டிருந்தார்கள். மிகவும் ஆச்சரியத்தோடும் பரவசத்தோடும் அப்படத்தையே அனைவரும் பார்த்தார்கள். ஆனால் திடுமென அவர்கள் இடையே சண்டை மூண்டு நட்பு குலைந்தது. இருவரும் தத்தம் வீட்டில் இருந்த படத்தை, கண்ணாடியை உடைத்து எடுத்து, தனித்தனி ஆளாகத் தெரியும் வண்ணம் இரண்டாகக் கிழித்து, மீண்டும் கண்ணாடி போட்டுத் தொங்கவிட்டுக் கொண்டார்கள். படச்சட்டம் என்னமோ பெரிதாக இருந்தாலும் அன்றிலிருந்து அதில் பாதி அளவுக்கு மட்டுமே படம் இருந்தது. உடைந்துபோன நட்பின் அடையாளமாக இருந்தது அது.

அப்போது எங்கெங்கும் பஞ்சம். சோற்றுக்காக ஜனங்கள் அங்காந்து ஏங்கிக் கிடந்தார்கள். மழை வேண்டி ஆங்காங்கே பூசைகள் செய்தார்கள். பூசை செய்யும்போது தலித்துகளை யெல்லாம் ஒரு மூலையில் உட்காரவைத்திருந்தார்கள். மேல் சாதிக்காரர்களின் சாப்பாட்டுப்பந்தி முடிந்தபிறகுதான் அவர்கள் பக்கம் கவனம் திரும்பியது. வெறும் சோறு மட்டுமே கிடைத்தாலே போதும் என்ற எண்ணமே நிறைந்திருந்ததால் இந்த வித்தியாசங்களைப் பற்றியெல்லாம் அவ்வளவாகக் கவலைப்படவில்லை. அப்போதுதான் சிவலிங்கம்மா, புட்டம்மா ஆகிய இரண்டு தங்கையர்களும் பிறந்தார்கள். ஏற்கனவே கடன்காரனாக இருந்த அப்பாவுக்கு மேலும் கடன் சுமை ஏறியது. எங்களை வளர்ப்பது அவருக்கு மிகவும் சிரமமாக இருந்தது. எங்கெங்கோ தொலைவான இடங்களுக்கெல்லாம் வேலை தேடிச்சென்று மூன்று மாதத்திற்கு ஒருமுறை அல்லது ஆறு மாதத்திற்கு ஒருமுறை என்கிற ரீதியில் வீட்டுக்கு வந்தார். அப்போதெல்லாம் பயத்தின் காரணமாக வீட்டில் நாங்கள் படுப்பது இல்லை. பல சமயங்களில் மாகடம்மாவின் வீட்டில்தான் படுத்துக் கொள்வோம். தூரத்து உறவில் அவள் எங்கள் அம்மாவுக்கு அக்காமுறை வேண்டும். அதனால் நாங்களும் பெரியம்மா என்று அழைத்தோம். அவளுடைய மகன் வைக்கோல்போரைக் காவல் காக்கச் சென்றுகொண்டிருந்தான்.

என்னையும் தன்னோடு அழைத்துச்சென்றான். போரிலிருந்து வைக்கோலைப் பிடுங்கி, அதையே விரித்துப்போட்டுப் படுத்து, அதையே போர்த்திக்கொண்டு தூங்குவது ஒரு வகையில் ஆனந்தமாக இருந்தது. பல சமயங்களில் போருக்குள்ளேயே சந்து உருவாக்கிக்கொண்டு, அதற்குள் சென்று படுத்து உறங்குவோம்.

ஒருமுறை அம்மா ரொட்டி சுட்டுக்கொண்டு இருந்தாள். நாங்கள் மூன்று பிள்ளைகளும் அடுப்பின் முன்னால் உட்கார்ந்து அதையே பார்த்துக்கொண்டிருந்தோம். அடுப்புக்கு மேல் சற்றே உயரத்தில் இறவாணம் இருந்தது. அதில் பெட்டியை வைத்திருந்தோம். அந்தப் பெட்டியின்மேல் இரண்டு நாகப்பாம்புகள் ஒன்றோடு ஒன்று மோதிக்கொண்டு, சட்டென்று ரொட்டியின் மேலேயே விழுந்துவிட்டன. பிழைத்ததே பெரிசு என்று நாங்கள் வீட்டைவிட்டு வெளியே ஓடிவந்துவிட்டோம். தெரு ஜனங்கள் எல்லாரும் சேர்ந்து தேடியும்கூட அப்பாம்புகள் அகப்படவே இல்லை. அன்றிலிருந்து பகலில்கூட வீட்டுக்குள் இருக்கப் பயமாக இருந்தது.

சில நாள்களுக்குப் பிறகு அப்பா வீடு திரும்பியபோது எங்களுக்கு மகிழ்ச்சியாக இருந்தது. ஆனால் பக்கத்து வீட்டில் இருந்த எங்கள் பெரியப்பாவும் பாட்டியும் கண்ணீர்விட்டு அழுதார்கள். எங்கள் அம்மாவும் அழுதாள். அப்பா ஊமையாக உட்கார்ந்திருந்தார். அந்தச் சூழலே விசித்திரமாக இருந்தது. ஏதோ ஊரில் அப்பா கூலி வேலை செய்துகொண்டிருந்தபோது, இரண்டு குழுக்களுக்கிடையே அடிதடியாகிவிட்டது. போலீஸார் வந்து தலையிட்டு அடக்கி சிலரைக் கைது செய்திருக்கிறார்கள். மோதல் நடந்த தருணத்தில் எங்கள் அப்பா அங்கே இருந்ததால் அவரை முக்கிய சாட்சியாக்கிவிட்டார்கள். அப்பாவே இதைச் சொன்னதும், கேட்டுக்கொண்டு இருந்தவர்கள் எல்லாரும் பயந்து துயரம் கொண்டார்கள். "நாங்க யாருமே ஸ்டேஷன் வாசல மிதிச்சது கெடையாது. உங்கப்பன் போகப் போறானே" என்று பெரியப்பா சொன்னபோது எனக்கும் அழுகை முட்டியது.

மன்டெஸ்வாமியின் பரம்பரை

எங்களுக்கென்று தனியாக ஒரு கடவுள் இருக்கிறார் என்பதும் எங்களுக்காவே தனியாக ஒரு குரு இருக்கிறார் என்பதும் எனக்கு அப்போதுதான் புரிந்தது. வீட்டுக்குப் பக்கத்திலிருந்த இலுப்பை மரத்தடியில் குரு வந்து நின்றுகொண்டிருக்கிறார் என்பதை அறிந்த பெரியப்பா, பாட்டி, அப்பா, அம்மா எல்லோரும் சென்று அவரை வணங்கி காணிக்கை வழங்கினார்கள். அவர் மண்டேஸ்வாமியின் சீடர் பரம்பரையைச் சேர்ந்தவர். மண்டேஸ்வாமி எங்கள் குலதெய்வம்.

நாங்கள் எல்லாரும் அந்தத் தெய்வத்தின் குழந்தைகள், இந்த குரு வந்து நின்றால் அந்த மண்டேஸ்வாமியே எழுந்தருளியதைப் போலாகும். மாகடியின் சுற்றுப்புறமெங்கும் இந்தப் பழக்கம் உண்டு. மண்டியா, மைசூர் ஆகிய மாவட்டங்களில் இந்த சம்பிரதாயம் இன்னும் அதிக அளவில் உண்டு.

எங்கள் முன்னோர்கள் மண்டியா மாவட்டத்திலுள்ள மத்தூர் தாலூகாவைச் சேர்ந்த ஆதகூரு என்னும் இடத்திலிருந்து வந்து இங்கு குடியேறினார்களாம். இந்த குருவும் அப்பகுதியைச் சேர்ந்தவரே. இவ்வளவு தூரம் வந்தது எங்கள் பாக்கியம். எங்கள் கடவுளை பறையன் என்று சொல்கிறார்கள். ஆனால் இந்த குரு மேல் சாதியைச் சேர்ந்தவர். அதனால்தானோ என்னமோ பறையர்கள் வசிக்கும் சேரிப் பக்கம் காலெடுத்து வைக்கவில்லை. குறைந்தபட்சம் இலுப்பை மரத்துக்கு அருகிலாவது வந்தார் அல்லவா, அன்றைய தினம் முழுக்க எங்களுக்கு ஏதோ புண்ணியம் செய்துவிட்ட நாள் அமைந்ததைப்

போன்ற சந்தோஷம். எங்களுக்கும் ஆசீர்வாதம் வழங்க ஒரு குரு இருக்கிறார் என்கிற பெருமை. எங்களில் எவர் மீதாவது குற்றம் சுமத்தப்பட்டுவிட்டால், "மண்டேஸ்வாமி மேலே சத்தியமா நான் அந்தத் தப்பு செய்யவே இல்ல" என்று சத்தியம் செய்வார்கள். இதன் பொருள் இப்போது புரிந்துவிட்டது.

தலித்துக்களே அதிகம் வாழ்ந்த மேகலஹட்டியில் ஒருநாள் காலையில் ஒரே விழாக்கோலமாக இருந்தது. பந்தல்போட்டு சில நாற்காலிகளைக் கொண்டுவந்து போட்டார்கள். வீதி முழுக்க தோரணம் கட்டினார்கள். வீடு தோறும் விளக்கு ஏற்றிக் கொண்டாடினார்கள். எல்லோருடைய வாயிலும் 'இங்கே இப்போது மந்திரி வரப்போகிறார்' என்பதே பேச்சாக இருந்தது. சிறுவர்கள் எல்லாரும் எங்கும் செல்லாமல் ஆர்வத்தின் காரணமாக அங்கேயே சுற்றிச் சூழ்ந்துகொண்டிருந்தார்கள். 'மந்திரி என்றால் எப்படி இருப்பார்?' என்று பார்க்க எங்களுக்கெல்லாம் ஆசையாக இருந்தது. இதோ வந்து விடக்கூடும் என்று பெரியவர்களும் பதற்றமாக இருந்தார்கள். சேரியைச் சேர்ந்த பெண்கள் அனைவரும் ஒரு பக்கம் கும்பலாக நின்று ஆச்சரியத்தோடு பார்த்துக்கொண்டிருந்தார்கள். ஓரளவு பெரிய மாலைகளைக் கையில் ஏந்தியபடி வயதில் மூத்தவர்களும் நின்றிருந்தார்கள். உச்சிவேளை ஆன பின்பும் கூட மந்திரி வரவில்லை. ஆடு மாடுகள் எல்லாம் வீட்டுக்குத் திரும்பிவிட்ட பிறகுகூட மந்திரி வரவில்லை. பொழுது அடைந்து இரவான பின்புகூட அவர் வந்து சேராததை எண்ணி அனைவரும் குழம்பினார்கள். வீடு வீடாக வசூல் செய்து ஏற்பாடு செய்யப்பட்ட கூட்டம் தொடங்கப்படவே இல்லை. கொண்டு வந்திருந்த வாடகை நாற்காலிகள் அனைத்தையும் திருப்பி அனுப்பிவைத்தார்கள். நிஜலிங்கப்பாவின் அமைச்சரவையில் இடம் பெற்றிருந்த கே. பிரபாகர் என்கிற தலித்தான் அந்த மந்திரி என்பது மங்கலாக ஞாபகமிருக்கிறது.

எங்கள் சேரியைத் தாண்டியதுமே அரசாங்கத்தின் தார்ச்சாலை. ஊரையும் சேரியையும் இந்த சாலைதான் பிரித்து வைத்தது. அந்தப் பக்கம் மேல்சாதிக்காரர்களின் வீடுகள். அச்சாலையில் பஸ்கள் ஓடிக்கொண்டிருந்தன. அவற்றின் வண்ணம், ஓட்டம், பஸ் ஜன்னல்கள் வழியே தெரிகிற முகங்கள், பூம் பூம் சத்தம் எல்லாமே எங்களைக் கவர்ந்த விஷயங்கள். நெடுநேரம் சாலை ஓரத்தில் நின்று பஸ்களைப் பார்ப்பதே ஒரு வகையான ஆனந்தம். ஒருமுறை சேரியைச் சேர்ந்த சிறுவர்கள் எல்லாரும் சாலைக்கு இந்தப்பக்கம் நின்று பஸ்களைப் பார்த்துக்கொண்டிருக்கும்போது அந்தப் பக்கமாக மேல் சாதிக்காரச் சிறுவர்கள் நின்று வேடிக்கை

பார்த்துக்கொண்டிருந்தார்கள். அவர்களுக்கு எங்களைவிட உற்சாகம் அதிகம். நின்றுகொண்டிருக்கும் பஸ்ஸின் பின்னால் இருக்கிற ஏணி பிடித்து ஏறுவார்கள். ஒருநாள் சட்டென்று பஸ் பின்பக்கமாக நகர, ஏணியில் ஏறியிருந்த சிறுவர்கள் கீழே தொப்பென விழுந்துவிட்டார்கள். ஒரு சிறுமியின்மீது பஸ் ஏறிவிட்டது. அவள் நசுங்கிவிட்டாள். அந்தப் பெண்ணை நான் ஏற்கனவே பார்த்திருந்தேன். வெளிர் நிறம், மெலிந்த உடம்பு, அவளது சுறுசுறுப்பே அவளைப் பலிவாங்கிவிட்டது. சாலை ரத்தக்களறியாகிவிட்டது. கணநேரத்தில் ஆள்கள் கூடிவிட்டார்கள். அந்தச் சிறுமியின் சொந்தக்காரர்கள் எல்லாரும் கைக்குக் கிடைத்த தடி, விறகுக்கட்டை, உலக்கை போன்ற ஆயுதங்களை எடுத்துக்கொண்டு டிரைவரையும் கண்டக்டரையும் தேடினார்கள். டிரைவர் எப்படியோ தப்பிவிட்டான். கண்டக்டரைப் பிடித்த ஆள்கள் கண்மண் தெரியாமல் அடித்துத் துவைத்தார்கள். சிறுமியின் உறவுக்காரர்களின் அலறல்களோடு அந்த கண்டக்டரின் அலறலும் சேர்ந்துகொண்டது. ஒருமுறை இந்தப்பக்கத்தில் இருந்து ஆள்கள் கண்டக்டரை விரட்டிக்கொண்டு சென்று உதைத்துவிட்டு, அடுத்தமுறை அந்தப் பக்கத்திலிருந்து இந்தப் பக்கம்வரை விரட்டிவந்து உதைத்தனர். அவன் பணப்பையை தன் உயிரைவிடப் பெரிதாக மதித்து மார்போடு சேர்த்துப் பிடித்துக்கொண்டு நிலத்தில் கவிழ்ந்த வாக்கில் விழுந்து உதை வாங்கிய காட்சி ஐயோ என்னும் வகையில் இருந்தது. கண்டக்டரும் செத்துவிட்டான் என்று ஆள்கள் பேசிக்கொண்டார்கள். எக்கசக்கமாகச் சேர்ந்துவிட்ட கூட்டத்தில் எதுவும் சரியாக கண்ணுக்குப் புலப்படாமல் பீதியோடு வீடு திரும்பிய எனக்கு இவ்விபத்தின் முடிவு என்னாயிற்று என்று தெரியவே இல்லை. அன்றிலிருந்து பஸ் என்றாலே மனசில் பயம்.

எனது கையில் ஈன்றெடுத்த ஆடு

என் பெரியப்பாவின் இரண்டு பிள்ளைகள் – என் சகோதரிகள் – பள்ளிக்கூடத்துக்குப் போகவில்லை. அவர்கள் ஆடுமாடுகளை மேய்த்துக்கொண்டிருந்தார்கள் அவர்களோடு சேர்ந்து நான் எங்கள் வீட்டு ஆடுமாடுகளை ஓட்டிக்கொண்டு மேய்த்துவரச் சென்றேன். அவற்றில் ஓர் ஆட்டை எனக்கு மிகவும் பிடிக்கும். அதுவும் என்னோடு மிகவும் பிரியமாக இருந்தது. கருவுற்றிருந்த அந்த ஆட்டை ஒருமுறை ஒரு பள்ளத்தின் பக்கம் மேய்த்துக்கொண்டிருந்தேன். ஆச்சரியப்படும் விதத்தில் அது அங்கேயே குட்டி போட்டுவிட்டது. மிகச்சிறிய ஆட்டுக்குட்டி வெளியே வந்து விழுந்து 'தத்தக்கா புத்தக்கா' என்றது. உடனே தொலைவில் இருந்தவர்களைக் கூப்பிட்டேன் நான். ஆட்டின் மடியில் குட்டி பால் குடிக்கும் வண்ணம் செய்தோம். குட்டிக்கு

எதுவும் நேர்ந்துவிடாத வகையில் என் வலதுகைவிரலை தாய் ஆட்டின் வாயில் வைத்து அமைதிப்படுத்தினேன். தாய் ஆட்டுக்கு என்ன நேர்ந்ததோ தெரியவில்லை. என் விரலைக் கடித்துவிட்டது. விரலில் ரத்தம் ஒழுகத் தொடங்கியது. ஏதேதோ மருந்துதழைகள் வைத்துக் கட்டி அதனைக் குணப்படுத்திக் கொண்டேன். இன்றுகூட அந்த விரலில் வடு மாறாமல் அப்படியே இருக்கிறது.

என்மீது என் தந்தைக்கு ஆசை அதிகம். சிற்சில சமயங்களில் வெளியே போகும்போது என்னையும் அழைத்துச் செல்வது வழக்கம். பல சாதிகளிலும் அப்பாவுக்கு நண்பர்கள் உண்டு. உயர்சாதிக்காரர்களின் குடியிருப்புக்குச் சென்று அந்த நண்பர்களின் வீட்டுக்கு முன்னால் நிற்பதுண்டு. அவர்கள் எப்போதாவது என்னைப் பக்கத்திலிருந்து பெரிய கல் ஒன்றின் மீது உட்காரவைத்து, சாப்பிட ஏதாவது கொடுப்பதுண்டு. சில சமயங்களில் அப்பாவே என்னை ஊர் நடுவில் இருக்கிற ஓட்டல்களுக்கு அழைத்துச் செல்வார். ஓட்டல்காரர் மற்றவர் களிடமிருந்து தள்ளி எங்களை உட்கார வைப்பார். அந்த ஓட்டல்காரர் கொடுத்த இட்லிகளைத் தின்பது மிகவும் ஆனந்தமாக

இருக்கும். அந்த இட்லிகளின் வடிவம், மிருதுவான தன்மை ஆகியவற்றால் ஈர்க்கப்பட்டு அதன் ருசியில் மூழ்யிருந்த எங்களுக்கு வேறு எந்த விதமான எண்ணங்களும் அவசியமற்றவையாய்த் தோன்றின.

சிற்சில சமயங்களில் தன் நண்பர்களோடு சாராயம் குடிக்கச் செல்வார் அப்பா. ரொம்ப தூரத்தில் இருந்த அந்தச் சாராயக்கடைக்குச் செல்லும் குழுவுக்கு என் அப்பாவின் இன்னொரு சகோதரரே தலைவராக இருந்தார். தந்தை தனது தோள்மீது என்னைத் தூக்கிக்கொண்டு செல்வார். என்னைப் போலவே தத்தம் தந்தைமார்களின் தோள்களில் உட்கார்ந்து பல சிறுவர்களும் வந்தார்கள். குடிபோதையில் பெரியவர்களுக்கு பிள்ளைகள்மீது அளவு கடந்த பாசம் பொங்கும். அப்போது எங்களுக்கும் கொஞ்சம் சாராயமும் ருசியான மற்ற பண்டங்களும் கிடைக்கும். இப்படியே ரொம்ப நேரம் கழித்த பிறகு இரவில் வீட்டுக்குத் திரும்புவோம்.

ஹாலூரு என்கிற இடத்திலிருந்த ஒரு நிலத்தில் அப்பாவுக்குச் சேர வேண்டிய பங்கு கொஞ்சம் இருந்தது. பரம்பரைச் சொத்தாகக் கிடைத்தது இது. அம்மாவும் அப்பாவும் ரொம்ப தூரத்திற்கு நடந்துசென்று அந்த நிலத்தில் வேலை செய்து வந்தார்கள். என்னை ஏதாவது ஒரு மரம் அல்லது புதருக்கு அருகில் உட்காரவைத்துவிட்டு அவர்கள் வேலைசெய்து வந்தார்கள். மதிய வேளையில் சாப்பாட்டுக்கு வந்து சென்றால், அப்புறம் பொழுது சாயும்வரைக்கும் வேலை செய்வார்கள். ஒருமுறை என் அம்மா “எம் புள்ளய நல்லா படிக்கவைக்கணும். யாராவது சொந்தக்காரங்க கடுதாசி போட்டா அதப்படிக்கற அளவுக்காவது அவனுக்குப் படிப்பு இருக்கணும்” என்று யாரோ ஒருவரிடம் சொல்லிக் கொண்டிருந்தது காதில் விழுந்தது.

ஒரு நாள் என் பெரியப்பாவும் மற்றவர்களும் என்னை எப்படியாவது பிடித்துவிட வேண்டும் என்று படாதபாடு பட்டார்கள். அவர்களிடமிருந்து தப்பித்துக்கொள்ள எவ்வளவோ முயற்சி செய்தும் என்னால் முடியவில்லை. கூச்சலிட்டு அழுது புரண்ட என்னை எப்படியோ குண்டுக்கட்டாகத் தூக்கிச் சென்று பள்ளிக் கூடத்தில் விட்டுவிட்டார்கள். குய்யோ முறையோ என்று அழுதேன் நான். வீடு, அப்பா, அம்மா, ஆடு, மாடுகளின் ஞாபகம் வந்தபோதெல்லாம் அழுகை பொங்கியது. வகுப்புக்குள் என்னைப்போலவே கவலை படிந்த பல மாணவர்கள் இருந்தார்கள். ஆசிரியர் வந்து பிரம்பால் ஓர் அடி கொடுத்ததுமே ஒருமுறை ஓங்கி அழுது அப்புறம் ஓய்ந்துவிட்டேன்.

அந்த ஆசிரியரின் பெயர் நாகப்பாச்சாரி. வேட்டி உடுத்திக்கொண்டு கரிய நிறத்தில் கோட்டு அணிந்திருப்பார் அவர். வெளுத்த நிறம், நல்ல உயரம். ரொம்பவும் கறாரான ஆள். சில நாள்களுக்கு அப்புறம் பள்ளிக்கூடத்துக்கு இன்ஸ்பெக்டர் வந்தார். நாங்கள் எல்லாரும் பயந்து நடுங்கிக்கொண்டிருந்தோம். வந்தவர் பள்ளிக்கூடத்திலேயே ரொம்ப நேரம் தங்கி, பிள்ளை களைப் படிக்கவைத்தும் எழுத வைத்தும் எப்படி எப்படியோ சோதித்தார். அவருடைய உதடுகள் மற்றவர்கள் உதடுகளைப் போல அல்லாமல், சற்றே பிளந்திருந்தன. இதை முக்கியமாய்க் கவனித்துக் கொண்டேன் நான். அவ்வப்போது சமயம் கிடைக்கும் போதெல்லாம் என் நண்பர்களுக்கு இன்ஸ்பெக்டர் உதடுகளைப்போல என் உதடுகளை ஆக்கி விளையாட்டு காட்டினேன். அவர்களுக்கு அந்த இன்ஸ்பெக்டர் ஞாபகம் வந்து விழுந்துவிழுந்து சிரித்தார்கள். விளையாட்டு வேளை வந்தபோதெல்லாம் மற்ற மாணவர்கள் எனக்கு மிட்டாய் வாங்கித்தந்து இன்ஸ்பெக்டர் போல உதடுகளை ஆக்கிக் காட்டுமாறு கேட்டுக்கொண்டார்கள். இதன் மூலம் எல்லா மாணவர்களுக்கும் நான் நெருக்கமானேன்.

நடிப்புக் கலையின் முதல் பாடம்

ஒருநாள் மாலை வகுப்பில் அலுப்பாய் இருந்த ஆசிரியர் மாணவர்களைப் பாட்டு பாடுமாறு சொன்னார். யாரோ ஒருவன் சட்டென "சார்... சார்... இவன் இன்ஸ்பெக்டர் உதடு எப்படி இருக்குதுன்னு செஞ்சி காட்டுவான் சார்" என்று சொல்லிவிட்டான். ஆசிரியரும் உற்சாகமுற்று "செஞ்சிகாட்டுடா, பாப்போம்" என்றார். நானும் அப்படியே செய்தேன். ஆசிரியரும் சக மாணவர்களும் கொடுத்த உற்சாகத்தில் இன்ஸ்பெக்டரின் முகபாவனை, நடை, பேச்சு எல்லாவற்றையும் செய்து காட்டினேன். ஆசிரியரால் சிரிப்பைக் கட்டுப்படுத்த முடியவில்லை. அவர் கண்களில் நீர் தளும்பியது. அன்றிலிருந்து கடைசி பீரியடில் ஆசிரியர் என்னைக் கூப்பிட்டு, "ஏதாவது செஞ்சி காட்டுடா" என்று சொல்வார். எனக்கோ இன்ஸ்பெக்டரின் நடை, பேச்சைத் தவிர வேறு எதுவும் தெரியாது. ஆசிரியர் சொல்கிற பேச்சைக் கேட்காவிட்டால் அடிவிழுமோ என்கிற பயம் வேறு. இதனால் சும்மா கண்களை உருட்டுவது, பைத்தியம் போல முகத்தைக் கோணலாக்கிக் கொள்வது, இளிப்பது என ஏதேதோ செய்துகாட்டினேன். சில நாள்களுக்குள்ளேயே வகுப்பில் முக்கிய மாணவனானேன்.

நாகப்பாச்சாரி நல்ல ஆசிரியர். அவ்வப்போது மாணவர்களை யெல்லாம் வரிசையாய் நிறுத்தி ஊருக்குள் ஊர்வலமாய்

ஊரும் சேரியும் 33

வரச்சொல்வார். ஊர்வலத்தின் முன்னால் அவர் இருப்பார். கடைசியில் நாங்கள் இருப்போம். அவர் “கட்டாயக் கல்வி” என்று கோஷமிட்டதுமே, நாங்கள் அனைவருமே “அமுலில் இருக்கிறது” என்று சொல்வோம். அவர் “ஆறு வயதுப் பிள்ளைகளை” என்றதும் “பள்ளிக்கு அனுப்புங்கள்” என்று கூவுவோம். ஊர்க்காரர்களுக்கு எல்லாம் இது கண்கொள்ளாக் காட்சி. ஊர்வலம் சேரிக்கும் சென்றது. ஊர்வலம் முடிந்த பிறகு ஆசிரியர் எல்லாருக்கும் பெப்பர்மின்ட் கொடுத்தார். ஒருநாள் மாலையில் நான் திண்ணையில் நின்றுகொண்டிருந்தேன். நூற்றுக்கணக்கானவர்கள் எங்கள் வீட்டுப் பக்கமாக ஊர்வலமாக வருவது தெரிந்தது. ஊர்வலத்தின் முன்னால் குதிரை ஒன்று வந்துகொண்டிருந்தது. அதன்மேல் எங்கள் பெரியப்பா உட்கார்ந்திருந்தார். மாகடி நகராட்சித் தேர்தலில் அவர் வெற்றி பெற்றிருந்தார். இதை முன்னிட்டு வெற்றி ஊர்வலம் வந்துகொண்டிருந்தது. குதிரை யிலிருந்து இறங்கிய பெரியப்பா, எங்கள் பாட்டியின் காலில் விழுந்து வணங்கினார். ஊர்வலம் மீண்டும் தொடர்ந்தது. தலித்துகளிடையே படிப்பறிவும் தைரியமும் கொண்டவர் எங்கள் பெரியப்பா. கலப்பை சின்னத்தில் நின்ற அவர் ஒரு காசு செலவில்லாமல் தேர்தலில் வெற்றிபெற்றார். மிகவும் ஆர்வத்தோடு உழைத்த அவர் நல்ல பெயரைச் சம்பாதித்தார்.

இந்த பெரியப்பா மிகவும் கறாரான ஆளும்கூட. இவருடைய மனைவி இறந்து பல ஆண்டுகள் கழிந்திருந்தன. மறுமணம் செய்துகொள்ளவே இல்லை. பாரதம் படிப்பதை அவர் வழக்கமாய்க் கொண்டிருந்தார். மிகவும் சோகமான வகையில் அவர் வாழ்வு முடிந்துபோனது. ஊரில் வழக்கமாய்க் கடன் கொடுக்கிற ஒரு பெண்ணிடம் அவசரமாய்க் கடன் வாங்கிய அவரால் அதை அடைக்க முடியாமல்போனது. அவளோ திருப்பிக் கொடுக்கும்படி அவசரப்படுத்தினாள். இந்த அவமானம் தாங்காமல் ஒரு கிணற்றுக்குள் சென்று அதற்குப் பூ, சந்தனம் எல்லாம் வைத்து வணங்கிவிட்டு அப்புறம் அதில் விழுந்து உயிரை மாய்த்துக்கொண்டார்.

ஓட்டல் வைத்த பெரியப்பா

இன்னொரு பெரியப்பா மேகலஹட்டியில் ஒரு ஓட்டல் வைத்திருந்தார். தலித்துகள் மட்டுமே அந்த ஓட்டலுக்கு வருவார்கள். அவ்வப்போது இட்லிகள் பெறுவதற்காக நான் அந்த ஓட்டலுக்குப் போய் வருவேன். அப்போதெல்லாம் என்னிடம் மிகவும் அன்போடு பேசி காப்பி கொடுத்து இட்லிப் பொட்டலம் கட்டிக்கொடுத்து அனுப்புவார். தொடர்ந்து, இவர் பெங்களூரில் குடியேறச் சென்றபோது, அங்கும் ஓட்டல் நடத்த விரும்பி, எல்லாச் சாமான்களையும் மூட்டையாய்க்

கட்டி பஸ்ஸின்மேல் போட்டார்கள். பெங்களூரில் இறங்கிப் பார்த்தபோது, அதற்கு முந்தைய நிறுத்தத்தில் இறங்கிய யாரோ அந்த மூட்டையையும் இறக்கி எடுத்துப்போய்விட்டிருந்தார்கள். இப்படியாக பெங்களூரில் ஓட்டல் தொடங்குகிற அவரது ஆசையில் மண் விழுந்தது.

இதற்கிடையில் ஊரில் வாழ்க்கை நிலைமை மிகவும் மோசமாகி பெரிய கடனாளியாகிவிட்ட அப்பா, ஒருநாள் பெங்களூர் போய்ச் சேர்ந்தார். பலருக்கும் இந்த விஷயம் முதலில் தெரியாமல் இருந்து, அப்புறம் மெல்லமெல்ல எல்லோருக்கும் தெரியத் தொடங்கிவிட்டது. எங்களையெல்லாம் விட்டுச் சென்றிருப்பது பலவித ஊகங்களுக்கு இடம் அளித்தது. பள்ளிக்கூடத்தில் ஆசிரியர் எழுந்து நிற்கச்செய்து வீட்டில் சமைத்தார்களா, இல்லையா நான் சாப்பிட்டேனா இல்லையா, என்பதையெல்லாம் தினந்தோறும் கேட்டு உறுதிப்படுத்திக் கொள்வார். மனத் தைரியம் உண்டாகும் வண்ணம் ஆறுதலோடு பேசுவார். கஷ்டம் மிகுந்த அந்த நாள்களை என் தாயும் இரண்டு தங்கையரும் மிகவும் பயந்துபயந்து கழித்தோம்.

அவ்வேளையில் என் தாய்வழிப் பாட்டி வீட்டினர் எங்களுக்கு உதவியாக இருந்தார்கள். எங்கள் மாமா வந்து எங்களையெல்லாம் மஞ்சணபெலெக்கு அழைத்துக்கொண்டு சென்றார். மாகடியில் இருந்த வீட்டைக் காலி செய்துவிட்டு நாங்கள் மஞ்சணபெலெக்குக் குடியேறினோம். என் தந்தை வழிச் சொந்தக்காரர்களோடு ஒப்பிடும்போது தாய்வழிச் சொந்தக் காரர்கள் ஓரளவு நல்ல நிலைமையில் இருந்தார்கள். தாத்தாவின் வீடு மிகப்பெரிதாக இருந்தது. பெரிய திண்ணை இருந்தது. கொட்டகை இருந்தது. ஊரில் தலித்துகளும் முஸ்லீம்களும் மட்டுமே வாழ்ந்து வந்தார்கள். மலைசூழ்ந்த மஞ்சணபெலெயின் முன் அர்க்காவதி நதி நிறைந்து ஓடிக்கொண்டிருந்தது. பக்கத்திலேயே தாத்தாவின் வயல்வெளியும் இருந்ததால், பல காரணங்களுக்காக பெரும்பாலான நேரங்களில் நான் ஆற்றங்கரையிலேயே இருக்க நேர்ந்தது.

மகாத்மா காந்தியின் பேச்சைக் கேட்ட மஞ்சணபெலெ தாத்தா

மாகடியைவிட மஞ்சணபெலெ அழகான ஊர். ஊரிலிருக்கிற எல்லா ஆண்களும் பெண்களும் எங்களை அக்கறையோடு விசாரிப்பார்கள். அங்கே கடை வைத்திருந்த முஸ்லீம் ஒருவர் என்னை அடையாளம் கண்டு ஏதாவது கொடுப்பதுண்டு. எங்கள் தாத்தாவின் பெயர் பூரய்யா. ரொம்பவும் சத்தமாய்ப் பேசக்கூடியவர். இவருடைய குரலைக் கேட்டு வீட்டுப் பெண்கள் எல்லாரும் கிடுகிடுவென்று நடுங்குவார்கள். காலையில் எழுந்து கை கால் முகம் கழுவி நாமம் போடுவதற்கு ரொம்பவும்

நேரம் எடுத்துக்கொள்வார். அதற்கப்புறம் வேட்டிகட்டி கூடத்தில் உட்கார்ந்துகொண்டதும் அவருக்கு டீ வரும். அப்போது எங்களுக்கு டீ கிடைக்கும். பித்தளை லோட்டாவில் எங்களுக்கெல்லாம் டீ கிடைக்கும். அவ்வளவு ருசியான டீயை என் வாழ்வில் அதற்கப்புறம் நான் குடித்ததே இல்லை.

தாத்தா ஒருமுறை காந்தியின் பேச்சைக் கேட்டுவிட்டு வந்தார். அவரைத் தொலைவில் இருந்து பார்த்ததையெல்லாம் சொன்னார். அன்றைய தினப்பேச்சில் குடிக்காதவர்கள் கையை உயர்த்துமாறு காந்தி கேட்டுக்கொண்டாராம். அப்போது தாத்தாவும் கை உயர்த்தினாராம். அதனால் அந்த வீட்டில் குடி, சாராயம் என்கிற பேச்சுக்கே இடமில்லை.

நாட்டுப்புறக் கதைகளின் சுரங்கமாக இருந்தாள் பாட்டி. அக்கம்பக்கத்து ஊர்களில் நடக்கிற திருவிழாக்களுக்கு என்னையும் அழைத்துச் செல்வாள். ஒருநாள் தெருவில் நான் வேகமாய் ஓடிக்கொண்டு இருந்தேன். எதிரே வந்துகொண்டிருந்தவரின் சட்டைமேல் எனது கை பட்டுவிட்டது. அவர் இதனால் மிகவும் கோபம் கொண்டு நின்றுவிட்டார். நானும் பயத்தில் நின்றுவிட்டேன். அவரிடம் கெஞ்சிக் கெஞ்சி பாட்டி மன்னிப்பு கேட்டுக்கொண்டபிறகு, அவர் கிளம்பிச் சென்றார். அவர் உயர்சாதிக்காரர் என்பதும் என் கை அவரைத் தீண்டி விட்டது என்பதும்தான் அவரது கோபத்துக்குக் காரணம். என்னுடைய தவறால் மேல்சாதிக்காரர்களின் கோபத்துக்கு ஆளாகிவிடுவோமோ என்று பாட்டி மிகவும் பயந்தாள். அன்றி லிருந்து என்னை ஓடக்கூடாது என்று தடுத்துவிட்டாள். பெரியவர்கள் யாரைப் பார்த்தாலும் உடனே கை குவித்து அவர்களை "கும்புடறங்க சாமி" என்று சொல்ல வேண்டும் என வலியுறுத்தினாள். நானும் அவளது பேச்சைக் கேட்டு நடந்து எல்லாருடைய பாராட்டுகளையும் வாங்கினேன்.

பக்கத்து ஊரில் நடந்த திருமணம் ஒன்றிற்கு நானும் பாட்டியும் சென்றிருந்தோம். மாப்பிள்ளைக்கு மிகவும் வயதாகி யிருந்தது. இது இரண்டாவது திருமணம். திருமணத்தில் அங்குமிங்கும் அலைந்து வேலை செய்துகொண்டிருந்தவன்தான் முதல் மனைவியின் மகன். வயசான பெங்களூர் மாப்பிள்ளையோ மிகவும் உற்சாகத்தோடு இருந்தான். ஊரில் நடக்கும் பல திருமணங்களில் மாப்பிள்ளை பெண் உட்காரும் பந்தியிலேயே எங்களையும் சேர்த்து உட்காரவைத்துப் பரிமாறினார்கள்.

பாட்டி, அம்மா, அத்தை ஆகியோர் மீன் பிடிக்கச் செல்வதுண்டு. மீன் பிடிப்பதில் வல்லவர்கள் இவர்கள். ஆற்றில் ஓடுகிற தண்ணீரில் கண்களால் பார்த்தே மீன்களைப் பிடிப்பார்கள் அவர்கள். அவர்களுக்குப் பின்னால் பையை

வைத்துக்கொண்டு நிற்பேன் நான். அவர்கள் மீன்களைப் பிடித்துப்பிடித்து அந்தப் பையில் போடுவார்கள். உடனே பையின் வாயைக் கெட்டியாக மூடிப் பிடித்துக்கொள்வேன். தொடர்ந்து இறுக்கமாய்ப் பிடித்துக் கொண்டே இருப்பதால் நான் சோர்ந்துபோவேன். மீன்களையெல்லாம் வீட்டுக்குக் கொண்டுவந்து சாம்பலில் புரட்டியெடுத்து ஆய்வது என்பது ஒரு பெரிய சடங்குபோல வீட்டில் நடக்கும். பாத்திரத்தில் தண்ணீரை நிறைத்து வைத்துக்கொண்டு, அவர்கள் கேட்கும் போதெல்லாம் ஊற்றுவதுதான் என் வேலை. இரவில் ருசியான மீன்குழம்புச் சோறு மணக்கும்.

தாத்தாவின் வீட்டில் நிறைய மாடுகள் இருந்தன. மாகடியில் இருந்து நாங்கள் ஓட்டி வந்த மாடுகளும் இவற்றோடு சேர்ந்துகொண்டன. இந்த மாடுகளுக்கு 'மாகடி மாடு' என்றே பெயரிட்டிருந்தனர். எங்களுடைய சொந்த மாடுகள் என்பதால், அவற்றின் மேல் தனிப்பட்ட வகையில் பிரியம் கொண்டிருந்தேன். எப்போதும் அவற்றின் பின்னாலேயே அலைந்தேன் நான். அவற்றைத் தடவிக் கொடுப்பேன். அவற்றின் அருகில் இருக்கும்போதெல்லாம் மாகடியின் நினைவுகள் மனசில் அலைமோதும். பெங்களூரில் இருந்த அப்பாவின் ஞாபகம் வரும்.

மஞ்சணபெலெ ஊரைச் சேர்ந்தவர்களிடையே திருட்டுப்பயம் இல்லை. பொழுது சாய்ந்ததுமே சின்ன விளக்கை ஏற்றி வைத்துக்கொண்டு, அந்த வெளிச்சத்திலேயே பேசுவதும் பாடுவதும் கதை சொல்வதுமாய்ப் பொழுதைக் கழித்தார்கள். ஒரு நாள் மஞ்சணபெலெக்குப் பக்கத்தூரான சிக்கனஹள்ளிக்கு திருடன் வந்தான் என்ற செய்தி பரவியது. வீட்டுக் கதவை உடைத்துக்கொண்டு உள்ளே நுழைந்த திருடர்கள் அங்கிருந்தவர்கள் முகத்தில் ஏதோ ஒருவகை பொடியைத் தூவினார்களாம். அதன் பிறகு வைத்த கண் வாங்காமல் பார்க்கத்தான் முடிந்ததேயொழிய, அவர்களால் வேறு எதையும் செய்யமுடியவில்லையாம். எல்லாவற்றையும் சுருட்டிக்கொண்டு திருடர்கள் ஓடிய பிறகுதான் அவர்களுக்குப் பிரக்ஞை திரும்பியதாம். இதையெல்லாம் கேள்விப்பட்டு மஞ்சணபெலெ மக்கள் மிகவும் பயந்துவிட்டார்கள். எங்கே சென்றாலும் இந்தத் திருடர்கள் பற்றியே பேசிக்கொண்டார்கள். மறுநாள் காலையில் வீட்டுக்கு முன்பக்கம் இருந்த குப்பைக் குழிக்குள் ஒருவன் எதையோ தேடிக்கொண்டிருந்தான். ஆணிகளைத் தேடித்தேடித் தன் சாக்குப் பைக்குள் போட்டுக்கொண்டிருந்தான். அவனைக் கண்டு நாங்கள் மிகவும் பயந்து போனோம். அப்போது அம்மா ஒரு வகையில் நம் உறவுக்காரன்தான் அவன் என்று சொன்னபிறகுதான் எங்கள் மனம் அமைதியானது.

ஊரும் சேரியும் 37

பிறகு நாங்கள் அவ்வேரஹள்ளி என்னும் ஊருக்குச் சென்றோம். அந்த ஊருக்குப் பக்கத்திலிருந்த பாளையத்தில் என் அம்மாவின் அக்கா இருந்தாள். நாங்கள் ஆற்றைக் கடந்து செல்வதற்குள் பொழுது சாய்ந்துவிட்டது. எருமையின் மேல் உட்கார்ந்து ஆடிக்கொண்டிருந்த என் அண்ணன் மற்றும் சகோதரிகளைக் கண்டு ஆச்சரியமாக இருந்தது. விடியும் வேளையில் அந்த வீட்டுக்கு எதிரே இருந்த குன்றில் மயில்கள் அழகாக ஆடிக்கொண்டிருந்தன. இன்னும் கொஞ்ச தூரம் சென்றால் இனிய சத்தத்துடன் ஓடிக் கொண்டிருக்கும் அர்க்காவதி நதி. குன்று, மரங்களுக்கு இடையே நெளிந்தோடிய நதி மஞ்சணபெலெ ஊரை நோக்கிச் சென்றது. எங்கள் பெரியப்பா பெயர் காளிங்கய்யா. சுற்றுவட்டாரத்தில் பெயர்பெற்ற ஆள். இரவு வேளையில் துப்பாக்கி பிடித்து வேட்டைக்குச் செல்வார். இங்குதான் முயல்கறியின் ருசியை நான் தெரிந்துகொண்டேன்.

இங்கு கிராம தேவதைக்கு நடக்கும் திருவிழா மிகவும் சுவாரசியமானது.

திருவிழா சமயத்தில் சாமி வந்து ஆடுபவர்கள் ரொம்ப தூரத்துக்கு ஓடுவார்கள். ஜனங்களும் அவர்கள் பின்னாலேயே ஓடுவார்கள். சாமி ரொம்ப தூரத்துக்கு ஓடிக் களைத்து நின்றுவிடும். ஜனங்களும் நின்று விடுவார்கள். எலும்பும் தோலுமான ஒரு கிழவன்தான் சாமியிடம் பேசுவான்.

கிழவன்: (சாமியிடம்) "இத்தன நாளா எங்க போயிருந்த?"

சாமி: "உங்க ஒரு ஊரு மட்டுந்தான் இருக்குதா? மூணு உலகத்தையும் நான் பார்க்க வேணாமா?"

கிழவன்: "நாங்களெல்லாம் எவ்வளவு கஷ்டப்பட்டோம் தெரியுமா?"

சாமி: "நான் மட்டும் சுகமாவா இருந்தேன்?"

இந்த வகையில் சாமிக்கும் கிழவனுக்கும் இடையே உரையாடல் தொடர்ந்தது. இதற்குப் பிறகு சாமி ஆடத் தொடங்கியது. ஜனங்களும் கூடச் சேர்ந்து ஆடினார்கள். வாத்தியங்களின் சத்தத்தில் யார் பேச்சும் யாருக்கும் கேட்கவில்லை.

கணவன் மனைவி சண்டையின் முதல் பாடம்

ஊரைச் சுற்றியபடி சுகமாக இருந்த சமயத்தில் என் மாமா என்னைப் பள்ளிக்கூடத்தில் சேர்க்கத் திட்டமிட்டார். மஞ்சணபெலெயில் பள்ளிக்கூடம் இல்லை. பக்கத்தில் அணெகெம்பய்யன் தொட்டியில் ஒரு பள்ளிக்கூடம் இருந்தது. இந்தப் பள்ளிக்கூடத்தில் சேர்ந்த ஒன்றிரண்டு நாள்களிலேயே

அங்கிருந்த பிள்ளைகளோடு நன்றாகப் பழக்கமாகிவிட்டது. ஆசிரியர் ஒருவரும் ஆசிரியை ஒருவரும் அந்தப் பள்ளியில் இருந்தார்கள். நாங்கள் இருவரையுமே "சார்" என்றுதான் கூப்பிட்டுவந்தோம். ஒரே கூரை, நான்கு வகுப்புகள். இருவரும் நாற்காலியில் உட்கார்ந்து பாடம் சொல்லிக்கொடுப்பார்கள். என்ன நடந்ததோ, என்னமோ, நாங்கள் பார்த்துக்கொண்டிருந்தபோதே ஆசிரியர் ஆசிரியையை ஒரு அடி அடித்தார். ஓ என்று அழுதபடி வாய்க்கு வந்தபடி திட்டத் தொடங்கினார் அந்த ஆசிரியை. "தோடு வாங்கி தரேன்னு சொன்னீங்களே, செய்யவே இல்ல" என்று சொன்னது மட்டும் மெலிதாகக்கேட்டது. உடனே ஆசிரியர் "உனக்கு அது ஒரு கேடு" என்று சொன்னதும் கேட்டது. ஆசிரியையின் அழுகை அதிகமாகி அன்றைய தினம் வகுப்பே இல்லாமல் போயிற்று. ஆசிரியர் அதிர்ச்சியடைந்து உட்கார்ந்துவிட்டார். திடீரென எழுந்து இன்னொரு அடி கொடுத்தார். ஆசிரியை அவரைச் சபிக்கத் தொடங்கினார். சிற்சில சமயங்களில் அந்த ஆசிரியர் ஆசிரியையைக் கண் மண் தெரியாமல் அடிப்பதுண்டு. இது எங்களுக்கெல்லாம் நல்ல பொழுதுபோக்காக இருந்தது. மனசுக்குள் இருந்த மகிழ்ச்சியை வெளிக் காட்டிக்கொள்ளாமல் பயந்த மாதிரி நடித்தபடிச் சண்டையைப் பார்த்துக்கொண்டிருப்போம்.

இந்த ஆசிரியரும் ஆசிரியையும் கணவன் மனைவி என்பது தெரிந்த பிறகு அவர்கள் சண்டையில் எனக்கு ஆர்வம் குறைந்துவிட்டது. பள்ளிக்கூடத்துப் பிள்ளைகள் எல்லாம் தம் சண்டையைச் சுவாரஸ்யத்துடன் ரசிக்கிறார்கள் என்பது ஆசிரியருக்குப் புரிந்துவிட்டது. பக்கத்திலிருந்த காட்டுக்குச் சென்று வீட்டுக்கு விறகு பொறுக்கி எடுத்துவருமாறு எங்களையெல்லாம் விரட்டத் தொடங்கினார். ஆசிரியர் வீட்டுக்கு விறகு, சுள்ளி பொறுக்குவதே எங்கள் வேலை ஆயிற்று. வெயிலில் அலைந்து விறகு பொறுக்கி வருவது எனக்குக் கஷ்டமான வேலையாய் இருந்தது. பள்ளிக்கூடத்திற்குச் செல்கிறமாதிரி போக்கு காட்டிவிட்டு நான் ஆற்றங்கரைக்குச் செல்லத்தொடங்கினேன். சிலேட்டு, புத்தகத்தைக் கரையிலேயே வைத்துவிட்டு, சட்டைகளைக் களைந்துவிட்டு தண்ணீருக்குள் இறங்கினேன். தலை மட்டுமே தண்ணீருக்கு வெளியே தெரியும் சுடும் வெயிலில் ஆற்றுக்குள் மூழ்கியிருப்பதே ஒரு பாக்கியம். பள்ளிக்கூடம் விடும் வரை தண்ணீரிலேயே மூழ்கியிருப்பேன். விறகு பொறுக்கியபடி கூடப் படித்த நண்பர்கள் ஆற்றங்கரைப் பக்கமும் வந்ததுண்டு. எப்படியோ அவர்கள் கண்களில் படாமல் தப்பித்துவிடுவேன். பள்ளிக்கூடத்திற்கென்று போய் விறகு பொறுக்குவதைக் காட்டிலும் தண்ணீரில் மூழ்கிக்கிடப்பது சந்தோஷமாக இருந்தது.

பகுதி இரண்டு

கில்லாடி மாமா

எங்கள் மாமாவுக்குக் கஷ்டப்பட்டு உழைக்க மனம் வராது. ஆனால் புத்தி அதிகம். ஒருமுறை வேறு ஊரைச் சேர்ந்த எருமை ஒன்று எங்கள் ஊருக்குத் தப்பித்து வந்துவிட்டது. இருட்டியும் விட்டது. சேரிக்குள் வாட்டசாட்டமாக இருந்த நாலைந்து பேர்கள் அதைப் பிடித்தார்கள். ஊருக்குப் பின்னாலிருக்கும் பாறையின் மறைவுக்குச் சென்று, அந்த எருமையைக் கொன்று, அறுத்துப் பங்கு பிரித்துக்கொண்டு திரும்பிவிட்டார்கள். அன்று இரவு எல்லோருடைய வீட்டிலும் தடபுடலான சாப்பாடு. எருமையை அறுத்த பாறையின் மேலெல்லாம் ரத்தம் படிந்து சிவப்பாக இருந்தது. திருட்டின் அடையாளமாக அது படிந்து கிடந்தது. அடுத்த நாள் காலை பக்கத்து ஊரைச் சேர்ந்த ஆள் ஒருவன் எங்கள் முன் வந்து நின்றான். அந்தப் பக்கமாகச் சென்றிருந்த என் மாமாவிடம் “இந்தப் பக்கம் ஏதாவது எருமை மாடு வந்ததா?” என்று விசாரித்தான். உடனே முதல் நாள் இரவு நடந்த விஷயங்களையெல்லாம் நினைத்துப் பார்த்த மாமா, அவன் பாறையின் பக்கம் போனால் ஆபத்தாகுமே என்று பயந்துவிட்டார். உடனே அவரது புத்தி வேலைசெய்யத் தொடங்கியது. அவர் அந்த எருமையின் விஷயத்தையே எடுக்காமல், “நீங்க இந்த சமயத்துல இந்த ஊருக்குள் வந்திருக்கவே கூடாது” என்றார். உடனே பயந்துபோன புதிய ஆள் “அந்த அளவுக்கு ஊருக்குள்ள என்ன சேதி?” என்று

கேட்டான். "ஐயோ, இங்க எல்லாருக்கும் வாந்தி பேதி. இப்பவே மூணு நாலு பேரு செத்துப் போயிட்டாங்க. பாவம், உங்களுக்கும் தொத்திகிடுச்சின்னா என்ன பண்றதுன்னுதான் சொன்னேன்" என்றார் மாமா. இந்தச் செய்தியைக் கேட்டதுமே எருமையைத் தொலைத்தவன் விழுந்தடித்துக்கொண்டு ஓடத்தொடங்கினான். மாமாவின் புத்திக் கூர்மையை எல்லாரும் வெகு நாள் வரை பாராட்டிக்கொண்டிருந்தார்கள்.

பக்கத்து ஊரில் வசித்து வந்த ஒருவன் மேல் சாமி வருவதுண்டு. மக்கள் அதை "ஆட்டுச் சாமி" என்று அழைப்பதுண்டு. சாமி வந்ததுமே அவன் "ஆடு ஆடு" என்று கூச்சலிடுவான். பக்தர்கள் பயத்தோடு "எந்த ஆடு தாயே?" என்று கேட்டார்கள். அப்போது "ஏதாவது ஒரு ஆடு" என்று சாமி சொல்லும். ஓடிச் செல்லும் பக்தர்கள் ஏதாவது ஒரு ஆட்டைப் பிடித்து வந்து சாமியின் முன் நிறுத்துவார்கள். சாமி உடம்பிலிருந்து விலகிய பிறகு பூசாரியும் பக்தர்களும் கூடி ஆட்டை வெட்டிச் சமைத்து நன்றாகச் சாப்பிட்டார்கள். ஆட்டை இழந்தவர்களாலோ வெளிப்படையாய் எதையும் சொல்லவும் முடியாது. விருந்துக்குச் சென்று அனுபவித்துச் சாப்பிடவும் முடியாது. மறுத்துப் பேசினால் தெய்வக் குற்றம் நேர்ந்துவிடுமோ என்கிற பயம். ஒருமுறை சாமி வந்து "ஆடு ஆடு" என்று கூச்சலிட்ட சமயத்தில் என் மாமாவும் அங்கே இருந்தார். சுற்றி இருந்த பக்தர்கள் அக்கம்பக்கத்தில் சட்டென்று கைக்குக் கிடைத்த ஆட்டைப் பிடித்துக்கொண்டுவந்து நிறுத்தினார்கள். எதற்காகவோ, "இந்த ஆடு எனக்கு வேணாம், வேற ஆடு கொண்டாங்க" என்றது சாமி. மக்களைப் பயம் சூழ்ந்தது. தங்களால் ஏதாவது பிழை நேர்ந்திருக்குமோ என்று கவலை கொண்டார்கள். "எதற்காக சாமி வேணாம்?" என்று தாழ்மையோடு கேட்டார்கள். தயவு செய்து ஏற்றுக்கொள்ள வேண்டும் என்று கெஞ்சிக் கேட்டுக்கொண்டார்கள். சாமி எந்த வார்த்தைக்கும் மசியவில்லை. "இந்த ஆடு வேணாம்ன்னா வேணாம்தான்," என்று வெட்டு ஒன்று துண்டு இரண்டு என்கிற மாதிரி சாமி கறாராய்ச் சொல்லிவிட்டது. பிரச்சனைக்கு முடிவில்லாமல் போனது. ஊர்க்காரர்களைப் பார்த்த மாமா "இந்த ஆடு யாருது?" என்று கேட்டார். ஊர்க்காரர்கள் இதைப் பற்றி யோசித்தே இருக்கவில்லை. அந்த ஆட்டை நன்றாக உற்றுப் பார்த்து அடையாளம் கண்டு பிடித்த ஒருவன் "இது சாமி வந்து ஆடுற பூசாரிக்குச் சொந்தமான ஆடு" என்றான். "இது பூசாரியுடைய ஆடு. அதனாலதான் வேணாங்கறான்," என்பது ஊர்க்காரர்களுக்குப் புரிந்தது. சாமி வருகிற விஷயமெல்லாம் ஆட்டுக்கறி தின்பதற்காகப் போடுகிற நாடகம் என்று புரிந்துவிட்டது. இதற்கு முன்பு ஆட்டைப் பலி

கொடுத்தவர்களெல்லார்க்கும் கோபம் தலைக்கேறிவிட்டது. சாமி வந்து ஆடிய பூசாரிக்குச் செமத்தியாய் உதை கிடைத்தது. அன்றிலிருந்து ஆட்டுச் சாமியின் தொல்லை நீங்கியது.

மாமா கில்லாடி மட்டுமல்ல, நல்ல நடிகரும் கூட. ஊரில் அரிச்சந்திரன் நாடகம் ஆடிக்கொண்டிருந்தார்கள். அதில் அவரே சத்திய அரிச்சந்திரன். அவர் நடிப்பை உண்மை என்று நம்பிப் பெண்கள் அனைவரும் ஓவென்று அழுகிற அளவுக்குத் தத்ரூபமாக அவர் நடிப்பார்.

படிப்பைவிட ஆற்றங்கரையோரத்திலும் மலைகளிலும் திருவிழா, திருமணங்களிலுமே மஞ்சணபெலெயில் இருந்த நாள்களைக் கழித்தேன். எங்கள் பாட்டி நன்றாகக் கதை சொல்லக்கூடியவள். எப்பொழுது கேட்டாலும் உடனே சொல்வாள். இதற்கிடையே எங்கள் அப்பா மஞ்சணபெலெக்கு வந்து எங்களையெல்லாம் மாகடிக்கு அழைத்துக்கொண்டு சென்றார். மாகடி திருவிழாவை முடித்துக்கொண்டு குடும்பத்தோடு பெங்களூரில் குடியேறுவது அவரது திட்டமாக இருந்தது. மாகடியில் திருவிழா முடிந்ததுமே பெங்களூர்க்குச் செல்ல நாங்கள் தயாராக இருந்தோம். எங்கள் ஆடு மாடுகளையெல்லாம் விற்றோம். வீட்டிலிருந்த பண்டபாத்திரங்களையெல்லாம் மூட்டையாய்க் கட்டினோம். பெங்களூரின் பெயர் என் மனத்தில் ஆழமாய்ப் பதிந்துவிட்டது. அதைப் பார்த்தில்லை. அந்த அளவு வெகுதூரத்திற்குப் பஸ் பிரயாணம் செய்ததும் கிடையாது. பஸ்ஸில் இருந்த பலருக்கும் பிரயாண அனுபவம் புதுசாக இருந்தது. பஸ் பெங்களூருக்குப் புறப்பட்டதுமே, என் அப்பா, அம்மா, தங்கைகள் அன்றி பலருக்கும் தலை சுற்றத் தொடங்கியது. அவர்கள் முகங்கள் ஏதோ ஒரு வேதனையின் அனுபவத்தை வெளிப்படுத்திக் கொண்டிருந்தன. சிலர் நெளியத் தொடங்கினார்கள். இன்னும் சிலர் ஜன்னலுக்கு வெளியே தலையை நீட்டி வாந்தி எடுக்கத் தொடங்கினர். ஜன்னலோரம் இடம் கிடைக்காதவர்கள் பஸ்ஸுக்குள்ளேயே சாப்பிட்ட சாப்பாடு, களி, இறைச்சி எல்லாவற்றையும் வாந்தியாக எடுக்கத்தொடங்கினார்கள். நின்றிருந்தவர்கள் அனைவரும் பேருந்தில் வசதியாக உட்கார்ந்திருப்பவர்களின் மேல் வாந்தியெடுத்தார்கள். இருக்கைகளில் உட்கார்ந்திருந்த பலரும்தாம் உட்கார்ந்திருந்ததே தப்போ என்னும் வகையில் எழுந்து நின்றார்கள். இதை ஏற்கனவே எதிர் பார்த்ததைப்போல சிலர் வெங்காயத்தைத் தயாராக வைத்துக்கொண்டு முகர்ந்து பார்த்தார்கள். வாந்தி எதுவும் எடுக்காமல் இவற்றையெல்லாம் பயத்தோடு கவனித்துக்கொண்டிருந்தேன் நான். இருக்கையொன்றில் நல்ல உடை அணிந்து வசதியாக

உட்கார்ந்திருந்த ஆள் ஒருவர் என்னை அழைத்துத் தன் தொடையின் மேல் உட்காரவைத்துக்கொண்டார். நான் வாந்தி எடுக்கமாட்டேன் என்பதில் அவருக்கு முழு நம்பிக்கை இருந்தது. துரதிருஷ்டவசமாக, வாந்தி எடுத்துக்கொண்டிருந்தவர்களின் செய்கையில் பாதிக்கப்பட்டு நானும் சாப்பிட்டதையெல்லாம் அந்த ஆள்மேல் வாந்தி எடுத்துவிட்டேன். எதிர்பாராத இந்தத் தொந்தரவால் அவர் சற்றே அலுத்துக்கொண்டாலும் என் மேல் கோபப்படவில்லை. பக்கத்தில் வாந்தி எடுத்துக்கொண்டிருந்த என் அப்பா இதைப் பார்த்து மிகவும் பயந்துவிட்டார். அந்த மனிதரின் ஆடைகளைச் சுத்தம் செய்ய முன்வந்தார். ஆனால் அந்த மனிதர் எங்கே இன்னும் வாந்தி அதிகமாகிவிடுமோ என்ற அச்சத்தில் எழுந்து நின்று பிரயாணம் செய்யத் தொடங்கினார்.

பெங்களூருக்கு வந்த புதிதில் . . .

அந்தக் கால சிறீராமபுரம் இப்போது இருப்பதுபோல இல்லை. அப்போது அது மிகவும் அழகாக இருந்தது. நாங்கள் இருந்த சேரியில் வீடுகளுக்கு முன்னால் வாழை, முருங்கை ஆகிய மரங்களையெல்லாம் நட்டு வளர்த்தார்கள். வீடுகளுக்கு முன்னால் நடப்பதற்காக நல்ல பாதைகள் இருந்தன. வீட்டுக்கு அருகிலேயே பெரிய பாலமொன்று இருந்தது. அக்கம்பக்கத்தில் சின்னச் சின்னக் கால்வாய்களில் நீர் ஓடிக்கொண்டிருந்தது. அது நல்ல தண்ணீர். பெண்களும் குழந்தைகளும் அந்தத் தண்ணீரில் துணிகளைத் துவைப்பதும் குளிப்பதும் உண்டு. பாத்திரங்களும் கழுவுவதுண்டு. அங்கிருந்து சற்று தள்ளிச் சென்றால் வயல் வெளிகள். அருகில் இருந்த ஜீவனஹள்ளியில் இருந்த ஏரி எப்போதும் நிரம்பியே இருக்கும். ராஜாஜி நகரை அப்போது சித்தராமதிண்ணை என்று அழைப்பார்கள். அங்கிருந்து சிறிது தொலைவில் சிவனஹள்ளி ஏரி இருந்தது. அந்த ஏரியும் எப்போதும் நிரம்பியே இருந்தது.

சிறீராமபுரத்துக்கு வந்த புதுசில் எங்கள் தெருவில் விசித்திரமான ஒரு சண்டை நடந்தது. இரவு எட்டுமணி இருக்கக்கூடும். ஒரே கூச்சல். இதே தெருவில் இருந்த இரண்டு வீட்டுக்காரர்கள் நடுவே வாக்குவாதம் நிகழ்ந்து, பேச்சு முற்றி கலாட்டாவாகிவிட்டது. ஒரு வீட்டில் இருந்தவர்கள் தம் எதிர் வீட்டுக்காரர்களை வாய்க்கு வந்தபடி திட்டினார்கள். அதிலும் திருப்தியுறாதவர்கள் போல அவர்கள் வீட்டில் நுழைந்து உள்ளே இருந்தவர்களை அடித்தார்கள். உதை வாங்கியவர்கள் ஐயோ என்றபடி உதைத்தவர்களைத் துரத்திக்கொண்டுவந்து கண்மண் தெரியாமல் அடித்து நொறுக்கினார்கள். இப்போது உடனே அடுத்தவரின் முறை தொடங்கியது. வேடிக்கைப்

பார்த்துக்கொண்டிருந்தவர்கள் தத்தம் புரிதல்களுக்கு ஏற்றபடி இரண்டு பக்கமும் அணிகளாகப் பிரிந்து, தாமும் மோதிக்கொள்ளும் நிலையை அடைந்தார்கள். இந்த சண்டைக்கான காரணம் மிகவும் விசித்திரமாக இருந்தது. இந்தத் தெருவைச் சேர்ந்த இளைஞன் ஒருவன் எங்கும் வேலை கிடைக்காமல் கடைசியில் ராணுவத்தில் சேர்ந்திருந்தான். அடிக்கடி வீட்டுக்கு வந்துபோய்க் கொண்டிருந்தான். அவனுடைய எதிர் வீட்டில் வசித்து வந்த இளைஞனுக்கும் அதே வயதுதான் இருக்கும். ராணுவத்தில் இருப்பவனைப் பார்த்து அவனும் ராணுவத்தில் சேர ஆசைப்பட்டான். இவனுக்கும் எங்கும் வேலை கிடைக்கவில்லை. யாருக்கும் சொல்லாமல் கிளம்பிச் சென்று நண்பனோடு ராணுவத்தில் சேர்ந்துவிட்டான். வீட்டில் இருந்தவர்கள் அவனைத் தேடத் தொடங்கிவிட்டார்கள். குறி பார்த்தார்கள். கடவுளிடம் முறையிட்டுப் பிரார்த்தித்துக்கொண்டார்கள். சில நாள்களுக்குப் பிறகு ராணுவத்திலிருந்து ஒரு கடிதம் வந்தது. தான் நலமுடன் இருப்பதாகவும் தன்னைப்பற்றிக் கவலைப்பட வேண்டிய அவசியம் இல்லையென்றும் கடிதத்தில் எழுதியிருந்தான். வீட்டில் இருந்தவர்களுக்குக் கோபம் வந்துவிட்டது. ராணுவம் என்றதுமே யுத்தம், மரணம் என்கிற பயம் மூண்டுவிட்டது. கொதித்துப்போனார்கள். அவர்களோடு அவர்கள் உறவுக்காரர்களும் சேர்ந்துகொண்டு பெற்றவர்களின் பயத்தை இன்னும் அதிகரித்தார்கள். முதலிலேயே ராணுவத்தில் சேர்ந்துகொண்டு, தன் மகனையும் அழைத்துக்கொண்ட இளைஞனின் குடும்பத்தின் மேல் ஒருநாள் தாக்குதல் நடத்தினார்கள். பதில் தாக்குதலும் நிகழ்ந்துவிட்டது. இப்படியாக அந்த இளைஞர்கள் இருவரும் இந்திய ராணுவத்தில் சேர்ந்து இணைந்துவிட, இங்கே எங்கள் தெருவில் இரண்டு குடும்பங்களும் அடித்துக்கொண்டன. இந்த அடிதடியைப் பார்த்தவர்கள், ராணுவத்தில் சேர்ந்ததற்கே இந்த அளவு அடிதடி என்றால், இன்னும் ராணுவ அடிதடி எப்படி இருக்குமோ என்று எண்ணிக் கவலையுற்றார்கள். மீண்டும் மீண்டும் எதைஎதையோ கற்பனை செய்துகொண்டு கவலைக்குள் மூழ்கினார்கள். யாரோ, “போலீஸ் வருது” என்றதுமே, எல்லாரும் ஆளுக்கொரு திசையில் ஓடிப் போனார்கள்.

கேட்காததும் காணாததுமான சங்கதிகள்

இதற்கு முன் நான் காணாததும் கேட்காததுமான பல விஷயங்கள், பிறகு நடக்கத் தொடங்கின. ஒரு முறை எங்கள் சேரியைச் சேர்ந்த ஒரு ஆள் இரவு வெகு நேரமாகியும் கூட வீட்டுக்குத் திரும்பவில்லை. அவன் மனைவி கவலைப்படத் தொடங்கினாள். அவன் நள்ளிரவு நேரத்தில் வீட்டுக்குத்

திரும்பினான். அவன் உடலெங்கும் காயங்களாகி ஆடைகள் கூட ரத்தமயமாகி இருந்தது. பன்டிரெட்டி சர்க்கிள் அருகில் வந்துகொண்டிருந்தபோது சில திருடர்கள் அவனைப் பிடித்து நன்றாக அடித்துவிட்டு, கையில் இருந்த கொஞ்சநஞ்சம் பணத்தையும் பறித்துக்கொண்டு அங்கு அருகிலிருந்த வாய்க்காலில் தள்ளி விட்டுச் சென்றிருந்தார்கள். எழுந்திருக்கவும் கூட இவனுக்குச் சக்தி இல்லை. முனகியபடி விழுந்து கிடந்திருந்தான். யாரோ சத்தம்கேட்டு கீழே பாலத்தடியில் பார்த்தபோது இவனைப் பார்த்திருக்கிறார்கள். அவர்கள் இவனை மேலே தூக்கி வீட்டுக்கு அழைத்து வந்திருக்கிறார்கள். இச்சம்பவம் சேரியில் உருவாக்கிய பயம் கலையும் முன்னேயே இன்னொரு சம்பவமும் நடந்துவிட்டது. பக்கத்தூர் சேரியைச் சேர்ந்த ஒருவன் குளித்துக்கொண்டிருந்த தன் மனைவியைக் கொலை செய்துவிட்டான். கொலையுண்ட பெண் பார்க்க அழகாக இருந்தாள். அவள் குளித்துக் கொண்டிருந்தபோது அவள் அருகில் அவளுடைய காதலன் ஒருவன் இருக்கிறான் என்று கேள்விப்பட்டு அந்தக் கொலையைச் செய்துவிட்டான். பெண் ஒருத்தியின் கொலை ஏற்கனவே இருந்த பயத்தை இன்னும் கொஞ்சம் அதிகரிக்கச்செய்தது.

எங்கள் சேரியைச் சுற்றி பல ரௌடிகள் இருந்தார்கள். எப்போது வேண்டுமானாலும் அவர்கள் யார் மீது வேண்டுமானாலும் தாக்குதல் நடத்தினார்கள். சின்னச்சின்னத் திருட்டுகளில் பங்கேற்றார்கள். ஒருமுறை ஒரு ரௌடியைப் போலீஸ்காரன் ஒருவன் தைரியமாகப் பிடித்துவிட்டான். அவன் சட்டையைப் பிடித்து இழுத்துக்கொண்டு ஸ்டேஷனுக்கு அழைத்துச்சென்றான். அடுத்து என்ன நடக்குமோ என்று அறிந்துகொள்ள அவர்கள் இருவரின் பின்னாலும் மக்கள் ஊர்வலமாக சென்றார்கள். போலீஸ்காரன் கொஞ்சம் திமிரோடும் ரௌடி அமைதியாகவும் சென்றுகொண்டிருந்தார்கள். ரௌடியின் சட்டைக் காலரைமட்டும் போலீஸ் பிடித்துக்கொண்டிருந்தான். ரௌடி மிகவும் தந்திரமாகத் தன் சட்டைப் பொத்தான் ஒவ்வொன்றையும் கழற்றிவிட்டு கையை உயர்த்திச் சட்டையை உதறிவிட்டு ஓடிவிட்டான். ரௌடியின் சட்டை மட்டும் போலீஸ்காரனின் கையில் இருந்தது. போலீஸ்காரனுக்கு மிகவும் அவமானமாக இருந்தது. பின்னால் தொடர்ந்து வந்தவர்களுக்கெல்லாம் மிகவும் ஏமாற்றமாகிவிட்டது. தொடர்ந்து அடுத்தடுத்து ரௌடிகளின் கை ஓங்கியது.

ஒருநாள் இரவில் ஒரு ரௌடி எங்கள் வீதி வழியாகச் சென்றுகொண்டிருந்தான். அவனுக்குத் திடீரென மலம் கழிக்கவேண்டிய அவசரம். மலம் கழிக்கும்போது எடுத்துச்

செல்வதற்காக உபயோகப்படும் டப்பாக்களை வீடுகளின் முன் இறவாணத்தில் நாங்கள் கட்டித் தொங்கவிட்டிருப்போம். அந்த ரௌடி அந்த டப்பாவை எடுப்பதற்காக ஒரு வீட்டின் அருகில் சென்றான். ஆனால் வீட்டுக்குப் பக்கத்தில் உட்கார்ந்திருந்த ஒரு நாய் அவனைப் பார்த்ததும் வேகமாய்க் குரைத்தபடி அவன் மீது பாயத்தொடங்கியது. டப்பாவை எடுப்பதைக் கைவிட்ட ரௌடி நாயை விரட்டத்தொடங்கினான். அது எங்கள் வீட்டுக்குள் நுழைந்து விட்டது. ரௌடிக்குக் கோபம் பொங்கியது. எங்கள் வீட்டுக்குள் புக அவனும் முயற்சி செய்தான். எங்கள் அம்மா அவனைத் தடுத்தாள். ரௌடிக்கும் அம்மாவுக்கும் பலத்த சண்டை மூண்டது. அந்த நாய் எங்களுடையதென தவறாகப் புரிந்துகொண்ட ரௌடி "நாய் லைசன்ஸ எங்கே?" என்று கேட்டான். எங்கள் அம்மாவுக்கு தலையும் புரியவில்லை, வாலும் புரியவில்லை. அந்த நாயோ எங்களுக்குச் சொந்தமானதல்ல. 'லைசன்ஸ்' என்கிற வார்த்தையையே அப்போதுதான் அவள் முதன்முறையாய்க் கேட்டாள். அந்த ரௌடி எதையோ சொல்லித் தன்னைத் திட்டுகிறான் என்று எண்ணிய எங்கள் அம்மா மிகவும் ஆக்ரோஷமாய்ச் சண்டையில் இறங்கினாள். இருவரின் கூச்சலைக் கேட்டதும் தெருவில் இருந்தவர்கள் சேர்ந்துவிட்டார்கள். வேறு பகுதியைச் சேர்ந்த ரௌடி தங்கள் பகுதியில் நுழைந்து ஆர்ப்பாட்டம் செய்வதைக் காணப்பொறுக்காத எங்கள் தெருவைச் சேர்ந்த சின்னச்சின்ன ரௌடிகள் எல்லோரும் ஒன்று சேர்ந்து அவனைத் தாக்கத் தொடங்கினார்கள். இங்கே அடிதடி நடக்கிற விஷயத்தைக் கேள்விப்பட்டதும் அந்த ரௌடியைச் சேர்ந்த கும்பலொன்று சோடா பாட்டில்களோடு ஓடி வந்தது. இரண்டு கும்பல்களும் தாறுமாறாக மோதிக்கொண்டன. தாங்களும் யாருக்கும் குறைந்தவர்கள் இல்லை என்று காட்டும் பொருட்டு எங்கள் ஆள்களும் பாட்டில்களை உடைத்து எதிர்க் கும்பலின் மேல் வீசினார்கள். மோதல் அளவு மீறிக் கொண்டிருந்தது. அம்மாவும் நாங்களும் எப்படியோ தப்பித்துக்கொண்டோம். கலாட்டா முடிந்த பிறகு தெருவில் கிடந்த கண்ணாடித் துண்டுகளையெல்லாம் கூட்டி எடுத்தார்கள். இவ்வளவு கலவரத்திற்கும் காரணமான ரௌடியின் வயிற்று உபாதைப் பிரச்சனை எப்போதோ மறந்தே போய்விட்டது. தெரு மூலையில் நாய் அமைதியாய்ப் படுத்துக்கிடந்தது.

எங்கள் சேரியில் குடிகாரர்களின் கூச்சல் எப்போதும் கேட்கும். பொழுது சாய்ந்ததுமே கூச்சலாலும் ஆட்டத்தாலும் சண்டைக்கு அழைத்துச் சவால்கள் விட்டும் எல்லோருடைய கவனத்தையும் அவர்கள் ஈர்த்து வந்தார்கள். தமக்குத்தெரிந்த

விதத்தில் சிலர் பாட்டு பாடினார்கள். குடித்திருக்கும் சமயங்களில் அவர்களுக்குத் தம் மனைவி, குழந்தைகள் மேல் பாசம் அதிகரித்துவிடும். எல்லோரின் முன்னிலையிலும் தம் மனைவியோடு காதல் விளையாட்டில் ஈடுபடச் சிலர் விழைவதுண்டு. கட்டி அணைக்க அவர்கள் நெருங்கும் சமயங்களில், அவர்களுடைய மனைவிமார்கள் முகத்தில் இடிப்பார்கள். சிலருக்குப் பெற்ற பிள்ளைகள்மேல் திடுமெனப் பாசம் பொங்கிவழிய, அவர்களை இழுத்து அணைத்து முத்தமிட்டுக் கண்ணீர் வடிப்பார்கள். தம் பையில் இருந்து பணத்தை எடுத்து மனைவிக்கும் பிள்ளைகளுக்கும் தாராளமாகக் கொடுப்பார்கள். குடிகாரர்களின் கூச்சல் அதிகமாகும் போது, அவர்களைப் பலவந்தமாக இழுத்து உட்காரவைத்து பானைபானையாய்த் தண்ணீரைத் தலையில் ஊற்றி, அவர்களின் போதையைத் தெளியவைப்பார்கள். கணவனோ குழந்தைகளோ இல்லாத ஒருத்தி பெரும் குடிகாரியாக இருந்தாள். நாற்பது வயதைக் கடந்தபோதும் கூட கட்டுக் குலையாதவளாக இருந்தாள் அவள். சதா காலமும் குடிபோதையில் இருப்பதுதான் அவளுடைய பலவீனம். கூலி வேலைக்குச் செல்லும் அவள் சாயங்காலம் வீட்டுக்குத் திரும்பும்போது தள்ளாடிக்கொண்டு வந்துதான் படுப்பாள்.

ஒரு கோடை இரவில் வீட்டுக்கு எதிரே வாசலிலேயே படுத்திருந்தாள் அவள். சுய உணர்வற்றுக் கிடந்த அவள் உடல் மீது ஆடை அலங்கோலமாகக் கிடந்தது. தெரு வழியே போய்க்கொண்டிருந்த ஒரு போக்கிரி அவளை நெருங்கிப் படுத்துத் தழுவினான். எந்த விதமான மறுப்பும் அவளிடமிருந்து எழாத காரணத்தால் அவன் விளையாட்டு தொடர்ந்தது. இதைப் பார்த்த இன்னும் இருவர் அவனோடு சேர்ந்து கொண்டார்கள். தூக்க மயக்கத்தில் அவள் சற்றே 'ஹா' என்று சத்தமெழுப்பினாளே தவிர அவளிடமிருந்து எந்த விதமான எதிர்வினையும் எழவில்லை. இந்த விவரம் எப்படியோ எங்கெங்கோ பரவி அங்கே கூட்டம் சேர்ந்து தம் முறைக்காகக் காத்திருக்கத் தொடங்கினார்கள். ஏறத்தாழ பதினைந்து வயதிலிருந்து தொடங்கி எழுபது வயதுக்காரர்கள் வரை அனைவரும் விடிகிற வரை இந்த இலவசச் சலுகையை அனுபவித்தார்கள். விடிகிற நேரத்தில் விழித்தெழுந்த அவள் எப்போதும் போலவே இருந்தாள்.

என் தந்தையும் பெரியப்பாவும் கொஞ்ச நாள்கள் சாராயக் கடையில் வேலை பார்த்துக்கொண்டிருந்தார்கள். லாரிகளில் வந்து இறங்கிய சாராயத்தைப் பீப்பாய்களில் ஊற்றுவது அவர்கள் வேலை. கடை முதலாளி இவர்களது வேலைக்குக் கூலி கொடுப்பதோடு மட்டுமின்றி, இரவு வீட்டுக்குத்

ஊரும் சேரியும் 47

திரும்பும் வேளையில் சாராயப் பீப்பாயின் குழாயைத் திறந்து வேண்டுமட்டும் பிடித்துக் குடிக்கவும் அனுமதித்திருந்தார். பீப்பாய்க் குழாய் முன்னால் கைகளைக் குவித்து இவர்கள் குடிக்கத் தொடங்கினால், பின்னால் குடிப்பதற்குக் காத்திருந்த வேலைக்காரர்கள் இவர்களைத் தள்ளித்தான் அப்புறப்படுத்த வேண்டியிருக்கும். இப்படி இலவசமாகக் கிடைத்த சாராயத்தை அளவுக்கு மீறிக் குடித்து விட்டு இருவரும் வீட்டுக்குத் திரும்புவார்கள். கொஞ்சம் கூச்சத்தோடு எங்கள் அப்பா வீட்டுக்குள் நுழைவார். ஆனால் பெரியப்பா வீதியிலேயே நின்று பெரிசாகச் சத்தம் போட்டு எல்லாரையும் எழுப்பி விடுவார். அவருடைய ஆட்டமும் பல்டிகளும் பார்க்க அழகாக இருந்தாலும் அங்கே முதலிலிருந்தே வசித்துவந்த எங்கள் உறவுக்காரர்கள் மன வருத்தம் கொண்டார்கள்.

சாமி, பேய்களின் தொல்லை

திடீரென்று சேரியில் காலரா பரவத் தொடங்கியது. மக்கள் அனைவரும் கலங்கினார்கள். மேகலஹட்டியின் வீட்டில் ஒருநாள் சாயங்காலம் வெள்ளைப் புடவை ரவிக்கையணிந்து நெற்றி முழுக்கக் குங்குமம் பூசிக் கொண்டு பெண் ஒருத்தி மூலையில் உட்கார்ந்திருந்தாளாம். அந்த வீட்டில் இருந்தவர்களாகட்டும், அக்கம்பக்கம் இருந்த மற்றவர்களாகட்டும் அவளுக்கு அறிமுகமே இல்லை. வீட்டில் இருந்தவர்கள் "நீ யாரம்மா?" என்று கேட்பதற்குள் அவள் மாயமாக மறைந்து விட்டாள். அவள் மாரியம்மனாகத்தான் இருக்க வேண்டும் என்று எல்லோரும் தீர்மானித்தார்கள். வீடுதோறும் வசூல் செய்து அம்மனுக்குப் படையல் வைத்தார்கள். படையலுக்கு நடுவில் ஒருவன்மீது சாமி வந்து ஆடத் தொடங்கினான். அவன் தனது ஆட்டத்தால் எல்லோரையும் தன்னை நோக்கி ஈர்த்தான். சிலர் கோபத்தோடு சாமி வந்து ஆடியவனிடம் "எங்களுக்கு காலராவை ஏன் கொடுத்தாய் தாயே?" என்று கேட்டார்கள். அம்மன் எதுவும் பேசவில்லை. பதில் சொல்ல வேண்டும் என்று ஜனங்கள் அனைவரும் வற்புறுத்தினார்கள். எல்லாவற்றிற்கும் கண்ணீர் ஒன்றே அம்மனின் பதிலாக இருந்தது. கலிகாலம் என்று மக்கள் அமைதியடைந்தார்கள்.

பொதுவாக பெண்கள்தான் பேய் வந்து ஆடுவார்கள். ஒருவனுடைய இரண்டாவது மனைவி மீது பேய் வருவதுண்டு. அவள் கூவியபடி அங்கும் இங்கும் ஓடத் தொடங்கினாள். பலரும் முயற்சி செய்தும்கூட அவளைப் பிடிக்க முடியவில்லை. பேய் பிடித்ததுமே அவள் செய்யும் முதல் வேலை தன் கணவனின் சட்டையைப் பிடித்து இழுத்து நன்றாக உதைப்பதுதான்.

பேய் பிடித்திருக்கும் சமயம் என்பதால், அவளைக் கணவன் திருப்பியடிக்க முடிந்ததில்லை. இன்னொரு பெண் இருந்தாள். அவளுக்குப் பேய் பிடித்திருக்கவில்லை. என்றாலும் அவள் எமலோகம் வரை சென்று மீண்டும் சேரிக்குத் திரும்பியிருந்தாள். அவள் இறந்துவிட்டாள் என்று எல்லாரும் நினைத்துக்கொண்டு அவளை அடக்கம் செய்வதற்காக ஏற்பாடு செய்தார்களாம். அந்த வேளையில் அவளை எமதூதர்கள் இழுத்துக்கொண்டு சென்று எமனின் முன் நிறுத்தினார்களாம். எமன் இவளது பெயரை விசாரித்தானாம். இவளும் சொன்னாளாம். எந்தச் சேரி, எந்தத் தெரு என்றெல்லாம் விவரம் விசாரித்தானாம். இவளும் சொன்னாளாம். எமன் எதையோ சற்று நேரம் யோசித்திருந்து விட்டு எமதூதர்களை அழைத்து, சண்டை போட்டானாம். அதே பெயருடைய இன்னொரு பெண் அடுத்த தெருவில் வசித்து வந்தாளாம். அவளை அழைத்து வரும்படி அனுப்பப்பட்ட தூதர்கள் அவசரத்தால் இவளை அழைத்துச் சென்றுவிட்டார்களாம். அவளை அழைத்துச் சென்று பூமியில் விட்டுவரும்படி எம தூதர்களுக்கு ஆணையிட்டானாம். எதற்கும் இருக்கட்டும் என்று ஒரு அடையாளமாக அவள் முதுகில் சூடு ஒன்று போட்டுவிட்டுப் பூமிக்கு அழைத்து வந்து விட்டுவிட்டுச் சென்றார்களாம். பாடையில் கிடந்தவள் சட்டென எழுந்து உட்கார்ந்தாள். இவள் எழுந்ததைக் கண்டு சுற்றுமுற்றும் இருந்தவர்கள் பயமுற்று ஓடத்தொடங்கினார்கள். அவர்களைத் தடுத்து நிறுத்திய இவள் நடந்த கதையை எல்லாம் அவர்களிடம் சொல்லி அமைதிப்படுத்தினாள். தன் முதுகில் எம தூதர்கள் இழுத்த சூட்டின் வடுவைக் காட்டினாள். இது உண்மையோ பொய்யோ எப்படியாவது இருக்கட்டும், அவளது முதுகிலிருந்த சூட்டின் வடுவைப் பார்த்து நானும் ஆச்சரியப்பட்டேன்.

மனைவியின் தொல்லை

ஒருநாள் அதிகாலை நேரத்தில் வீட்டுக்குள் படுத்திருந்த ஒருவன் சிறுநீர் கழிப்பதற்காக வெளியே வந்தான். எதிர் வீட்டின் மேல் ஏதோ இருப்பது போலத் தென்பட்டது. சற்றே உற்றுப் பார்த்த பிறகு அங்கே ஒரு ஆள் உட்கார்ந்திருப்பது புரிந்தது. பயத்தில் "திருடன் திருடன்" என்று வேகமாய்க் கூவினான். இக் கூச்சலைக் கேட்டுப் படுத்திருந்தவர்கள் எல்லோரும் எழுந்து வந்து பார்க்கத் தொடங்கினார்கள். பரபரப்பு அதிகமானது. என்ன செய்தாலும் கூரையின் மேலே இருந்த ஆள் கீழே இறங்கி வரவே இல்லை. கீழே வரும்படி அவனைப் பார்த்து எல்லோரும் சத்தம் போட்டார்கள். அவனோ வரவே இல்லை. அப்போதுதான் யாரோ ஒருவன் "அவன் திருடன் இல்லை; அந்த வீட்டுக்குச் சொந்தக்காரன்" என்று சொன்னான். எல்லோருக்கும்

ஆச்சரியம். “பொண்டாட்டி அடி தாங்காம வீட்டுமேல வந்து உக்காந்திருக்கேன்” என்று அவனே வாய்விட்டுச் சொன்னான். எல்லாருக்கும் அவன் மீது இரக்கம் உண்டானது. ஆனாலும் அவனது மனைவிக்கு புத்திமதி சொல்லும் தைரியம் எவருக்கும் வரவில்லை. அதற்கப்புறம் எல்லோரும் தத்தம் வீடுகளுக்குச் சென்றார்கள். பயம் கொண்ட அந்தக் கணவன் மட்டும் விடிகிற வரைக்கும் வீட்டுக் கூரையின் மேலேயே இருந்தான்.

இதற்கு நேர்மாறான எடுத்துக்காட்டு ஒன்றும் இருந்தது. மிகவும் அழகான பெண் ஒருத்தியை ஒருவன் திருமணம் செய்துகொண்டிருந்தான். இவன் அவ்வளவு அழகாக இல்லை. ஆனால் மனைவியின் அழகைக் குறித்து அவனுக்கு மிகவும் பெருமையும் அதே சமயத்தில் ஒருவித பயமும் சந்தேகமும் இருந்தன. அதனால் தன் மனைவி ஒருபோதும் வீட்டைவிட்டு வெளியே வரக் கூடாது என்று கண்டித்துவைத்திருந்தான். கூலி வேலைக்குச் செல்லும்போது மனைவியை வீட்டுக்குள் வைத்து வெளியில் பூட்டிக்கொண்டு சென்று விடுவதுண்டு. வயிற்று உபாதை முதலிய பிரச்சினைகளுக்கு உள்ளேயிருந்தபடி தன் மனைவி கூப்பிட்டால் பூட்டைத் திறந்து விடுமாறு பக்கத்து வீட்டுக்காரனிடம் சாவி கொடுத்துவிட்டுச் சென்றான். அப்படி அவள் வெளியே வரும் தருணங்களைப் பற்றி சேரி ஜனங்களிடம் விதம் விதமான கற்பனைகள் இருந்தன. அவளைப் பார்ப்பதற்காகவே எல்லோரும் அந்தச் சமயத்திற்காகக் காத்திருந்தார்கள். எல்லோரும் தனக்காகக் காத்திருப்பதையெண்ணி ஒரு பக்கம் அவளுக்குக் கூச்சமாய் இருந்தாலும் இன்னொரு பக்கம் சந்தோஷமாகவும் இருந்தது.

ஒவ்வொரு கோடை காலத்திலும் சேரிக்கு மேல் பக்கம் இருந்த மாலூரு சொண்ணப்பா என்பவர் ஹரிகதை சொல்லுவார். ஹரிகதை சொல்வது முன்னிரவு எட்டு மணிக்குத் தொடங்கினால் இரவு பதினோரு மணி வரைக்கும் நடக்கும். சொண்ணப்பாவின் கதையைக் கேட்க மிகப்பெரும் கூட்டம் சேர்வதுண்டு. சொண்ணப்பாவின் கதையால் பாதிக்கப்பட்டு சிலர் காமிரா தாத்தய்யா அவர்களின் பக்தர்களானார்கள். அவர் சொன்ன புராணக்கதைகள், கேட்க ஆர்வத்தைத் தூண்டுவதாக இருக்கும். அவை பக்தி, சிருங்கார ரசம் நிறைந்தவையாக இருக்கும். ஹரிகதை கேட்பதற்காக நான் தினமும் செல்வேன். அவர் கதை சொல்லும் பாணி எனக்கு மிகவும் பிடிக்கும். ஒருநாள் இரவு பதினோரு மணிக்கு கதை முடிந்த பிறகு, அக்கதையைப் பற்றி யோசித்த வண்ணம் வீட்டுக்குத் திரும்பி வந்துகொண்டிருந்தேன். கோடைகாலமென்பதால் புழுக்கம் தாள இயலாமல் மக்கள் தெருவிலேயே படுத்துக்கொண்டிருந்தார்கள். படுத்திருந்தவர்கள்

மீது கால் பட்டு விடாமல் எச்சரிக்கையோடு மேல் அடிவைத்து அடிவைத்து நடந்து கொண்டிருந்தேன். துரதிருஷ்டவசமாக, புராணக் கதையில் மனம் மூழ்கியிருந்ததாலோ என்னமோ, படுத்திருந்த ஒருவரைத் தெரியாமல் மிதித்துவிட்டேன். அந்த ஆள் அலறியபிறகுதான் எனக்கே அது புரிந்தது. நான் பயந்து போய் கீழே குனிந்து பார்த்தேன். யாரோ தம்பதிகள் தெருவிலேயே உறவாடத் தொடங்கியிருந்தார்கள். நான் அந்தக் கணவனைத்தான் மிதித்துவிட்டேன். என் வரவை அவர்கள் எதிர்பார்க்கவில்லை. இருவரும் அம்மணக் கோலத்தில் இருந்ததால் என்னை எதுவும் செய்யும் நிலையிலும் இல்லை. அவர்கள் தம் பார்வையாலேயே என்னைச் சுடத் தொடங்கினார்கள். நான் ஓட்டமாய் ஓடிச் சென்று வீட்டையடைந்து சுதாரித்துக்கொண்டேன்.

விளையாட்டு நாள்கள்

சேரியில் இருந்த சிறுவர்கள் மிகவும் சுறுசுறுப்பானவர்களாக இருந்தார்கள். கிராமங்களில் இருந்து வந்த எங்களுக்குத் தெரியாத பல சங்கதிகள் அவர்களுக்குத் தெரிந்திருந்தன. யாருடனாவது சண்டை உண்டாகிவிட்டால் அவனுடைய பெயரைச் சுவரின் மேல் எழுதி, அதற்கு நேராக 'கேடி' என்று எழுதுவார்கள். ஏதோ

வாங்கும் பொருட்டுக் கடைக்குச் சென்றிருந்தேன். நிறையப் பேர் இருந்தார்கள். யார் முதலில் வாங்குவது என்கிற விஷயத்தில் எனக்கும் ஒரு பெண்ணுக்கும் போட்டி வந்தது. அப்போது அவள் என்னைப் பார்த்து "தேவடியா மவனே" என்றாள். ஆச்சரியத்தோடு நான் அவளையே பார்த்துக்கொண்டிருந்தேன். அவளுக்கு இன்னும் கொஞ்சம் கோபம் ஏறியது. அந்த வார்த்தைகளோ, அத்தகு வசவுகளோ எதுவுமே எனக்குத் தெரியாது. இதைப் புரிந்துகொண்ட அவள் என்னைப் பார்த்து "நான் உன்னைத் திட்டறேன் தெரியுமா?" என்றாள். நான் பதிலுக்கு வசைகளைப் பயன்படுத்துவேன் என்று எதிர்பார்த்திருந்தாள் அவள். ஒரு புதுவிதமான வசைவார்த்தையைக் கேட்டதால் எனக்குள் ஒருவித விசித்திரமான சந்தோஷமும் கிளர்ச்சியும் உருவாகியிருந்தன. நான் அவளைத் திட்டவில்லை. இதனால் சண்டை தொடர வழியின்றிப் போய்விட்டது.

ஆடி மாதத்தில் சிறுவர்கள் எல்லோரும் பட்டம் விடுவார்கள். நல்ல பட்டம் செய்து அதற்கு வால் ஒட்டிச் சூத்திரக்கயிறு கட்டி மேலே விட்டால், அது விமானத்தைப் போலவும் ராக்கட்டைப் போலவும் செல்லும். பட்டம் விடுவதில் பலத்த போட்டி இருந்தது. நான் பட்டம் விடுவதில்லை. ஆனால் சிலரோடு சேர்ந்து பட்டங்களுக்கு வண்ணம் பூசுவேன். பட்டம் விடும் சிறுவன் எங்கோ தொலைவில் நூலைப்பிடித்து நின்றுகொண்டிருந்தால், அவனுடைய பட்டம் வானில் வெகு உயரத்தில் ஏறிக்கொண்டிருக்கும். அந்தப் பட்டத்தின் நூல் செல்லும் திசையையும் வழியையும் கண்டுபிடித்து பட்டம் விடுபவனுக்குத் தெரியாமல் கண் மறைவாக நின்றுகொண்டிருப்போம். ஒரு நூலின் இரண்டு மூலைகளிலும் சின்னக் கற்களைக் கட்டி பட்டம் ஏறும் நூலைத் தாக்கும் வண்ணம் எறிவோம். உடனே மேலேறிக்கொண்டிருந்த பட்டத்தின் நூல் கீழே இறங்கும். பட்டமும் குட்டிக்கரணம் போடத் தொடங்கி ஏதாவது மரத்தின் மீதோ, வீட்டின் மீதோ மோதிக் கீழே விழுந்துவிடும். நூல் கீழே விழுந்து விட்டதுமே, அதைக் கையில் சுற்றி எடுத்துக்கொண்டு, அந்த இடத்தில் இருந்தே மாயமாகிவிடுவோம். பட்டம் விட்டுக்கொண்டிருந்தவனுக்குத் தன் பட்டத்தை யார் அறுத்தது என்கிற விஷயம் தெரியவே தெரியாது. அவன் புலம்பல் சொல்லி மாளாது. பட்டம் விடவில்லையெனினும் பட்டம் விடுபவர்களை அலைக்கழித்து அழ வைப்பதே எங்கள் வேலையாக இருந்தது.

எங்கள் வீட்டுக்கு முன்னால் ஒரு பெரிய பாலம் இருந்தது. எங்களுக்கெல்லாம் அந்தப் பாலம் தான் புனித கங்கை. மழை நாள்களில் அது நிரம்பி வழிந்தது. அப்போது

அப்பாலம் வழியாக நீர் செல்வதைக் கண்ணாரப் பார்ப்பதே ஒருவித சந்தோஷம். அந்நீரில் பல வகையான துணிகள் மிதந்து வரும். வண்ணத் தாள்கள், துணி, பழைய சாமான்கள், தென்னங்குலை, மீன்கள், பாம்புகள் எல்லாமே மிதந்து வரும். ஒரு முறை பிணம்கூட மிதந்து வந்ததுண்டு. வழிய வழிய ஓடும்போது நாங்கள் கரையில் நின்றுகொண்டு பார்ப்பதுண்டு. மற்ற நாள்களில் அது துர்நாற்றத்தோடு ஓடும் வாய்க்காலாக இருக்கும். அந்த இடத்தில் துர்நாற்றம் வீசினாலும்கூட, அந்தப் பாலத்தின் மீது இருக்கும் பற்று கிஞ்சித்தும் குறைந்ததில்லை. பாலத்திற்கு அந்தப் பக்கத்திலிருந்து தொழிற்சாலைக்காரர்கள் ஏதோ கருப்புமண்ணைக் கொண்டுவந்து குவியல் குவியலாகப் பாலத்தில் கொட்டினார்கள். அந்த மண்ணில் சிறுசிறு தாமிரத்துண்டுகள் கிடைத்தன. இதற்காகப் பாலத்தில் இறங்கி மண் சேற்றைக் குழப்பித் தாமிரத்துண்டுகளைப் பொறுக்கியெடுத்துச் சேகரிப்போம். இப்படிச் சிறுகச்சிறுகச் சேர்த்த தாமிரத்துண்டுகளை எப்பொழுதாவது வரும் கடலை உருண்டைக்காரனிடம் கொடுத்துவிட்டு கடலை உருண்டைகளை வாங்கித்தின்போம். எங்களைப் பொறுத்தவரையில் வெல்லமும் கடலைப்பயிறும் கலந்த உருண்டைகளைக் கொண்டுவந்து தரும் அமுத சுரபியாக இருந்தது அப்பாலம்.

இந்தப் பாலத்தில் இன்னும் விலை மதிப்பற்ற பொருள்கள் கிடைக்கக்கூடும் என்கிற எண்ணம் எங்களுக்கிருந்தது. இதனால் பாலத்துக்குள் இறங்கி வெகுதொலைவிற்கு நடந்து சென்றோம். அது பெரிய கழிவுநீர்க்குழாய் என்பதால் அந்தப் பிரயாணம் சுரங்கம் வழியாக நடப்பதுபோலத் தோன்றியது. அப்படியே வெகுதூரம் சென்று கிழக்குப் பக்கமாகத் திரும்பி மெஜஸ்டிக்கில் மேலேறி வருவோம். மேற்குப் பக்கமாய்ச் சென்றால் நவரிங் டாக்கீஸ் வரை செல்வோம். சினிமா பார்க்கிற ஆசையிருந்தாலும் கையில் பணம் இல்லாததால் டாக்கீஸையே ஒரு வட்டம் அடித்துவிட்டு கட்டடத்தையே ரொம்பவும் கிளர்ச்சியோடு பார்த்துக்கொண்டிருப்போம்.

பெரியவர்கள் பீடி குடிப்பார்கள். வீட்டுக்கு வந்த பெரியவர் ஒருவர் என்னை அழைத்து பீடி பற்றவைத்துக்கொண்டு வா என்று சொல்லிப் பீடியைக் கொடுத்தார். சமையல்கட்டில் எரியும் அடுப்பில் அந்தப் பீடியைப் பற்றவைத்துக்கொண்டு எடுத்து வந்து தரவேண்டும் நான். நான் அறிந்திருந்த வரையில் என் அநேக நண்பர்கள், வயதில் பெரியவர்கள் பீடி பற்றவைத்து எடுத்து வரச் சொன்னால் பீடியை நெருப்பில் காட்டிவிட்டுத் தாமும் ஒரு இழுப்பு இழுத்து சரியாகப் பற்றி இருக்கிறதோ இல்லையோ என்று பரிசோதித்து உறுதிப்படுத்திய பிறகே

ஊரும் சேரியும் 53

எடுத்துவந்து தருவது வழக்கமாகும். இப்படியாக உறுதிப்படுத்திக் கொள்ளும் சாக்கில் சிலர் இரண்டு மூன்று முறை புகையை இழுத்துவிடுவார்கள். அன்றைய தினம், பீடியில் நெருப்பு சரியாகப் பற்றி இருக்கிறதோ இல்லையோ என்று பரிசோதித்துப் பார்க்கிற ஆசை உண்டானது. ஒரு இழுப்பு இழுப்பதற்குள் புரையேறிவிட்டது. இருமல் அதிகமாகி கண்களில் நீர் தளும்பத் தொடங்கியது. சத்தம் கேட்டு வெளியே இருந்தவர்கள் வந்து பார்த்தார்கள். பயத்தில் பீடி எங்கோ விழுந்து போக, பீடியைக் கொடுத்த ஆள் கண்மண் தெரியாமல் அடிக்கும்படி ஆயிற்று.

நான் போக்கிரிப்பிள்ளைகளோடு சேர்ந்து வீணாய்ப்போவதாக என் பெற்றோர்கள் எண்ணினார்கள். இதனால் என்னைத் தொலைவில் இருக்கிற சனிமகாத்மாவின் கோயிலுக்கு அழைத்துக்கொண்டு சென்றார்கள். பூசாரியிடம் என்னைப் பற்றிப் புகார்கள் சொன்னார்கள். இந்தப் பையனை நல்ல வழிக்குக் கொண்டு வருகிறேன் என்று பூசாரியும் சொன்னான். என் தலையில் மயிலிறகுக் கொத்தால் அடித்து, தலைமேல் கிரீடத்தை வைத்தான். எனக்கு எல்லாமே ஏதோ ஒரு வேடிக்கைபோலத் தோன்றியது. நான் அந்தக் கிரீடத்தோடு ஓடத் தொடங்கினேன். பூசாரியும் அம்மாவும் அப்பாவும் என் பின்னாலேயே பயத்தோடு ஓடிவந்தார்கள். இந்தப்பையன் எக்கேடாவது கெட்டுப் போகட்டும், கிரீடம் கிடைத்தால் போதும் என்று பூசாரி நினைக்கத் தொடங்கிவிட்டார். என்னைப் பிடித்துக் கிரீடத்தை எடுத்துக்கொண்டு திரும்பிப்போய்விட்டார். என்னை நல்வழிப்படுத்த அப்பாவுக்கு ஒரு வழி புலப்பட்டது. ஓர் இரவுப் பள்ளிக்கூடத்தில் என்னைச் சேர்த்துவிட்டார். பெங்களூரில் பகலில் இயங்கும் பள்ளிக்கூடத்தில் சேரும் முன்பேயே நான் இரவுப் பள்ளிக்கூடத்தில் சேரும்படி ஆனது.

பைலட் ஆசிரியர்

காலையிலிருந்து சாயங்காலம் வரைக்கும் தெருத்தெருவாய் அலைந்துவிட்டு இருட்டத் தொடங்கும் நேரத்தில் பள்ளிக்கூடம் செல்வேன். அந்தப் பள்ளிக்கூட ஆசிரியர் மாணவர்களுக்குக் கடினமான தண்டனைகளைக் கொடுப்பவர். பாடங்களையும் நன்றாகச் சொல்லிக்கொடுப்பார். ஆனால் அவர் சொன்ன பொய்கள் சில உண்மையின் தலைமேல் அடிப்பது மாதிரி இருக்கும். அவர் வார்த்தைகளை உண்மையென்றே மாணவர்கள் நம்புவார்கள்.

இரவு ஒன்பது மணிக்கு ஆசிரியர் பாடத்தை முடிப்பார். அவரிடம் கடிகாரம் கிடையாது. அதனால் வயதில் பெரிய ஒரு மாணவனிடம், “கடிகாரம் இருக்கிறவங்க வீட்டுக்குப் போய் மணி

என்னன்னு கேட்டுட்டு வாடா" என்று சொல்லி அனுப்புவார். எட்டரை ஆனாலும் சரி, எட்டே முக்கால் ஆனாலும் சரி, ஒன்பது மணி என்றே அந்த மாணவன் சொல்வான். இதனால் எங்கள் நன்றிக்கு உரியவனாக இருந்தான் அவன். ஒருநாள் ஒரு மாணவன், "உங்க கைல ஏன் சார் வாட்ச் இல்ல?" என்று கேட்டுவிட்டான். அவனுக்கு செமத்தியாய் அடிவிழப்போகிறது என்று நாங்கள் அனைவரும் அஞ்சினோம். ஆனால் அவனுக்கு அமைதியாகவே பதில் சொன்னார் ஆசிரியர். அவர் சொன்னதை வைத்துக்கொண்டு பார்த்தால் அவரிடம் சாதாரண வாட்சைக் காட்டிலும் உயர்ந்த தங்கக் கடிகாரமே இருந்ததாம். ஆசிரியர் வேலைக்கு வரும் முன்பேயே விமானத்தில் விமான ஓட்டியாக வேலை பார்த்து வந்தாராம் அவர். ஒருமுறை விமானத்தை ஓட்டிக்கொண்டிருக்கும் போதே தண்ணீர் தாகமாகிவிட்டதாம். குடிப்பதற்குத் தண்ணீர் இல்லை. ஓட்டிக்கொண்டிருக்கும் விமானத்தில் இருந்து கீழே பார்த்தார். கீழே விரிந்த அரபிக்கடல். உடனேயே விமானத்தைத் தாழ இறக்கினார். விமானத்தைச் சமநிலையில் நிற்கிற மாதிரி செய்துவிட்டு, ஜன்னல் வழியாக இரண்டு கைகளையும் நீட்டிக் கடல் நீரை அள்ளி எடுக்கிற தருணத்தில் அவரது கையில் கட்டியிருந்த தங்கக் கடிகாரம் கழன்று கடலுக்குள் விழுந்துவிட்டது. தங்கக் கடிகாரம் போனால் போகட்டும், உயிர் பிழைத்தால் சரி என்று நினைத்துக் கொண்டு விமானத்தை மீண்டும் உயரே ஏற்றிப் பறக்கத்தொடங்கினார். இப்படி நடந்துவிட்ட காரணத்தால் அவரது கையில் கடிகாரம் இல்லை. மாணவர்கள் அனைவரும் நம்புகிற விதத்தில் எடுத்துச்சொன்னார் அவர். பல வருஷங்கள் வரைக்கும் இந்தச் செய்தியை உண்மை என்றே நம்பினேன் நான்.

ஆண்டாளம்மா

சுடுகாட்டுக்குப் பக்கத்தில் இருந்த ஓர் அரசாங்கத் தொடக்கப் பள்ளியில் சேர்ந்தேன் நான். மாகடியில் உள்ள மஞ்சணபெலெயில் ஒன்றாம் வகுப்பையும் இரண்டாம் வகுப்பையும் முடித்திருந்த காரணத்தால் நேராக மூன்றாம் வகுப்பில் சேர்ந்துவிட்டேன். அந்தப் பள்ளியில் ஆண்டாளம்மாள் என்னும் ஆசிரியை இருந்தார். அன்பும் கருணையும் சேர்ந்து பொலியும் முகம் அவருக்கு. அவ்வப்போது வீட்டிலிருந்து புளியோதரையைச் செய்துகொண்டு வந்து வகுப்பில் உள்ள பிள்ளைகளுக்கெல்லாம் பங்கிட்டுக் கொடுப்பார். அப்போது அந்த உணவுக்கு என்ன பெயர் என்று கூட எனக்குத் தெரியாது. முதன் முதலாக அதை அப்போதுதான் சாப்பிட்டேன். ஒரு நீலக் கால் சட்டையையும் வெள்ளை மேல் சட்டையையும் அணிந்து கொண்டுதான் நான் பள்ளிக்கூடம் செல்வேன். வகுப்பில்

நன்றாகப் படிக்கிற மாணவனாக இருந்ததால் அவருக்கு என் மீது தனிப்பட்ட முறையில் அன்பும் அக்கறையும் இருந்தது.

ஒருநாள் வகுப்பில் "ஏழைப் பிள்ளைகள் எல்லாரும் எழுந்து நில்லுங்க" என்றார் ஆசிரியை. சிலர் எழுந்து நின்றார்கள். அரசாங்கத்திலிருந்து வந்த இலவச பாடப்புத்தகங்களையும் பென்சில்களையும் அவர்களுக்கெல்லாம் ஆசிரியை வழங்கினார். நான் அப்படியே உட்கார்ந்திருந்தேன். என்னைப் பணக்கார வீட்டுப் பையன் என்று ஆசிரியை எண்ணிக் கொண்டார். ஒருநாள் என் அப்பா என்னைத் தேடிக்கொண்டு பள்ளிக்கு வந்துவிட்டார். அதுவரை ஆசிரியை என் தந்தையைப் பார்த்ததில்லை. வந்தவர் என் அப்பாதான் என்று தெரிந்ததும் ஆசிரியை மிகவும் மனவேதனை கொண்டார். ஏழைப் பிள்ளைகள் அனைவரையும் எழுந்து நிற்கச் சொன்னபோது ஏன் எழுந்து நிற்கவில்லை என்று கோபம் கொண்டார். என் அப்பாவின் கிழிந்த ஆடைகளும் சவரம் செய்துகொள்ளாத சுருங்கிய முகமும் அவரை ஏழை என்று எடுத்துக்காட்டின. உடனேயே ஏழை மாணவர்களுக்குத் தரப்படும் இலவசப் புத்தகங்களையும் பென்சில்களையும் அலுவலக அறையிலிருந்து வரவழைத்து என்னிடம் தந்தார். பரம ஏழையின் மகன் எனத் தெரிந்துகொண்ட பிறகு என்னிடம் இன்னும் கூடுதலாக அன்பையும் அக்கறையையும் காட்டினார்.

பொய்யான படிப்பு

எங்கள் சேரி ஜனங்களுக்குத் தம் பிள்ளைகள் அனைவரும் நன்றாகப் படித்து முன்னுக்கு வரவேண்டும் என்கிற ஆசை அதிகமாக இருந்தது. இதனால் ஒரு வீட்டில் சாயங்காலமானதுமே ஒரு பையனை அவனுடைய தந்தை மண்ணெண்ணெய் விளக்கின் முன் உட்காரவைத்துப் படிக்குமாறு சொல்லிப் புத்தகத்தை விரித்து வைப்பார். அவன் படிப்பதைப் பார்க்க அவனுடைய தாய், அண்ணன் எல்லோரும் கூடுவார்கள். நான்காம் வகுப்பில் படிக்கிற பையன் எனினும் இன்னும் எழுத்துகளே சரியாக தெரியாதவனாக இருந்தான் அவன். இதனால் எழுத்துகளை கூட்டிப் பாடம் படிப்பது என்பது அவனைப் பொறுத்தமட்டில் சாத்தியமில்லாத விஷயம். அவன் அம்மா அப்பாவோ அவனை விடுவதில்லை. தன் மகன் படிப்பதைக் காதாரக் கேட்டு ஆனந்தம் கொள்ள எண்ணும் பெற்றோரின் ஆசைக்குக் குந்தகம் செய்ய மகனுக்கும் விருப்பமில்லை. ஏதேதோ வாய்க்கு வந்தபடி படிக்கத்தொடங்கினான் பையன். புத்தகத்தில் இருப்பது ஒன்று, அவன் படித்ததோ வேறொன்று. எழுத்துக் கூட்டிப் படிக்கிற மாதிரி அபிநயித்து ஏதோதோ மனசுக்குப் பட்டதையும் தெரிந்து வைத்திருந்ததையும் சொல்லத் தொடங்கினான். இதைக்

கேட்ட தந்தைக்கு ஆனந்தம். தாய்க்கு அளவற்ற சந்தோஷம். அண்ணன்காரனுக்கோ பெருமை. இவன் ஒவ்வொரு பத்தியையும் பொய்யாகப் படித்ததுமே, அவன் அம்மாவும் அப்பாவும் அண்ணனும் அவனுக்கு மேலும் உற்சாகமூட்டுவதற்காகப் பணம் கொடுத்தனர். இப்படியாக என்னுடைய அந்த நண்பனுக்கு சரஸ்வதியின் அருள் இல்லாவிட்டாலும் லட்சுமி மட்டும் தினமும் அருள் பாலித்து பையை நிரப்பினாள்.

ஐஸ் விற்பவன்

ஐஸ் விற்பதற்காக ஒரு சிறுவன் அடிக்கடி எங்கள் தெருவுக்கு வந்துகொண்டிருந்தான். வாங்கித் தின்ன ஆசை இருந்தாலும் வாங்க சக்தி இல்லாமல் நான் அமைதியாக இருந்தேன். ஐஸ் விற்பவன் என்னைவிட வயசில் பெரியவன். எங்கள் பள்ளிக்கூடத்தின் பக்கத்தில் இருந்த உயர்நிலைப்பள்ளிக்கு அருகில் நின்றிருந்தான் அவன். ரொம்பவும் தொலைவான இடத்தில் நின்றிருந்ததால் நான் அவனை, "ஏ ஐஸ்" என்று கூவியழைத்தேன். கோபமுற்ற அவன் என்னோடு சண்டையிட வந்து இன்னொரு முறை அப்படி அழைக்கக்கூடாது என்று சொல்லிப் பயமுறுத்தினான். அவன் கையில் ஐஸ்க்குப் பதிலாக புத்தகம் இருந்தது. அவன் அந்த உயர்நிலைப் பள்ளியின் மாணவன். படிப்பிலும் அவன் கெட்டிக்காரன். பள்ளிக்கூடம் விட்ட பிறகும் விடுமுறை நாள்களிலும் ஐஸ் விற்றுப் படிப்பதற்காகப் பணம் சம்பாதித்தான். மெல்லமெல்ல நானும் அவனும் நெருங்கிய நண்பர்கள் ஆனோம். இன்று அவன் கர்நாடக அரசில் ஓர் உயர் அதிகாரி.

பள்ளிக்கூடத்தில் விளையாட விடும்போது வசதி படைத்த குடும்பத்தைச் சேர்ந்த மாணவர்கள் அதையும் இதையும் வாங்கித் தின்பார்கள். எனக்கோ எதையாவது வாங்கித் தின்னவேண்டும் போல ஆசையாய் இருக்கும். ஆனால் வாங்கப் பணமில்லை. அதனால் இரண்டு மூன்று நண்பர்கள் ஒன்றாகச் சேர்ந்து ஒரு வழி கண்டுபிடித்தோம். தடிமனான ஒரு ஆள் பள்ளிக் கூடத்தின் முன்னால் ஒரு சாக்கை விரித்து அதில் கடலைகளைப் பரப்பி விற்றுக்கொண்டிருந்தான். நாங்கள் மூன்று பேரும் சேர்ந்து அவன் முன் சண்டைபோடுவது போல நடித்தோம். உதை வாங்கியதைப்போல நடித்த எங்களில் ஒருவன் மிகவும் பயந்தவனைப்போல சாக்கின் மேல் சென்று விழுந்தான். அந்த வியாபாரி கீழே விழுந்தவனுக்குப் பரிந்துகொண்டு எங்கள் பக்கம் வந்து திட்டும்போது, கீழே விழுந்தவன் முடிந்த அளவு கடலைகளை எடுத்து பைக்குள் நிரப்பிக்கொண்டான். அதற்கப்புறம் அந்த வியாபாரிக்குத்

தெரியாமல் தொலைவாகச்சென்று அக்கடலைகளைத் தின்றோம். எங்கள் சண்டை பொய்யானதென்று அந்த வியாபாரிக்குத் தெரிந்துவிட்டதுமே நாங்கள் சண்டையிடுவதையும் அந்தப்பக்கம் செல்வதையும் நிறுத்திவிட்டோம்.

கடிதம் படிக்கும் வேலை

இதே நேரத்தில் நான் நன்றாகப் படிக்கிற பையன் என்று எங்கள் சேரியில் எப்படியோ செய்தி பரவிவிட்டது. என் சில்லறைக் குணங்களைப் பற்றியும் தெரிந்துவிட்டது. தமக்கு ஊர்களில் இருந்து வரும் கடிதங்களைப் படித்து தெரிந்துகொள்ள வேண்டிய அவசியம் பலருக்கும் இருந்தது. நான் அந்தத் தேவையைத் தீர்த்துவைத்தேன். கடிதம் ஏதாவது வந்ததும், கடிதம் வரப்பெற்றோர் தத்தம் வீடுகளுக்கு என்னை அழைப்பார்கள். வீட்டுக்குச் சென்றதும் மிகவும் மரியாதை கொடுத்து என்னை உட்காரவைப்பார்கள். தின்னுவதற்கு ஏதாவது இருந்தால் கொடுத்து உபசரிப்பார்கள். அதற்கப்புறம் கடிதத்தைக் கையில் கொடுப்பார்கள். கடிதம் படிப்பது என்பது என் பழக்க வழக்கங்களில் ஒன்று என்பதைப் போல நான் செய்துவந்தேன். ஓம், திரு, சுகம் எல்லாவற்றையும் படித்து கடிதத்தின் மகத்துவத்தை அவர்களுக்குப் புரியும்படி எடுத்துச்சொல்லி மனசில் பதியவைத்தேன். வெறும் கடிதத்தைப் படிப்பதோடு மட்டுமின்றி, ஒவ்வொரு வரிக்கும் விளக்கமும் சொல்வதால் அந்த வீட்டார்களுக்கு மிகவும் சந்தோஷம் உண்டாகும். சிற்சிலர் தம் உறவினர்களுக்கு என் மூலம் கடிதம் எழுதுவார்கள். அப்போது தின்பதற்குக் கிடைப்பதோடு மட்டும் அன்றி, கையில் காசும் கிடைத்தது. காதல் கடிதம் பெற்றுக்கொண்டிருந்த சிலர்க்கு நான் தெய்வமாகவே இருந்தேன். அவர்கள் எனக்குக் கொடுத்த அன்பளிப்புகள் என்னை மிகவும் ஈர்ப்பனவாக இருக்கும்.

சின்னஞ் சிறுவர்கள் ஓட்டலுக்குப் போனது

ஒருநாள் என் நண்பனொருவன் வீட்டுக்குப் பக்கத்தில் வந்து என்னைக் கூப்பிட்டான். எனக்கு மிகவும் நெருக்கமானவன். சாப்பிடும் பொருளானாலும் சரி, மனசில் கவலையானாலும் சரி, என்னோடு பகிர்ந்து கொள்பவன். அன்று ‘ஓட்டலுக்குப் போகலாம் வா’ என்று என்னை அழைத்தான். நான் ‘பணம்?’ என்றேன். அதற்கு அவன் ‘அதைப்பற்றிய கவலை உனக்கு வேண்டாம்’ என்றான். வழியில் பார்க்க நேர்ந்த மேலும் இருவரையும் தம்மோடு சேர்த்துக்கொண்டான். நாங்கள் ஓட்டலை நோக்கி நடக்கத் தொடங்கினோம். நான் ஓட்டலுக்குப் போவது அதுதான் முதல் முறையாகும். அநேகமாகக் கூட வந்த மற்றவர்களுக்கும் அதுதான் முதல் முறையாகும்.

மிகவும் ஆர்வத்தோடு நாங்கள் ஓட்டலுக்குள் நுழைந்தோம். காலியாய் இருந்த மேசையைச் சுற்றி நாங்கள் உட்கார்ந்தோம். ரொம்பவும் தைரியத்தோடு ஆர்டர் செய்தான் நண்பன். இட்லி, தோசை என்று என்னென்னமோ சொன்னான்.

சட்னியையும் குழம்பையும் பார்த்த என் ஆனந்தத்திற்கு அளவே இல்லை. சட்னியும் கூட்டும் இட்லிக்கும் தோசைக்கும் தொட்டுக்கொள்ள வைக்கப்பட்டது என்கிற அறிவுகூட எனக்கில்லை. அவைதான் முக்கிய சிற்றுண்டி என்பதைப் போல வாங்கிவாங்கித் தின்றேன். என் நண்பனை மிகவும் நன்றியோடு எண்ணிக்கொண்டேன். அவனே எங்கள் உண்மையான தலைவன் என்கிற எண்ணம் மூளத் தொடங்கியது. காப்பி குடிப்பதற்குள் ஒரு சின்ன சம்பவம் நடந்துவிட்டது. ஓட்டலின் இன்னொரு மூலையில் இருந்த பெரியவர் ஒருவர் எங்களை வெகுநேரமாகப் பரபரப்போடு கவனித்துக்கொண்டிருந்தார். சற்றும் பொறுமையில்லாமல் இருந்தது அவர் முகம். பொறுமையை உடைத்துக்கொண்டு எங்கள் மேசை அருகில் வந்து அவர் கூவத் தொடங்கினார். “சின்னப் பசங்க இவ்வளவு டிஃபன் தின்னறதுக்கு பணம் எங்கேருந்து வந்தது?” என்று சத்தம் போட்டார். என் நண்பன், “எங்க வீட்டுல கொடுத்தாங்க” என்றான். அந்த ஆள் விடவே இல்லை. “இவ்வளவு சின்னப்

பசங்க ஓட்டலுக்கு வரலாமா?" என்றார். அவர் பேச்சைக் கேட்டு ஓட்டலில் இருந்த பலரும் அவருக்குத் துணையாகச் சேர்ந்துகொண்டார்கள். இந்தக் கேள்விக்கு என் நண்பனிடம் பதில் எதுவும் இல்லை. அந்த ஆள் உடனே, "உங்கள் அம்மா அப்பா யாரு? உங்க வீடு எங்க இருக்குது? வந்து சொல்றேன்" என்று சொல்லிட்டு மிகவும் வருத்தத்தோடு கிளம்பிச் சென்றார்.

தட்டு சாஸ்திரம்

நாங்கள் ஓட்டலுக்குப் போய் வந்து இரண்டு மூன்று நாள்கள் கடந்துவிட்டன. அன்று இரவில் எங்கள் தெருவில் ஜனங்கள் அங்குமிங்கும் ஓடிக்கொண்டிருந்தார்கள். பேசுவதுகூட அந்த அளவு கேட்கவில்லை. எல்லாரும் மௌனமாகச் சென்றுகொண்டிருந்தார்கள். தெரிந்து கொள்ளும் ஆர்வத்தில் நானும் ஆர்வத்தோடு அந்தக் கும்பலில் சேர்ந்துகொண்டேன். அது ஒரு சடங்கு. அதன் பெயர் தட்டு சாஸ்திரம். ஒரு வீட்டில் பத்து ரூபாய் திருட்டுப் போயிருந்தது. யார் திருடியது என்று கண்டுபிடிக்கமுடியவில்லை. அதனால் திருட்டுக்கொடுத்த வீட்டுக்காரர்கள் தட்டு சாஸ்திரம் செய்ய முன்வந்தார்கள். சாப்பிடும் பித்தளைத் தட்டினை அந்த வீட்டில் வைத்துப் பூசை செய்து ஒரு ஆள் அத்தட்டுக்குள் இரண்டு கைகளையும் வைத்துக் கொண்டிருக்கவேண்டும். அப்போது அந்தத் தட்டு உருளத் தொடங்கும். அதன் பின்னாலேயே தட்டில் கை வைத்தவனும் செல்வான். அதன் வேகம் மெல்ல மெல்ல அதிகரிக்கும். ஜனங்களும் தட்டையே பின்தொடர்ந்து செல்வார்கள். அத்தட்டு தெரு வழியாக ஒவ்வொரு வீட்டின் முன்னும் சென்று திருடியவரின் வீட்டின் முன் நிற்கும். அப்போது திருடியவனை மக்கள் பிடித்துவிடுவார்கள். அன்றும் தட்டு உருளத்தொடங்கியது. எவருடைய வீட்டின் முன்னாவது கொஞ்சம் பொறுமையாக உருண்டால் அந்த வீட்டுக்காரர்களது இதயம் வேகமாய் அடித்துக்கொள்ளத் தொடங்கியது. இந்தத் தட்டு உருண்டுகொண்டே இருந்தாலும் எவருடைய வீட்டின் முன்னும் நிற்கவில்லை. கடைசியில் முனீஸ்வரன் சாமியாக வந்து ஆடக்கூடிய பூசாரியின் வீட்டின் முன்னால் வந்து நின்றது. நல்ல மனிதர் என்று பெயர் வாங்கிய அவர் முகம் கறுத்துவிட்டது. அவர் முகத்தின் வேதனையை எழுத்தில் வடிக்க முடியாது. பூசாரியின் அதிர்ஷ்டமோ என்னமோ, தட்டு மேலும் உருளத்தொடங்கி வேகமாக முன்னேறத்தொடங்கியது. பூசாரியின் முகத்தில் நிம்மதி படரத் தொடங்கியது. இப்படியே தட்டு உருண்டுகொண்டிருந்ததே தவிர, திருடன் கிடைக்கவில்லை.

தட்டு சாஸ்திரம் பார்த்த மூன்றாவது நாள் காலையில் திருட்டுக் கொடுத்த வீட்டுக்காரன் எங்கள் வீட்டுக்கு வந்து

என்னை வெளியே வருமாறு அழைத்தான். நான் எந்தப் பயமும் இன்றி அவனோடு சென்றேன். மிகவும் தணிவான குரலில் அவன், “உனக்கு நான் எட்டணா கொடுக்கிறேன், என்னிடம் ஒரு விஷயம் சொல்” என்றான். நானும் ஒத்துக்கொண்டேன். நண்பர்களாகிய நாங்கள் ஓட்டலுக்குப் போனது உண்மையா என்பதுதான் அவனுடைய கேள்வியாக இருந்தது. நான் “ஆமாம்” என்று சொன்னேன். பிறகு பணம் கொடுத்தது யார் என்று கேட்டான். நான் உண்மையைச் சொன்னேன். பிறகு அவன் வெளியே சென்றுவிட்டான். என் நண்பன் அந்த வீட்டுக்கு அவ்வப்போது சென்று வருவது உண்டாம். பத்து ரூபாய் நோட்டை அவன் கண்ணில் படுமாறு வீட்டுக்காரர்கள் ஏன் வைத்தார்களோ தெரியவில்லை. அவன் சுருட்டி எடுத்து வந்துவிட்டான். கடைசியில் அந்த நண்பனின் தந்தை அந்தப் பணத்தை வட்டியோடு தவணைமுறையில் திருப்பித் தந்தார்.

ராஜா மில்லில் உதிரித் தொழிலாளியாய் வேலை செய்து வந்தார் என் அப்பா. அதிகாலை ஐந்து மணிக்கெல்லாம் எழுந்து போய் ராஜா மில்லின் கேட்டின் அருகே நிற்பார். அப்போதெல்லாம் நிரந்தரத் தொழிலாளி யாராவது

வேலைக்கு வராவிட்டால், வாசலில் காத்துநிற்கும் உதிரித் தொழிலாளிகளில் யாரையாவது அழைத்துக்கொள்ளும் வழக்கமிருந்தது. இப்படி வேலை புரியும் நாள்களையெல்லாம் ஓர் அட்டையில் குறித்துக்கொள்வார்கள். வாரத்தில் சில நாள்களாவது என் அப்பாவுக்கு வேலை கிடைக்கும். இதனால் எங்கள் நிலைமை மோசமில்லாமல் இருந்தது. ஆனால் ராஜா மில்லின் தொழிலாளர்கள் போராட்டம் நடத்தியதும் மில்லின் முதலாளிகள் அதை மூடிவிட்டார்கள். இதனால் நிரந்தரத் தொழிலாளிகளின் பாடே திண்டாட்டமாய்ப் போய்விட்டது.

விறகுடைக்கும் அப்பா

அக்கம்பக்கத்தில் இருந்த விறகு மண்டியில் விறகுடைக்கச் செல்வார் அப்பா. அப்போது பெரும்பான்மையினர் சமைப்பதற்கும் குளிக்கத் தண்ணீர் காய்ச்சுவதற்கும் விறகுகளையே பயன்படுத்திக் கொண்டிருந்ததால், விறகு வாங்கப் பலரும் மண்டிக்கு வருவார்கள். அடுப்புக்குள் வைப்பதற்கு வாகாக விறகுக் கட்டைகளைச் சின்னச்சின்னத் துண்டுகளாகப் பிளந்து கொடுப்பார் அப்பா. பிறகு அத்துண்டுகளைக் கட்டாகக் கட்டி எடுத்துச் சென்று அவரவர்களின் வீடுகளுக்கும் கொடுத்துவிட்டு வருவார். ஒரு கிலோ விறகுக்குப் பத்து பைசா கிடைக்கும். எங்கள் குடும்பம் நடைபெற இந்த வருமானமே ஆதாரம். இது போதாததால் அம்மா தன் மற்ற கூட்டாளிகளோடு சேர்ந்து சிவனஹள்ளி ஏரிக்குள்ளே கிழங்கு பொறுக்குவதற்குச் செல்வார். ஏரிக்குள் சென்று கிழங்குச் செடிகளை அடையாளம் கண்டுபிடித்து அவற்றை வேரோடு பிடுங்கியெடுத்து கிழங்குகளைச் சேகரித்துக்கொள்வார்கள். வரும் வழியில் ராஜாஜி நகரில் அரைக்கீரையும் கலவைக்கீரையும் நிறைய வளர்ந்து கிடக்கும். அவற்றையும் பிடுங்கிக் கட்டி எடுத்து வருவார்கள். கிழங்கும் கீரையும்தான் எங்கள் இரவு உணவு.

பரம்பரைத் தட்டை விற்றவன்

சேரிக்காரர்கள் பலரும் கடனாளியாக இருந்தார்கள். ஒரு பெண்மணி லேவாதேவிக்காரன் ஒருவனிடமிருந்து கடன் வாங்கியிருந்தாள். கூலி சரியாகக் கிடைக்காததால் அவளால் வட்டியைச் சரியாகக் கட்ட முடியவில்லை. வார வட்டிக்கு அவள் கடன் வாங்கியிருந்தாள். மூன்று நான்கு வாரங்களாக வட்டி கட்டாமலிருந்ததால் லேவாதேவிக்காரன் அவளுடைய சின்ன வயசுக் குழந்தையைத் தூக்கிக்கொண்டுபோய் தன் வீட்டில் வைத்துக்கொண்டான். அவளால் வட்டியைக்கூட சரியாய்க் கட்டமுடியவில்லை. அடிக்கடி லேவாதேவிக்காரனின் வீட்டுக்குச் சென்று தன் குழந்தையைப் பார்த்துவிட்டு கண்ணீரைத் துடைத்தபடி திரும்புவாள். சேரியில் நாணயமான ஒருவன்

இருந்தான். ஆனால் அவனையும் வறுமை விடவில்லை. தன் வீட்டில் இருந்த தாமிரத் தட்டு ஒன்றை அடகு வைக்கத் தீர்மானித்திருந்தான்.

அத்தட்டை அடகுக் கடை வரைக்கும் தூக்கிக் கொண்டு போக அவனுடைய தன்மானம் இடம் கொடுக்கவில்லை. ஆனால் விற்காமலும் இருக்கமுடியாது. அந்த ஆள் என்னை அருகில் அழைத்து முதுகில் தட்டிக்கொடுத்து “எனக்கு ஒரு வேலை செய்யறியா” என்று கேட்டான். நான் “என்ன செய்யணும்?” என்றேன். தன் தாமிரத் தட்டை அடகுக்கடை வரைக்கும் சுமந்து வர வேண்டும் என்றும், தான் அக்கடை முன்னால் காத்திருப்பதாகவும் சொன்னான். நானும் ஒத்துக்கொண்டேன். மிகப்பெரிய, அந்தக்காலத்துத் தாமிரத் தட்டைத் தெருவில் சுமந்துகொண்டு செல்லும்போது என்னைத் திருடன் என்று பிடித்துக்கொள்ளக்கூடும் என்ற பயத்தோடு கடைக்குப் போய்ச் சேர்ந்தேன். அந்த ஆள் பரபரப்போடு அங்கே காத்துக்கொண்டிருந்தான். அடகுக் கடையில் வாங்கிய பணம் பை நிறைந்திருந்தாலும் தன் பரம்பரைத் தட்டை விற்றுவிட்ட வேதனை அவனது முகத்தில் நிறைந்திருக்கிறது.

எதிர்ப்புணர்வுள்ள பிள்ளைகள்

ஏழைகளாகிய பெற்றோர்களுக்குப் பிள்ளைகளை வளர்க்கும் சக்தி இருப்பதில்லை. ஆனால் அந்த வயசிலேயே பிள்ளைகளும் கெட்டிக்காரர்களாக இருப்பார்கள். பெற்றவர்கள் தம்மை நல்லபடி வளர்ப்பார்கள் என்று அவர்கள் எதிர்பார்த்தார்கள். பொதுவாகப் பிள்ளைகள் தம் தந்தையோடு ஒருமையிலேயே பேசிவந்தார்கள். வா, போ என்று சாதாரணமாகக் கூப்பிடுவார்கள். எங்கள் தெருவில் ஒரு பையன் இருந்தான். தன் தந்தை வாங்கித் தின்னப் பணம் தரவில்லையென்றால் "வளர்க்கத் துப்பில்லைன்னா எதுக்குப் பெத்துக்கணும்?" என்று சத்தம் போடுவான். அப்போது அவன் தந்தையும் அதே போல சத்தமான குரலில் "உன்னை மாதிரி அயோக்கியன் பொறப்பான்னு தெரிஞ்சிருந்தா பெத்திருக்கவே மாட்டேன்" என்று சொல்வான். "வீட்டுக்குத் தேவையானதை வாங்கி வந்து போடறதுக்கு வக்கு இல்லன்னா எதுக்கு என்னக் கட்டிக்கணும்?" என்று சில பெண்கள் தன் கணவன்மார்களைப் பார்த்து தெருவில் வைத்தே சத்தம் போடுவார்கள். இதற்கெல்லாம் மௌனமே ஆண்களின் பதிலாக இருக்கும். சில சின்னப் பிள்ளைகள் பசிக்கும் போது அம்மா அப்பாவை அடிக்கும் அளவுக்குக்கூடச் சென்றுவிடுவார்கள். ராமு என்கிற பையனுக்குத் தன் அப்பாவின் மேல் கொஞ்சமும் மரியாதை என்பதே இல்லை. சம்பாதிக்க முடியாமல் பலவீனமான உடல் நிலையோடிருந்த அவனுடைய அப்பா வியாதியில் படுத்த படுக்கையாகிவிட்டார். அவர் சாகக்கூடும் என்றே ஜனங்கள் எல்லோரும் பேசிக்கொண்டிருந்தார்கள். ராமுகூட அவர் செத்துப்போனால் நல்லது என்று சொல்லிக்கொண்டிருந்தான். யாராவது 'உங்க அப்பாவுக்கு எப்படி இருக்குது' என்று கேட்டால், 'இன்னும் சாகலடா' என்று அலட்சியமாகப் பதில் சொல்வான்.

அப்பாவுக்கு உதை

என் அப்பா நிறைய கடன்பட்டிருந்தார். எங்கிருந்தாவது கடன் வாங்கி வருவது என்றால் அவருக்குத் தண்ணீர் குடிக்கிற மாதிரி சுலபமான காரியமாக இருந்தது. ஆனால் அதைத் தீர்ப்பதற்குப் படாதபாடு பட்டார். ஒருநாள் இரண்டு முரடர்கள் என் அப்பாவைத் தெருவில் மடக்கி உதைத்தார்கள். ஓவென்று கூவியபடி அவர்களிடமிருந்து தப்பித்துக்கொள்ளப் பெரிதும் முயன்றார் இவர். தப்பிக்க முயற்சி செய்யும்தோறும், அவர்களின் அடிகளும் பலமாக விழத்தொடங்கின. பயந்தபடியே நாங்கள் அருகில் சென்றோம். யாரோ சிலர் முன்வந்து விடுவித்ததால் அபாயத்திலிருந்து தப்பினார் அவர். உடம்பெங்கும் காயமாகிவிட்டது. துணி கிழிந்துவிட்டது.

லேவாதேவிக்காரர்களால் அனுப்பி வைக்கப்பட்டவர்கள் அந்த முரடர்கள். கடனைத் திருப்பி அடைப்பதில் தாமதமேற்பட்ட காரணத்தால் அவர்கள் ஆள்களை அனுப்பி உதைக்க ஏற்பாடு செய்திருந்தார்கள். அன்றைய இரவே அவமானம் தாங்க முடியாத அப்பா விஷத்தைக் குடித்துவிட்டு உயிருக்குப் போராடினார். ஆஸ்பத்திரியில் சேர்த்த பிறகு பிழைத்துக்கொண்டார்.

இந்தக் கஷ்டத்தில் கூட சேரியில் எப்படியோ இடம் பிடித்த என் அப்பா அங்கே ஒரு குடிசை கட்டினார். பத்தடி அகலம் ஐந்தடி உயரம் கொண்ட அக்குடிசை மழைக்காலத்தில் ரொம்பவும் ஒழுகியதால் அதைக் கீற்று போட்டு தடுப்பதற்காக எப்போதும் கூரை மேலேயே இருப்பார். பள்ளிக் கூடத்தில் எனக்கு ராமகிருஷ்ணன் என்னும் நண்பன் இருந்தான். அவன் வீட்டில் பசுக்களை வளர்த்துவந்தார்கள். அவன் பால் விற்றுவந்தான். அதில் மிச்சம் பிடித்துவைத்த பணத்தை செலவு செய்தோம். ஒருநாள் ஏதோ ஒரு காரணத்திற்காக என்னைத் தேடிக்கொண்டு எங்கள் சேரிக்கு வந்தான். நான் குடிசை வீட்டில் இருப்பதைக் கண்டு அவனுக்கு வருத்தமாக இருந்தது. அன்றிலிருந்து பால் விற்று எஞ்சும் பணத்தில் ஒரு சிறு பகுதியை எனக்கே கொடுத்துவிடத் தொடங்கினான்.

நான் ஐந்தாம் வகுப்பில் சேர்ந்தபோது, அப்புதிய சூழலைக் கண்டு நான் மிகவும் பயந்தேன். அப்போது அதே பள்ளிக்கூடத்தில் எனக்கு அடுத்த வகுப்பில் படித்துக்கொண்டிருந்த புட்டப்பா என்னோடு நெருக்கமானான். அவனும் எங்கள் சேரியைச் சேர்ந்தவன்தான். நான் பள்ளிக்கூடத்திற்குப் புதுசானவன் என்பதால் பயம் கொள்ளத் தேவையில்லை என்றும் யாராவது தொல்லை கொடுத்தால் தெரியப்படுத்த வேண்டும் என்றும், அவனைத் தான் பார்த்துக்கொள்வதாகவும் சொன்னான். அவன் பேச்சைக் கேட்டு என் மனசிலிருந்த பயமெல்லாம் மாயமாய் மறைந்து போனது.

புட்டப்பாவின் பெற்றோர்கள் அவனை நல்லபடி வளர்த்து வந்தனர். புட்டப்பாவின் கையெழுத்து அழகாக இருந்தது. கணக்கில் அவன் எல்லாரையும் விடவும் முன்னணியில் இருந்தான். புட்டப்பாவின் அம்மாவுக்கு உடல்நலம் குன்றியது. புருஷன் தன் ஆரோக்கியத்தைப் பற்றி அவ்வளவாக பொருட்படுத்தவில்லை என்கிற கோபத்தால், அவள் எவருக்கும் தெரிவிக்காமல் போய் ஆஸ்பத்திரியில் சேர்ந்துவிட்டாள். ரொம்ப நாள்கள் வரை அவள் எங்கே இருக்கிறாள் என்கிற விஷயம் எவருக்கும் தெரியவில்லை. புட்டப்பாவும் மனம் சோர்ந்திருந்தான். ஆனால் அவன் தந்தை இரண்டாவது திருமணத்திற்கு ஏற்பாடு செய்துகொண்டிருந்தார். புதிய ஆடையும் செலவுக்குப் பணமும்

கிடைத்ததால் அந்தத் திருமணத்தில் புட்டப்பா உற்சாகத்துடன் இயங்கிக்கொண்டிருந்தான். புட்டப்பாவின் சிற்றன்னை நல்ல பெண்மணி. மெல்லமெல்ல புட்டப்பா தன் தாயையே மறந்துவிட்டான்.

புட்டப்பாவின் துரதிருஷ்டம்

திடுமென ஒருநாள் புட்டப்பாவின் தாய் சேரிக்கு வந்தாள். அவள் உடல்நலம் குணமடைந்திருந்தது. தன் கணவன் இரண்டாம் திருமணம் செய்து கொண்டிருப்பதையறிந்து தன் வீடு இருக்கும் தெருவின் பக்கமே முகம் காட்டாமல் நேராக மேகலஹட்டியில் இருந்த தன் தாயின் வீட்டுக்குச் சென்றாள். அவள் புட்டப்பாவையும் பார்க்கவில்லை. ஒன்றிரண்டு நாள்களில் தன் தாய் வந்திருக்கும் விஷயம் யார் மூலமோ புட்டப்பாவுக்குத் தெரிந்துவிட்டது. தன் தாயைப் பார்க்க விரும்பும் தன் ஆசையை தன் அப்பாவுக்குத் தெரிவித்தான். இதனால் கோபமுற்ற அவன் அப்பாவும் சிற்றன்னையும் சேர்ந்து கன்னாபின்னாவென்று அவனை அடித்தார்கள். புட்டப்பாவின் நிலையைப் பற்றி சேரியில் இருக்கிறவர்களுக்கு எல்லாம் தெரிந்துவிட்டது. அடி தாங்கமுடியாமல் தப்பித்துக்கொண்டு அவன் தெருவுக்கு ஓடி வந்தபோது, அக்காட்சியைக் காண சேரி ஜனங்கள் கும்பலாய்ச் சேர்ந்துவிட்டனர். விஷயம் எப்படியோ புட்டப்பாவின் தாய் வரைக்கும் எட்டி, 'என் புள்ளய அடிச்சிச் சாவடிச்சிட்டாங்களே' என்று அழுது புலம்பியபடி வீட்டின் பக்கம் ஓடிவந்தாள். அவளுக்குப் பின்னாலேயே அவளுடைய தாயும் சகோதரனும் ஓடிவந்தார்கள். முன்னால் பாய்ந்த புட்டப்பாவின் தாய் தன் கணவனின் கையிலிருந்து குழந்தையை மீட்டுக் கொள்ள மிகவும் போராடினாள். தாயும் சகோதரனும் அவளுடைய உதவிக்கு நின்றார்கள். இன்னொரு பக்கம் புருஷனும் சிற்றன்னையும் புட்டப்பாவைக் கெட்டியாய்ப் பிடித்திருந்தனர். முதலிலேயே அடி வாங்கி நொந்திருந்த புட்டப்பாவுக்கு அழுவதைத் தவிர வேறு வழியில்லை. இந்த இழுபறியில் பொது மக்களில் பலரும் புட்டப்பாவின் உண்மையான தாயின் பக்கம் இருந்ததால் புட்டப்பா தன் தாயோடு சேர்ந்தான். இந்தச் சண்டையில் கணவனின் கையாலேயே உதை வாங்கியிருந்த அவள் திரும்பவும் தன் தாய் வீட்டுக்கே புட்டப்பாவை அழைத்துக்கொண்டு சென்றாள். கூலி வேலை செய்து புட்டப்பாவைப் படிக்கவைத்தாள். புட்டப்பாவின் துரதிருஷ்டம், அவள் மீண்டும் நோய்வாய்ப்பட்டு ஒரே வருஷத்தில் இறந்துபோனாள்.

இப்போது புட்டப்பாவை வளர்க்கும் பொறுப்பு அவனுடைய பாட்டியுடையதானது. அங்குமிங்குமாக வீட்டுவேலை

செய்து அவனை வளர்த்தாள் அவள். இரண்டு ஆண்டுகளில் அந்தப்பாட்டியும் இறந்துபோனாள். மீண்டும் சில வருஷங்கள் அவனுடைய தாய்மாமன் கவனித்துக்கொண்டான். அப்புறம் எப்படியோ தன் தந்தையோடு மன இணக்கம் கொண்டு, அந்த வீட்டுக்கே வந்துசேர்ந்தான். அதற்குள் சிற்றன்னை மூலம் நான்கைந்து குழந்தைகள் பிறந்திருந்தார்கள். இப்போது பெங்களூர் தலித் சங்கர்ஷ சமிதியில் முன்னணி ஆள்களில் ஒருவனாக இருக்கிறான் புட்டப்பா.

களி உண்டையோ களி உண்டை

சிறீராமபுரத்தில் இருந்த தலித் மாணவர்கள் விடுதியொன்றில் குப்பை கூட்டும் வேலையில் சேர்ந்தாள் என் தாய்.

அந்த விடுதியின் பெயர் ஆர். கோபால ஸ்வாமி ஐயர் மாணவர் விடுதி. டி. வெங்கடய்யா என்பவர் அவ்விடுதியின் மேற்பார்வையாளராக இருந்தார். மாணவர்களுக்கெல்லாம்

உணவு கொடுத்து முடிந்த பிறகு வேலைக்காரர்களுக்கும் உணவு கொடுப்பார் அவர். அவர் கொடுக்கும் களி உருண்டையையும் குழம்பையும் மதிய வேளையிலும் இரவு வேளையிலும் வீட்டுக்குக் கொண்டுவருவாள் அம்மா. இதன்மூலம் ஒருவழியாக எங்கள் சாப்பாட்டுப் பிரச்சினை தீர்ந்தது. நண்பகல் பதினோரு மணிக்கு வீட்டுக்கு சாப்பாடு கொண்டு வந்ததுமே, அதைச் சாப்பிட்ட பிறகு நான் பள்ளிக்கூடத்திற்குக் கிளம்பிச் செல்வேன். என் அம்மா வேலை செய்த விடுதிக்குப் பின்னால் நான் படித்துக் கொண்டிருந்த நடுநிலைப்பள்ளி இருந்தது.

அன்று ஒருநாள் விடுதியிலிருந்து சாப்பாடு கொண்டுவருவதற்காக என் தங்கை சென்றிருந்தாள். என்னவோ தெரியவில்லை, சாப்பாடு கொண்டுவரத் தாமதமானது. பள்ளிக்கூடத்திற்கு நேரமாகிவிட்டது. புத்தகப்பையைத் தூக்கித் தோள்மேல் போட்டுக்கொண்டு பள்ளிக்குக் கிளம்பினேன் நான். பாதித்தூரம் சென்றுவிட்டபிறகு, எதிர்ப் புறமாக என் தங்கை சாப்பாட்டோடு வருவதைப் பார்த்தேன். ஏதாவது ஒரு கடையில் உப்பு வாங்கித் தின்று கொள்ளலாம் என்ற எண்ணத்தில் தங்கையிடம் இருந்து ஒரு கேழ்வரகுக் களி உண்டையை வாங்கிப் பைக்குள் போட்டுக்கொண்டு பள்ளிக்குச் சென்றுவிட்டேன். மதிய உணவு இடைவேளை எப்போது விடுவார்கள் என்று காத்திருந்தேன். நடந்துகொண்டிருந்த பாடவேளைக்கு அப்புறம் உணவு இடைவேளை தொடங்கும். அன்று ஒரு பையன் ஒரு பக்கத்திலிருந்து எல்லோருடைய பைகளையும் சோதித்துக்கொண்டு வந்தான். பைக்குள் கைவிட்டு புத்தகங்களையும் நோட்டுக்களையும் எடுத்துக் கீழே வைத்தபிறகு பைக்குள் என்ன இருக்கிறது என்று பார்ப்பதுதான் அவன் நோக்கம். தொலைந்து போன தனது பென்சிலைக் கண்டுபிடிக்கும் பொருட்டு இச்சோதனையை நடத்த அவன் ஆசிரியையிடமிருந்து அனுமதி வாங்கியிருந்தான். பென்சில் தேடுகிறவன் பைக்குள் கைவிட்டு கேழ்வரகுக் களி உண்டையை வெளியே எடுத்து எல்லார் முன்னிலையிலும் காட்டிவிடக்கூடும் என்று எண்ணி அவமானம் கொண்டேன் நான். பயமாக இருந்தது. இதனால் என்னை அவன் நெருங்கியபோது என் பையைச் சோதிக்க அவனை அனுமதிக்கவில்லை. இதனால் நானே திருடன் என்று முடிவு கட்டிக்கொண்டு ஆசிரியையிடம் ஓடினான் அவன். ஆசிரியை என் அருகில் வந்து பையைக் காட்டுமாறு வலியுறுத்தினார். எல்லா மாணவர்களும் ஆர்வத்தோடு பார்க்கத் தொடங்கினார்கள். அவர்கள் பிரச்சினை பென்சில். எனக்கோ களிஉண்டையை நினைத்துப் பயம். அவர்கள் என்னை மிகவும் வலியுறுத்திப் பைக்குள் இருந்த புத்தகங்களையெல்லாம் எடுத்து

வெளியே போட்டார்கள். பென்சில் கிடைக்கவில்லை ஆனால் கேழ்வரகுக் களி உண்டை கிடைத்துவிட்டது. ஆசிரியை மிகவும் கவலை கொண்டார். பிள்ளைகள் எல்லோர்க்கும் என்னமோ அது விளையாட்டாக இருந்தது. உணவு இடைவேளைக்கான மணி அடித்ததுமே பிள்ளைகள் எல்லோரும் கூடி "களி உண்டையோ களி உண்டை" என்று ஒரே குரலில் கூவிக்கொண்டே வெளியே சென்றார்கள்.

கங்கமாளகய்யாவிடமிருந்து சொற்பொழிவாற்றக் கற்றுக் கொண்டது

என்னுடைய இன்னொரு பெரியப்பாவின் பெயர் கங்கமாளகய்யா. அவர் நல்ல கல்விமான். என் அத்தையின் வீட்டுக்கு அடிக்கடி வந்துகொண்டிருந்தார். அவரைப் பார்த்தால் எங்கள் சுற்றத்தார்களுக்கெல்லாம் பயமும் கௌரவமும் உண்டு. அவர் அத்தை வீட்டுக்கு வந்ததும் அவர் முன்னே போய் உட்கார்வேன். நான் கணீர் என்று பேசுவதைக் கேட்டு எனக்குச் சொற்பொழிவுக் கலையைச் சொல்லித்தந்தார். ஏதாவது ஒரு பொருளைப் பற்றி எப்படிச் சொற்பொழிவாற்றுவது என்று உலகில் மிகச் சிறந்த சொற்பொழிவாளர்களையெல்லாம் உதாரணம் காட்டி விவரிப்பார். அப்போது சீனா – இந்திய யுத்தம் நடந்துகொண்டிருந்தது. இதைப் பற்றியே ஏன் பேசக்கூடாது என்று தோன்றியது. இதைப் பற்றி மேலும் விவரங்களைச் சேகரிப்பதற்காக நகர பொது நூலகங்களுக்குச் செல்லத்தொடங்கினேன். பத்திரிகைகளும், புத்தகமும் படிக்கத்தொடங்கினேன். கொஞ்ச நாள்களில் சின்னச் சொற்பொழிவாளனானேன். சொற்பொழிவின் முன்பகுதியும் பின்பகுதியும் பின்னும் எப்படி அமையவேண்டும் என்று கங்கமாளகய்யா சொல்லிக்கொடுத்தார். வீட்டுக்குள்ளேயே அண்டா குண்டாக்களையும் குடம் தட்டுக்களையும் சபையில் இருப்பவர்களாக எண்ணிக்கொண்டு பேசிப்பேசிப் பயில்வதன் மூலம் சொற்பொழிவு சுலபமாக வரும் என்று நினைத்தேன். மாண்புமிகு அண்டா அவர்களே, மாண்புமிகு குண்டான் அவர்களே, மாண்புமிகு குடம் அவர்களே என்று வீட்டுக்குள்ளேயே பேசிப் பயிற்சி செய்ததை என் அம்மாவும் அப்பாவும் பார்த்துவிட்டுப் பயமடைந்தனர். எனக்குப் பைத்தியம் பிடித்திருக்கக்கூடும் என்று எண்ணி பைத்தியக்கார ஆஸ்பத்திரியில் சேர்க்கத் தயாரானார்கள். சில பெரியவர்கள், "இப்பவே வேணாம், இன்னும் கொஞ்ச நாள் போவட்டும். அப்புறம் என்னாவதுன்னு பாத்துக்கலாம்" என்று ஆலோசனை வழங்கிய பிறகு அமைதியடைந்தார்கள். சொற்பொழிவு நிகழ்த்துவதோடன்றி, நான் கவிதை எழுதுவதையும்

உற்சாகப்படுத்தினார் என் பெரியப்பா கங்கமாளகய்யா. அந்த நாள்களில், என் சொற்பொழிவின் முதல் பார்வையாளனும் என் கவிதையை முதலில் பாடிப் பார்ப்பவனும் ஜென்னி என்பவன்தான். ஜென்னி என்னை விடவும் சுறுசுறுப்பானவன். என் திறமையைக் கண்டு பாராட்டுகிறவனாக மட்டுமின்றி, என்னை விடக் கில்லாடியாகவும் இருந்தான் அவன். நான் மேடையில் பேசுகிற விஷயம் சேரியெங்கும் பரவியது. சேரிக்காரர்கள் எல்லோரும் என்னைப் பேசச் சொல்லிக் கேட்டுக்கேட்டு ஆனந்தம் அடைந்தார்கள். விறகு டிப்போ முதலாளி என்னைப் பேசவைத்துக் கேட்டபிறகு பரிசு கொடுத்தார். நான் மஞ் சணபெலெக்கு மீண்டும் போனபோது அங்கிருந்தவர்களும் ஆர்வத்தின் காரணமாக தெருவில் சொற்பொழிவு நிகழ்த்த ஏற்பாடுசெய்து கேட்டு மகிழ்ந்தார்கள். கடைக்காரர்கள் மிட்டாய்கள், பெப்பர்மின்ட்கள் எல்லாம் கொடுத்தார்கள். ஓட்டல்காரர்கள் வடை, பகோடா என அன்பளிப்புகள் கொடுக்கத் தொடங்கினர். என் பேச்சின் மையப்பொருள் இந்திய – சீன யுத்தத்தைப் பற்றியது என்பதாலும், அப்போது இந்தியாவுக்கும் சீனாவுக்கும் இடையே யுத்தம் நடந்துகொண்டிருந்ததாலும் எல்லோரும் என் பேச்சை மிகவும் ஆர்வத்தோடு கேட்டார்கள். பள்ளிக்கூடத்திலும் இந்த விஷயம் பரவி, ஆசிரியர்கள் கூட என்னைப் பேசும்படி தூண்டினர். மெல்லமெல்ல எல்லோரும் "சொற்பொழிவாளர்" என்று அழைக்கத்தொடங்கினர்.

பகுதி மூன்று

கோபாலஸ்வாமி ஐயர் தலித் மாணவர் விடுதி

சிறீராமபுரத்தைச் சேர்ந்த ஆர். கோபாலஸ்வாமி ஐயர் தலித் மாணவர் விடுதியில் என்னையும் என் தாய் சேர்த்துவிட்டாள். அதே மாணவர் விடுதியில் அவள் குப்பை கூட்டுபவளாக வேலை செய்துவந்தாள். இதனால் எனக்குச் சற்றே தைரியமாக இருந்தது. சில போக்கிரி இளைஞர்கள் அவளை அச்சுறுத்தியபோது எனக்கு வேதனையாக இருந்தது. வறுமையால் உடல் சோர்ந்த என் அப்பா அடிக்கடி அங்கே வருவதுண்டு. அந்த மாணவர் விடுதி எனக்குப் புதிய அனுபவத்தைத் தந்தது. நாங்கள் மொத்தம் முந்நூறு மாணவர்கள் இருந்தோம். மாநிலத்தின் வேறுவேறு ஊர்களில் இருந்து எல்லாரும் வந்து சேர்ந்திருந்தார்கள். கன்னடத்தை வேறுவேறு விதங்களில் பேசினார்கள். பெங்களூரின் சுற்றுப்புறமுள்ள கிராமங்களில் பேசப்படும் கன்னடம் ஒருவிதமெனில், கொள்ளேகால், மாம்பள்ளியைச் சேர்ந்தவர்கள் வா, போ என்பதையெல்லாம் இழுத்து இழுத்து வாடா, போடா என்று சொல்லிக்கொண்டிருந்தனர். மளவள்ளி பகுதியைச் சேர்ந்தவர்கள் இவற்றையே இன்னும் வேறு விதமாகப் பேசினார்கள். பெங்களூரிலேயே இருந்து அங்கேயே சேர்ந்து கொண்டிருந்த நாங்கள் நாலைந்து பேர் வாய் திறந்தால் வசைமொழிகளைத் தவிர வேறு எதுவும் வரவில்லை. ஒவ்வொரு அறையிலும் பத்து முதல் முப்பது வரையிலும் மாணவர்கள் படுத்துக்கிடப்போம். மாணவர்கள் உடம்பில் படையும் சிரங்கும் ஏராளம். சிரங்கு

உள்ளவர்கள் உடலெங்கும் மருந்தைப் பூசிக்கொண்டு வெயிலில் நிற்கிற காட்சி சாதாரணமான ஒன்றாகும்.

இந்த மாணவர் விடுதிக் கட்டிடம் மிகவும் பெரியது. அதன் முன்னால் நான்கு ஏக்கர் பரப்பளவு கொண்ட மைதானம் இருந்தது. சாலையின் அந்தப் பக்கத்தில் அரசாங்க ஆரம்பப் பள்ளிக்கூடமும் போலீஸ் ஸ்டேஷனும் இருந்தன. இரவு வேளையில் போலீஸ் ஸ்டேஷனிலிருந்து விதம்விதமான சத்தங்கள் கேட்கும். கைதானவர்களைப் போலீஸ்காரர்கள் அடிக்கும் சத்தம் அது. முன்னால் இருந்த மைதானத்தில் எங்கள் விடுதியைச் சேர்ந்த மாணவர்கள் மிகவும் நன்றாக வாலிபால் ஆடுவார்கள். அந்த ஆட்டத்தைப் பார்க்கவென்றே நிறைய பேர்கள் கூடுவார்கள். நாற்காலி போட்டுக்கொண்டு எங்கள் விடுதிக் காப்பாளர் ஆட்டத்தைப் பார்த்துக்கொண்டிருந்த போது, வேகமாய் எகிறிய பந்து ஒருமுறை அவரைத் தாக்கிவிட ஆஸ்பத்திரியில் சேர்க்கிற அளவுக்கு ஆகிவிட்டது. இந்த வாலிபால் குழு மாநில அளவிலான குழுவிலும் இடம் பெற்றது. பெயரும் புகழும் ஈட்டியது. அந்தக் குழுவுக்கு அம்பேத்கர் வாலிபால் குழு என்று பெயர் சூட்டினர்.

மைதானத்தின் இன்னொரு பக்கத்தில் கென்னடி கபடி குழுவைச் சேர்ந்தவர்கள் மிகவும் நன்றாக கபடி ஆடிக்கொண்டிருந்தனர். அவர்களும் மிகச் சிறப்பான ஆட்டக்காரர்களாக இருந்து அநேகக் குழுக்களைத் தோற்கடித்தனர்.

செண்பக மரமும் கொள்ளிவாய்ப் பிசாசும்

மாணவர் விடுதியின் உட்பக்கத்தில் ஒரு பெரிய செண்பக மரம் இருந்தது. மரம் நிறைய பூக்கள் பூத்திருந்தன. கீழே கூட பூக்கள் விழுந்திருந்தன. அந்தச் செண்பக மரத்தில் பேய் இருப்பதாக மூத்த மாணவர்கள் சொன்னார்கள். பொழுது சாய்ந்தால் போதும், அந்த மரத்தின் பக்கம் செல்வதற்கும் கூட பயமாக இருந்தது. அந்த மரத்தில் பல பேய்கள் வசிக்கின்றன என்கிற விஷயம் தெரிந்த பிறகு மாணவர்கள் அந்த மரத்தை நிமிர்ந்து பார்க்கக்கூட பயந்தார்கள். விடுதிக்குப் பக்கத்தில் இருந்த பழைய கிணறொன்றிலும் பேய் இருப்பதாக எல்லோரும் நம்பினார்கள். மாணவர்கள் அதிகாலையில் நான்கு மணிக்கே எழுந்து தண்ணீரில் குளிப்பதுண்டு. பெரிய தண்ணீர்த்தொட்டியில் இருந்து தன் சாப்பாட்டுத் தட்டாலேயே தண்ணீரை மொண்டு உடம்பில் ஊற்றிக்கொள்வதுதான் குளிக்கிற முறை. ஒருநாள் அதிகாலை இப்படியாக பத்துப் பதினைந்து மாணவர்கள் குளித்துக்கொண்டிருந்தபோது எதிரே இருந்த வெட்டவெளியில் இருந்தாற்போல இருந்து திடுமென நெருப்பு பற்றிக்கொண்டு எரியத் தொடங்கியது. கொள்ளிவாய்ப் பிசாசு என்று கூவியபடி மாணவர்கள் ஓடத் தொடங்கினார்கள். பலரும் வெறும் உடலோடுதான் குளித்துக்கொண்டிருந்தார்கள். பக்கத்திலிருந்த துணி மாற்றும் அறைகளுக்குக் கூடச்செல்லாமல் உயிர் பிழைத்தால் போதும் என்று எல்லோரும் ஓடித் தப்பித்தார்கள். அரையும் குறையுமாக சோப்பு போட்டவர்கள் வெறும் உடலோடு ஓடி வந்ததைக் கண்டு, அறையிலேயே குளிக்காமலிருந்த மற்ற மாணவர்கள் அவர்களையே பிசாசு என நினைத்துப் பயந்தார்கள். வெட்டவெளியில் நெருப்பு அணைந்த பிறகு சிறுவர்கள் எல்லாம் மீண்டும் வந்து தத்தம் துணிமணிகளை எடுத்துச் சென்றார்கள்.

பிரார்த்தனைக்கு எழுப்பிய பேய்

அதிகாலையில் குளியலை முடித்ததுமே எல்லாரும் பிரார்த்தனைக்குச் செல்லவேண்டியிருந்தது. முந்நூறு நானூறு பேர்கள் உட்கார்ந்து பிரார்த்தனை செய்ய ஏற்ற பெரிய கூடம் அது. அதில் மிகப் பெரிய மேடை ஒன்றும் இருந்தது.

வரிசையாக உட்கார்ந்து அதிகாலை ஐந்து மணிக்கெல்லாம் எல்லோரும் பிரார்த்தனை செய்துகொண்டிருந்தபோது ஒரு சமயம் 'ஐயையோ' என்று கூவியபடி பிரார்த்தனைக் கூடத்திற்குள் புகுந்து விட்டான் ஒருவன். இதைக் கண்ட காப்பாளர் 'பிரார்த்தனையை நிறுத்துங்கள்' என்றார். அனைவரும் பயத்தில் பிரார்த்தனையை நிறுத்தினோம். காப்பாளர் அவனை அழைத்து அவனுடைய பிரச்சினை என்னவென்று கேட்டார். அவன் காலை எழுந்ததும் குளியலை முடித்திருக்கவில்லை. பிரார்த்தனைக்கு வராமல் ஏமாற்றிவிட்டு தன் அறைக்குள்ளேயே படுத்திருந்தான். இப்படி வெகுநாள்களாக அவன் செய்து வந்தான். எவருடைய கண்ணிலும் அகப்படாமலேயே இருந்தான் அவன். அன்றும் எல்லோருடைய கண்ணிலும் மண்ணைத் தூவிவிட்டு, அறைக்குள் படுத்திருந்தபோது யாரோ அவனருகில் வந்து 'எழுந்திருப்பா, பிரார்த்தனைக்குப் போ' என்று சொன்னார்களாம். காப்பாளராக இருக்கக் கூடுமோ என்று எண்ணிப் பயத்தோடு போர்வையை விலக்கிவிட்டுப் பார்த்தால், அவர் காப்பாளர் அல்ல. இவன் படுத்திருந்த பாய் மீதே கால் தெரிந்தாலும் கூரை முகட்டுக்கு அருகில் முகம் இருந்ததாம். இந்த அளவு உயரமான ஆளை அவன் என்றென்றும் பார்த்ததே இல்லையாம். அது பேய்தான் என்று புரிந்துகொள்ள அவனுக்கு வெகுநேரம் பிடிக்கவில்லை. உடனே அலறியபடி பிரார்த்தனைக் கூடத்திற்குள் நுழைந்து விட்டான். அவன் வாய் வழியாகவே எல்லாவற்றையும் கேட்டறிந்த விடுதிக்காப்பாளர் நன்றாக அடித்துப் பிரார்த்தனை செய்ய உட்காரவைத்தார். அவனுடைய உடல் நடுக்கம் நிற்கவில்லை. எங்கள் பிரார்த்தனை தொடர்ந்தது.

சாப்பிட உட்கார்ந்த பேய்

ஒருநாள் இரவு உணவுக் கூடத்தில் எல்லோரும் சாப்பிடுவதற்காக வரிசையாக நின்றிருந்தார்கள். பக்கத்தில் உட்கார்ந்திருந்த ஆளைப் பார்த்து ஒரு மாணவனுக்குச் சந்தேகம் வந்தது. 'இந்த ஆளை எங்கேயும் பார்த்ததில்லையே' என்பதுதான் அந்த மாணவனின் சந்தேகத்துக்குக் காரணம். அந்த மாணவன் அந்த ஆளின் முகத்தையே பார்த்துக்கொண்டிருந்தான். ரொம்பவும் இயல்பாகவே அந்த ஆள் உட்கார்ந்திருந்தான். இன்னும் சந்தேகம் தீராத மாணவன் அந்த ஆளின் பாதங்களைப் பார்த்தான். மற்றவர்களின் பாதங்களைக் காட்டிலும் மூன்று மடங்கு பெரிதாக அவை இருந்ததோடு மட்டுமின்றி வளைந்தும் நெளிந்துமிருந்தன. அவன் பேயாக இருக்கக்கூடும் என்கிற எண்ணம் தோன்றியவுடனேயே அவன் 'பேய் . . . பேய்' என்று உரக்கக் கூச்சலிட்டான். இதைக் கேட்ட பிள்ளைகள் முன்பின் பார்க்காமல் ஓடத்தொடங்கினார்கள். இரவுச் சாப்பாட்டுக்குப்

பிறகு படுக்கச்செல்லும் வரை பேய்க் கதைகளையே மாணவர்கள் பேசிக்கொண்டிருப்பார்கள். படுத்த பிறகும் பேய்கள் நிரம்பிய கனவுகள் தொடரும்.

மாரகுன்னன்

மளவள்ளியின் அருகில் மாரகுன்னன் என்பவன் இருந்தான். அவன் பேய்களுக்கு அஞ்சாதவன். கதிர் அடிக்கும் காலங்களில் களத்தில் தனியாக படுத்துவந்தான். அவனிடம் ஒரு கோடாலி இருந்தது. அதை எப்போதும் அருகிலேயே வைத்துக்கொண்டு படுத்துக்கொள்வான். ஒருநாள் இரவில் அவன் இப்படிப் படுத்திருந்தபோது பேய்கள் வந்து மெதுவாக அவனுடைய கோடாலியை எடுத்துக்கொண்டு ஓடிவிட்டன. அதோடு மட்டுமல்ல, இவனைச் சுற்றி நின்றுகொண்டு 'மாரகுன்னன் கோடாலி கொடுத்தான்' என்று ஒரே ராகமாகப் பாடியபடி நடனமாடத்தொடங்கின. அவனுடைய கோடாலி ஒரு பேயின் கையிலிருந்து இன்னொரு பேயின் கைக்கு மாறிக்கொண்டே இருந்தது. மாரகுன்னன் விழித்துக்கொண்டான். சுற்றிலும் தன் கோடாலியை பிடித்தபடி நடனமாடும் பேய்கள். ஆனால்

மாரகுன்னன் பயப்படவில்லை. அவனும் பேய்களோடு சேர்ந்துகொண்டு, அவற்றைப்போலவே அடிவைத்து நடனமாடத்தொடங்கினான். பேய்களுக்கும் சந்தோஷம். கோடாலி தன் கைக்கு வந்ததுமே, சட்டென ஒரு பேயின் தலைமுடியைப் பிடித்து, ஒரு முடியை மட்டும் கத்தரித்து வைத்துக்கொண்டான் அவன். மற்ற பேய்களும் அஞ்சி ஓடின. எஞ்சிய அந்த ஒரு பேய் மூலம் அவன் பல வேலைகளைச் சாதித்துக் கொண்டான். கழனி வேலையிலிருந்து கட்டட வேலை வரைக்கும் இது தொடர்ந்தது. மாரகுன்னனுக்கு அந்தப் பேயின் மேல் நெருக்கமும் இரக்கமும் சுரந்தன. அதன் தலை முடியைத் திருப்பிக் கொடுத்து அனுப்பினான். மளவள்ளியைச் சேர்ந்தவர்கள் இந்தக் கதையைச்சொன்னால், மடிக்கேரி பகுதியைச் சேர்ந்த மரி என்னும் மாணவன் தன் ஊருக்குப் போகும் வழியில் ஒரு மரத்தின் மேல் இருபது முப்பது பேய்கள் இருக்கின்றன என்றும், அவை இரவு முழுக்க அழுதுகொண்டிருக்கும் என்றும் சொன்னான். முன்பு நடந்த பஸ் விபத்து ஒன்றில் பிரயாணிகள் அனைவரும் இறந்துபோனார்கள். அவர்கள் அனைவரும் பேய்களாகி அந்த மரத்திலேயே குடியேறியிருந்தார்கள். இரவு கவியத்தொடங்கியதுமே அவை அழ ஆரம்பித்துவிடும் என்று மிகவும் பயத்தோடு விவரித்தான். இப்படியாக, எங்கள் மனங்கள் பேய்களின் பயத்தால் நிறைந்திருந்தன. யாராவது அறிமுகமில்லாதவர்கள் இரவு வேளையில் வந்து நின்றால், நாங்கள் முதலில் அவர்கள் காலைப் பார்த்து அவன் மனிதனா அல்லது பேயா என்பதை உறுதிசெய்து கொள்வோம். கால்கள் கோணல்மாணலாக இல்லாமலும் கண்கள் நெற்றியில் இல்லாமலும் இருந்தால், அவன் பேய் அல்ல என்ற எண்ணம் தோன்றி துணிச்சல் கொள்வோம்.

பிரார்த்தனைக்கு வராமல் இறந்தவன்

பிரார்த்தனைக்கூடத்திற்கு வராத மாணவர்கள் மீது காப்பாளருக்கு கடுங்கோபம் வரும். அதிகாலையில் பிரார்த்தனை நடந்துகொண்டிருந்தபோது, அறைக்குள் இன்னும் யாராவது படுத்துக்கொண்டிருக்கிறார்களோ என்று சோதிக்கத் தொடங்கினார். அப்படி யாராவது படுத்திருந்தால் அவர்கள் பெயரை எழுதிக் கொண்டுவந்துவிடுவார். பிரார்த்தனைக்கூடத்தில் முந்நூறு பேர்களின் பெயர்களைச் சொல்லி வராதவனைக் கண்டு பிடிப்பவனைக்காட்டிலும் அறைகளுக்குச் சென்று கண்டு பிடிப்பது எளிதாக இருந்தது. அப்படிப் படுத்திருந்தவன் பெயரைச் சாப்பிடும் அறையில் எல்லோரும் சாப்பிட உட்கார்ந்திருக்கும் போது கூப்பிடுவார். பிரார்த்தனைக்கு வராத ஆள் எழுந்து நிற்கவேண்டியதாகிவிடும்.

அவனைச் சாப்பாடு கிடைக்காது. வெளியே அனுப்பிவிடுவார். அன்றைய தினம் அவனுக்குச் சாப்பாட்டுப் பந்தியில் இருந்து எழுப்பி பிரார்த்தனைக்குச் சென்றவனுக்கு மட்டும் சாப்பாடு, போகாதவன் பட்டினிதான் என்கிற கட்டுப்பாடு மிகவும் கறாராக அங்கே பின்பற்றப்பட்டு வந்தது. அதிகாலையில் சுகமாகத் தூங்கிக்கொண்டிருந்தவர்கள் சாப்பாடு கிடைக்காமல், சாப்பாட்டுக் கூடத்திலிருந்து தன் தட்டோடு மிகுந்த துக்கத்துடன் அடிவைத்து வெளியேறுவார்கள். கோவிந்தன் என்கிற என் நண்பனொருவன் சரியான தூங்குமூஞ்சி. சாப்பாடு இல்லாமல் இருந்தாலும் சரி, அவன் தூக்கத்தைவிடத் தயாராக இல்லை. பிரார்த்தனைக்கு வராமல் தூங்குவதில் அவனுக்கு அதிகப் பெருமை. சாப்பாட்டுக்கூடத்தில் அவன் பெயரைக் கூவி அழைக்கும்போது மிகவும் கம்பீரமாக எழுந்து வெளியே செல்வான். அவன் சாப்பாட்டுக்கு என்ன செய்வான் என்பது எங்களுக்கெல்லாம் புதிராகவே இருக்கும். ஒரு நாள் அவன் தெருவோரம் குழாயில் தண்ணீர் குடித்துக்கொண்டிருந்ததை தற்செயலாய் பார்த்தேன். சில நாள்களுக்கப்புறம் அவன் திடீரென இறந்துபோனான்.

கப் – போர்டில் வாசம்

பிரார்த்தனை கட்டாயமானதாலோ என்னமோ அதன் மீது வெறுப்பு மூண்டது. தூக்கம் கண்களை இழுக்கும். ஆனால் சாப்பாட்டை இழப்பதற்கு நான் தயாராக இல்லை. அதனால் தூங்கிக்கொண்டிருப்பவர்கள் பெயர்களை எழுதிக் கொள்ள விடுதிக் காப்பாளர் அறைக்கு வரும் சமயத்தில் நான் வேறொருவர் இடத்தில் அவர்களது போர்வையைப் போர்த்திக்கொண்டு படுக்கத் தொடங்கினேன். அப்போது சோதிக்கவந்த விடுதிக்காப்பாளர் நான் யாருடைய இடத்தில் படுத்திருந்தேனோ, அவனுடைய பெயரை எழுதிக்கொண்டுபோய் சாப்பாட்டுக்கூடத்தில் சொல்லி அவனை அங்கிருந்து வெளியேற்றினார். அவன் என்ன சொல்லி வேண்டிக்கொண்டாலும், அவனுடைய வார்த்தைகளை நம்பாமல் வற்புறுத்தி வெளியேற்றினார். என் சாப்பாட்டுக்கு எந்தக் குறையும் இல்லை. இப்படியாக, என் தூங்கும் ஆசைக்கு பலர் சாப்பாட்டை இழந்து பரிதாபத்துக்குள்ளானார்கள். நான் தூங்கிக்கொண்டிருந்த கட்டிலுக்கு உரியவன் எழுந்து வெளியே போகும்போது பார்க்க மனசுக்கு வேதனையாக இருக்கத் தொடங்கியது. அன்றுமுதல் அடுத்தவர் கட்டிலில் படுக்கும் பழக்கத்தை விட்டுவிட்டேன். ஒவ்வொரு அறையிலும் தட்டு, தம்ளர் ஆகியவற்றை வைத்துக்கொள்ள கப் – போர்டுகள் இருந்தன. நான் உருவத்தில் மெலிந்தும் குள்ளமாகவும் இருந்ததால் எல்லாரும் பிரார்த்தனைக் கூடத்தை நோக்கி

ஓடத்தொடங்கியதும் நான் கப்-போர்டுக்குள் புகுந்துகொள்ளத் தொடங்கினேன். இந்த விஷயத்தில் எனக்கு உதவியாக இருந்த நண்பர்கள் நான் உள்ளே புகுந்துகொண்டதும் வெளியேயிருந்து பூட்டிக்கொண்டு சென்றுவிடுவார்கள். கப்-போர்டின் சிறிய துவாரம் வழியே வரும் காற்றைச் சுவாசித்தபடி பல மணி நேரம் தூங்குவேன். பிரார்த்தனை, உடற்பயிற்சி எல்லாவற்றையும் முடித்துக் கொண்டுவந்த நண்பர்கள் பூட்டைத் திறந்து கப்-போர்டிலிருந்து என்னை விடுவிப்பார்கள். இப்படியாக மாதக் கணக்கில் தூங்கினேன். வெகு நாள்களுக்கப்புறம், விடுதிக்காப்பாளருக்கு இவ்விஷயம் தெரிந்துவிட்டது என்பதையறிந்து, இந்தப் பழக்கத்தைக் கைவிட்டுவிட்டேன்.

சாப்பாட்டுக்குப் போட்டி

விடுதியில் கொடுக்கப்பட்ட சாப்பாடு போதுமானதாக இல்லை. கடைசியில் எஞ்சும் களி உருண்டை – குழம்புக்காக மாணவர்கள் தட்டுகளோடு அடித்துப்பிடித்து முன்னேறினார்கள். பரிமாறுபவன் பாத்திரத்தை உயரத்தில் தூக்கிப் பிடித்துக் கொள்வான். முட்டிமோதும் மாணவர்களிடையே, எவ்வளவுதான் உறுதியாகவும் உயரமாகவும் தூக்கிப்பிடித்திருந்தாலும் குழம்புப் பாத்திரம் குலுங்கி, குழம்பு மாணவர்களின் தலை, சட்டை மீதெல்லாம் சிதறி விழுந்துவிடும். கடைசியில் களி உருண்டை மீதமானால், சின்னச்சின்னதாக உடைத்து உருட்டி வரிசையில் உட்கார்ந்திருக்கும் எல்லாருக்கும் கொடுப்பது என்பது வழக்கம். இதை 'எக்ஸ்ட்ரா' என்று சொல்வார்கள். மிகவும் சிறியவர்கள் இந்த 'எக்ஸ்ட்ரா'க்களை வேண்டாம் என்று சொல்லிவிடுவார்கள். இதைத் தெரிந்துகொண்ட பெரிய மாணவர்கள் முதலிலேயே போய் சாப்பாட்டு வரிசையில் உட்கார்ந்து சின்னப்பிள்ளைகளுக்காக இடம்பிடித்து வைத்துக்கொண்டு காத்திருப்பார்கள். சின்னப் பிள்ளைகள் வந்ததுமே அவர்களை அன்போடு வரவேற்பதுபோல நடித்து, அருகில் உட்கார அழைப்பார்கள். சிற்சில சமயங்களில் இதில் போட்டியும் இருந்தது. எக்ஸ்ட்ரா களி உருண்டைகள் வழங்கப்படும்போது மறுக்காமல் வாங்கிக்கொள்ளும்படியும் பிற்பாடு தமக்குக் கொடுக்கும்படியும் சொல்வார்கள். இந்த வகையில் இளம் மாணவர்கள் மூலம் மூத்த மாணவர்கள் பயனடைந்தார்கள். நான் மிகவும் சிறியவனாக இருந்தேன். சின்னவர்களிடையே சின்னவன் என்று சொல்லும் அளவுக்கு சின்னவனாக இருந்தேன். சாப்பாட்டுக் கூடத்தில் ஒரு மூத்த மாணவன் என்னைக் கண்டதும் புதையலையே கண்டெடுத்த மாதிரி மிகவும் ஆனந்தத்தோடு என்னை வரவேற்று அருகில் உட்கார வைத்துக்கொள்வான். 'எக்ஸ்ட்ரா'வை வாங்கித் தனக்குக்

கொடுக்கும்படி சொன்னான். நான் அவன் கோரிக்கையை ஏற்காமல், எனக்கே சாப்பாடு போதவில்லையென்றும், எக்ஸ்ட்ரா கொடுக்கப்பட்டால் நானே உண்ணப் போவதாகவும் சொன்னேன். ஆச்சரியமுற்ற அவன் சிறிது நேரம் தடுமாறிப் போனான்.

மரத்தின் மேல் உட்கார்ந்தவன்

சிறீராமபுரத்தில் இருந்து மல்லேஸ்வரம் பதினெட்டாவது குறுக்குத் தெருவில் இருந்த பள்ளிக்கூடத்திற்கு நடந்தே செல்வோம். எதுவும் சாப்பிடாமல் செல்வதால், போகும்போதே எங்களுக்குப் பசிக்கத்தொடங்கிவிடும். இதனால் மல்லேஸ்வரத்தில் இருந்த வீடுகளின் முன்னால் சுற்றுச் சுவர்களுக்குள் வளர்ந்திருந்த மரம் செடிகளின் மேல் எங்கள் பார்வை பதியும் வீட்டின் உரிமையாளர்கள் அவ்வளவு சீக்கிரம் எழுந்திருக்க மாட்டார்கள். சுற்றுச் சுவர்க்குள் புகுந்து, அங்கே வளர்ந்திருந்த மா, ஆப்பிள், மாதுளம்பழங்களை எச்சரிக்கையுடன் பறித்துக்கொள்வோம். உருண்டுதிரண்டு வளர்ந்திருந்த மலை நெல்லிக்காய்களையும் பறித்துக்கொள்வோம். கீழே விழுந்து கிடக்கும் நாவல் பழங்களைப் பொறுக்கியெடுத்து பைக்குள் போட்டுக்கொள்வோம், சுற்றுச் சுவர்களுக்கு உள்ளேயே இருக்கிற குழாய்களில் நீர் அருந்திவிடுவோம். பிறகு அங்கே வளர்ந்திருந்த மல்லிகை, செண்பகம், லிங்கப்பூ ஆகியவற்றைப் பறித்தெடுப்போம். பதினெட்டாவது குறுக்குத் தெருவில் இருந்த எங்கள் பள்ளிக்குச் செல்லும் வழியிலேயே பதின்மூன்றாவது குறுக்குத் தெருவில் பெண்கள் பள்ளிக்கூடம் இருந்தது. திருடிய பூக்களைச் சிலர் எதிரே வரும் பெண்களுக்குக் கொடுத்து அவர்களோடு பள்ளிக்கூடம் வரைக்கும் பேசிக்கொண்டுவரும் அளவு நெருக்கத்தை வளர்த்துக் கொண்டனர். வாய் திறந்து பேசும்போது பற்களில் நீலம் படிந்திருப்பதைப் பார்த்ததுமே, அந்த மாணவர்கள் எல்லாரும் ஹாஸ்டல் மாணவர்கள் என்று ஆசிரியர்களும் மற்றவர்களும் எளிதாகப் புரிந்துகொள்வார்கள். ஹாஸ்டலிலிருந்து பள்ளிக்கூடத்திற்கு வரும் வழியில் என்றும் போல் ஒருமுறை ஒரு மாணவனைப் பழம் பறிப்பதற்கு உயரமான ஒரு மரத்தில் ஏற்றினோம். அவன் மிகவும் வீரத்தோடுதான் மரத்தில் ஏறினான். துரதிருஷ்டவசமாக, அன்று வீட்டின் உரிமையாளன் கையில் கோலோடு வெளியே வந்துவிட்டான். நாங்கள் ஓடிச்சென்றுவிட்டோம். மேலே இருந்தவனைச் சீக்கிரம் கீழே இறங்கி ஓடிவந்துவிடுமாறு சொன்னோம். மேலே இருந்தவனோ மிகவும் பயந்துபோய் அங்கேயே உட்கார்ந்துவிட்டான். கீழே நின்றிருந்த சொந்தக்காரன் கன்னாபின்னாவென்று திட்டியபடி

கீழே இறங்கிவருமாறு கட்டளையிட்டான். மேலே இருந்தவன் சற்றே தைரியம் வந்தவனாக “நீங்க உள்ளே போங்க . . . நான் கீழே வரேன்” என்றான்.

சொந்தக்காரனுக்கு மேலும் கோபம் அதிகமானது. “இந்த மரமும் வீடும் உங்கப்பன்தில்ல. இறங்குடா திருடா . . .” என்றான். நண்பனின் கதி என்ன ஆனதோ என்று பார்த்தபடி தொலைவில் நின்றிருந்தோம். சொந்தக்காரனுக்கு கோபம் அதிகமாக, ஒரு கல்லை எடுத்து மேலே இருந்தவன் மீது எறிந்தான். மேலே இருந்த நண்பன் மேல் அக்கல் படாவிட்டாலும் ‘ஐயையோ’ என்று கூவியபடி இறங்கத்தொடங்கியபோது, எங்கள் கும்பலில் இருந்த மாணவன் ஒருவன் அந்தச் சொந்தக்காரனை நோக்கிக் கல்லை வீசினான். சொந்தக்காரன் ஒரு கோலை எடுத்துக்கொண்டு எங்களை நோக்கி வந்தான். அதுதான் சமயமென்று மரத்தின் மேல் இருந்த நண்பன் கீழே இறங்கி வந்து சுற்றுச்சுவரைத் தாண்டி வந்து தப்பித்தான். நாங்களும் பள்ளிக்கூடத்தை நோக்கி வேகவேகமாக ஓடத் தொடங்கினோம். முகம், கை, முட்டி எங்கும் சிராய்ப்புகளுடன் அசல் குரங்குபோல இருந்தான் மரம் ஏறியவன். அதற்கப்புறம் பள்ளிக்குச் செல்லும்போது அந்த வழியில் போகவில்லை.

கறிச்சோறு கலாட்டா

சில ஞாயிற்றுக்கிழமைகளில் பண்டிகை நாள்களில் விடுதிக்காப்பாளர் எங்களிடம் சாக்குப்பையைக் கொடுத்து சிட்டி மார்க்கெட்டுக்கு அனுப்புவதுண்டு. மார்க்கெட்டில் ஒவ்வொரு கடையின் முன்னும் நின்று அரிசி, பருப்பு, காய்கறி தருமாறு வேண்டுவோம். ஏழை மாணவர்களுக்கு உதவி செய்யுங்கள் என்று திரும்பத்திரும்பச் சொல்லி வேண்டிக் கேட்டுக்கொள்வோம். சில கடைக்காரர்கள் தாராளமாக இருப்பதைக் கொடுப்பார்கள். சிலர் அழுகிப்போன காய்கறிகளைத் தாராளமாக அள்ளித்தருவார்கள். அவற்றையெல்லாம் சுமந்துகொண்டு மாணவர் விடுதிக்குச் சாயங்கால வேளையில் திரும்பி வருவோம். முந்நூறு மாணவர்கள் வரிசையாக ஊர்வலம் போல் வரும்போது சில இடங்களில் வாகனப் போக்குவரத்துக்குத் தொல்லையாக இருக்கும். எங்கள் கட்டுப்பாட்டை வழிப்போக்கர்கள் மெச்சிப் பாராட்டுவார்கள். ஒருமுறை சாக்கு மூட்டைகளோடு விடுதிக்குத் திரும்பி வந்தபோது எங்களுக்கு ஆச்சரியம் காத்திருந்தது. உணவுக் கூடத்தின் மூலையொன்றில் எலும்புக் குவியல் கிடந்தது. நாங்கள் அங்கே காய்கறிகளுக்காக அலைந்து திரிந்தபோது, இங்கே கறிச்சோறு சாப்பிட்டவர்கள் யார் என்று எல்லா மாணவர்களுக்கும் கோபம் மூண்டது. எப்போதுமே விடுதிக்குள் நாங்கள் கறி

சாப்பிட்டதில்லை. இன்று சாப்பிட்டது யார் என்று கேட்டோம். இந்த மாணவர் விடுதிக்கு ஆர். கோபாலஸ்வாமி ஐயர் மாணவர் விடுதி என்று பெயர் சூட்டி விட்டு இப்படிச் செய்யலாமா என்று மாணவர்கள் கோபம்கொள்ளத் தொடங்கினார்கள். இங்கே கறி சமைத்துச் சாப்பிட்டதால் ஐயர் என்கிற வார்த்தைக்கே அவமானமாகிவிட்டது. அதனால், ஐயர் என்கிற வார்த்தையைப் பலகையிலிருந்து அழித்துவிடுங்கள் என்று சிலர் கூவினர்; அதுவரை சாப்பிடுவதில்லை என்று பிடிவாதம் பிடித்தார்கள். வயதில் மூத்த டி.வெங்கடய்யா என்பவர் வந்து மாணவர்களிடம் மன்னிப்பு கேட்டுக்கொண்ட பிறகுதான் இந்தக் கலவரம் அடங்கியது.

முட்டப்பட்ட சாமி

பத்தடி அகலமும் ஐம்பதடி நீளமும் கொண்ட பதினாலாவது அறையில் நான் வசித்துவந்தேன். அங்கே ஏறத்தாழ நாற்பது மாணவர்கள் இருந்தனர். ஒவ்வொருவர் வசமும் ஒரு பாயும் ஒரு டிரங்க் பெட்டியும் இருந்தன. எப்போதும் பாய்மேல் உட்கார்ந்துகொண்டு டிரங்கிற்கு அருகில் படிப்பதும் வேறு ஏதாவது வேலைகள் செய்வதும் எங்கள் பழக்கமாக இருந்தது. ஒருநாள் நான் அப்படி உட்கார்ந்திருந்தபோது ஒரு சம்பவம் நடந்தது. நான் உட்கார்ந்திருந்த பாய் நடுப்பகுதியில் உப்பியும் மேலெழுவதுமாக இருந்தது. பாயே முறிந்து போகும் அளவுக்கு மேலெழுந்தது. அதன் காரணம் உடனே எனக்குப் புரிந்தது. என் இடத்திற்குப் பக்கத்தில் இருந்தவன் என்னுடையதைவிட மிகப் பெரிதாக இருந்த டிரங்கினால் என் பாயை அழுத்தித் தள்ளிக்கொண்டிருந்தான். தன் பலத்தையெல்லாம் பிரயோகித்து தள்ளிக்கொண்டிருந்தான். எனக்கு கோபம் வந்தது. அப்படி செய்யக்கூடாது என்றும் பாயைத் தள்ளி வளைப்பதை நிறுத்தவேண்டும் என்றும் அவனைப் பலமுறை கேட்டுக்கொண்டேன். அவன் என்னைவிடவும் பெரியவன். பலசாலியும்கூட. நான் சொன்னதைக்கேட்டு நக்கலாகச் சிரித்துவிட்டு தன் வேலையை மறுபடியும் காட்டத் தொடங்கினான். என்னசெய்வது என்று எதுவும் புரியவில்லை. பாயின் நிலை மிகவும் மோசமாக இருந்தது. பெங்களூரின் சிறீராமபுரத்துப் பிள்ளைகள் யாருடனாவது சண்டைக்குப் போனால் முதலில் தலையால் மோதுவார்கள். பிறகு கையோடு கை சேர்த்து மோதுவார்கள். தலையால் முட்டுவதை நான் பலமுறை பார்த்திருக்கிறேன். எதிராளியின் கழுத்துப்பட்டையைப் பிடித்து மேலே தூக்கி நெற்றியால் அவன் மூக்கைத் தாக்குவதுதான் 'முட்டுவது' என்பதாகும். அப்போது எதிராளியின் மூக்கிலிருந்து ரத்தம் பெருகி வழியும். இது அந்தப் பிரதேசத்தில் சண்டையின் ஆரம்பம், அவ்வளவுதான். எனக்குத்

தொல்லை கொடுத்துக்கொண்டிருந்தவனின் மூக்கின் மீதும் முட்டுவதற்கு நினைத்தேன். அவனோடு நான் சண்டையிடத் தொடங்கியதும் அவனும் என்மீது பாய்ந்தான். உடனே அவனைவிடக் குள்ளமாக இருந்த நான் எகிறி அவன் மூக்கில் முட்டினேன். இதை அவன் சற்றும் எதிர்பார்க்கவில்லை. என்னை நன்றாக அடித்து விளாச நினைத்திருந்தான் அவன். இந்த மூக்கில் முட்டும் கலை அவனுக்குத் தெரியாது. அவன் மூக்கிலிருந்து ரத்தம் வரத் தொடங்கியது. அவன் என்னை அடிப்பதற்குப் பதிலாக விசித்திரமான விதத்தில் குதிக்கத்தொடங்கினான். நறநறவென்று பற்களைக் கடித்தான். ஆ ஆ என்று கூவினான். அவன் உடல் நடுங்கத்தொடங்கியது. இதைப் பார்த்த அவன் ஊர்க்கார நண்பன் ஒருவன் "சாமி வந்துட்டுது" என்று கூவினான். நிறைய மாணவர்கள் ஒன்று சேர்ந்தார்கள். அவன்மீது அடிக்கடி சாமி வருமாம். இன்று என் மோதலால் அவன்மீது சாமி வந்துவிட்டது! அவனை உட்காரவைத்து மாணவர்கள் மன்னிப்பு கேட்டனர். வத்தி ஏற்றி வைத்தார்கள். அவன் உடல் நடுக்கம் நிற்கவில்லை. பயத்தோடு நின்றிருந்த என்னை அழைத்த அவன் நண்பர்கள், "நீ இப்ப வெளியே போய்டு. அப்புறமா வா. எதுவா இருந்தாலும் நாங்க பாத்துக்கறோம்" என்று சொல்லி அனுப்பினார்கள். நான் வெளியேறி அங்குமிங்கும் அலைந்தேன். சில மணி நேரங்களுக்கப்புறம் அறைக்குத் திரும்பினேன். சாமி இறங்கிவிட்டிருந்தது. சாமி வந்த பையனின் ஊரைச் சேர்ந்தவர்கள் நிறையப் பேர்கள் இருந்தார்கள். அவர்கள் எல்லாரும் சீனியர் மாணவர்கள். அனைவரும் ஓர் அறையில் பஞ்சாயத்துக்காகச் சேர்ந்திருந்தார்கள். என்னைக் குற்றவாளியாக்கி அந்தப் பஞ் சாயத்துக்கு அழைத்துச் சென்றார்கள். என் அறைக்குள் இருந்த என் மூன்று நண்பர்கள் என்னைத் தொடர்ந்தார்கள். இம்மூவரும் சிறீராமபுரத்து மாணவர்கள். முட்டும் கலையில் வல்லவர்கள். பஞ்சாயத்து செய்பவர்கள் என்மீது கை வைத்தால் தாங்கள் பார்த்துக் கொள்வதாகவும் அவர்கள் எல்லோரையும் தம் கைவரிசையால் வீழ்த்துவதாகவும் நான் தைரியமிழந்துவிடக் கூடாதென்றும் என்னிடம் அவர்கள் சொன்னார்கள். சீனியர் மாணவர்கள் நடந்த சம்பவத்தை விவரமாய்க் கேட்டறிந்துகொண்டனர். நான் என் பாய்க்கு நேர்ந்த கதியை அவர்களிடம் சொன்னேன். பாயைத் தள்ளும்போது சாமி வந்திருந்ததா என்று அவர்கள் கேட்டார்கள். நான் அப்போது சாமி வரவில்லை என்றேன். சாமி வந்திருக்கும்போது அடித்தாயா என்று மீண்டும் கேட்டார்கள். நான் இல்லை என்றேன். சாமியை நான் அவமரியாதை செய்யவில்லை என்று பல விதங்களில் கேட்டு உறுதிப்படுத்திக் கொண்டார்கள். என் பக்கத்தில் இருந்த பையன் தெய்வாம்சம் பொருந்தியவன் என்றும் இனி கவனமாக

இருக்கவேண்டும் என்றும் என்னை எச்சரித்துவிட்டுத் திருப்பி அனுப்பினார்கள்.

போர்வை மாற்றம்

இந்த அறையில் எனக்கு மிகவும் பிடித்த மூன்று நண்பர்கள் இருந்தார்கள். இச்சம்பவத்திற்குப் பிறகு எங்கள் மூவர்க்கும் துணிச்சல் அதிகரித்தது. ஒன்றன் பின் ஒன்றாகத் தொடர்ந்து பிறருக்கு தொல்லைகள் தரத் தொடங்கினோம். சிலர் ஏதோ ஒரு காரணத்திற்காக சண்டையிட்டுக்கொண்டு தமக்குள் பேச்சையே நிறுத்திவிட்டனர். மௌனமாக இருக்கத் தொடங்கினர். அவசியமான சந்தர்ப்பங்களில்கூட அவர்கள் பேசிக்கொள்ளவில்லை. நிரந்தரமான எதிரிகளாகிப் போனார்கள். விடுதியில் இரவு வேளையில் சரியாகப் பத்து மணிக்கெல்லாம் விளக்கை அணைத்து விடுவார்கள். மெயின் ஸ்விட்சையே நிறுத்தி விடுவதால் இரவு முழுக்க அறைக்குள் இருட்டாகவே இருக்கும். எல்லோரும் படுத்து உறங்கிய பின் இருட்டில் நாங்கள் எங்களது வேலையைத் தொடங்குவோம். இரண்டு பேரை நாங்கள் ஒருவருக்கொருவர் எதிரிகளாக அடையாளப்படுத்தியிருந்தோம். ஒரு எதிரி ஆழ்ந்த தூக்கத்தில் இருப்பதை உறுதிப்படுத்திக்கொண்டு, அவன் அருகில் சென்று உட்கார்ந்து மெல்ல அவனுடைய போர்வையை விலக்கி எடுத்துவிடுவோம். அதே நேரத்தில் எதிரிக்கு அருகில் சென்ற இருவர், அவனுடைய போர்வையை மிகவும் எச்சரிக்கையாக மெல்ல விலக்கி எடுத்துவந்துவிடுவார்கள். பிறகு, சிறிதும் சத்தம் காட்டாமல் அவனுடைய போர்வையை இவனுக்கும் இவனுடைய போர்வையை அவனுக்கும் போர்த்திவிட்டு, எங்கள் இடத்தில் திரும்பிப் படுத்துவிடுவோம். அதிகாலையில் எழுப்புவதற்கான மணி அடிக்கத் தொடங்கியதும் அறையின் விளக்கு எரியத்தொடங்கும். முதலில் போர்வையைக் கவனிப்பவன், அது தன்னுடையதல்ல என்று கூவுவான். இன்னொரு பக்கத்தில் அவனுடைய எதிரியும் இதைப்போல கூவுவான். மெல்ல மெல்ல அவர்கள் பேச்சு முற்ற அடிதடியில் இறங்குவார்கள். போர்வைகளைத் தம் கால்களாலேயே உதைத்துத் தள்ளுவார்கள். இதை முதலிலேயே எதிர்பார்த்திருந்த நாங்கள் அதைக்கண்டு மிகவும் ஆனந்தம் கொள்வோம். ஆனால் நாங்கள் போர்வைகளை மாற்றியும் கூட, தமக்குள் சண்டையிட்டுக் கொள்ளாமல் போர்வைகளையும் மாற்றிக்கொள்ளாத சில 'எதிரிகள்' எங்களுக்கு ஏமாற்றத்தை அளித்தார்கள். எதிரிகளாகவே இருந்தாலும் இவனுடைய போர்வை அவனுக்கும் அவனுடைய போர்வை இவனுக்கும் பிடித்துப்போக, அப்படியே வைத்துக்கொள்வார்கள். இன்னும் சிலர், இது யாரோ வேண்டுமென்றே செய்த

செயல் என்று புரிந்துகொண்டு, இயல்பாக போர்வையை மாற்றிக்கொண்டு மீண்டும் நண்பர்களானார்கள். அதனால் புதிதாக எதிரியாகிவிட்ட நண்பர்களைத் தேடுவதே எங்கள் வேலையாகிவிட்டது. போர்வைகளை மாற்றும் வேலைக்காக நாங்கள் நெடுநேரம் தூக்கம் கெட்டு அலைவோம். இதற்காக மிகவும் மூளையைக் கசக்கிக்கொண்டு திட்டமிடுவோம்.

‘கறுக் முறுக்’ என்ற சத்தம்

ஒருநாள் இரவு, போர்வைகளை மாற்றும் வேலையும் இல்லாமல், தூக்கமும் வராமல் தூங்கிக்கொண்டிருந்த போது அறையில் ஒரு மாதிரியான சத்தம் கேட்டது. ஆழ்ந்து கவனித்தபோது அச்சத்தம் ‘கறுக் முறுக்’ என்று கேட்டது. இரவில் இந்த நேரத்தில் இச்சத்தம் எப்படி வந்தது? பேயின் வேலையாய்த்தான் இருக்கவேண்டும். எங்களுக்கு சந்தேகம் வந்தது. கடைசியில் மிகவும் துணிச்சலோடு எங்கிருந்து சத்தம் வருகிறது என்று கண்டுபிடித்தோம். ஊருக்குப் போய்த் திரும்பிவந்திருந்த மாணவன் ஒருவன் முறுக்கு, சீடை எல்லாம் கொண்டுவந்திருந்தான். பகல் நேரத்தில் அதைத் தின்றால், எல்லோருக்கும் பிரித்துத் தரவேண்டியிருக்கும். அதில் அவனுக்கு விருப்பமில்லை. இதனால் இருட்டில் எல்லோரும் உறங்கும் நேரத்தில் சாப்பிடுவதே நல்லதென்று அவன் எண்ணிக்கொண்டான். அவனது ‘கறுக் முறுக்’ சத்தம் ரொம்ப நேரமாகக் கேட்டபடி இருந்தது. இருட்டிலேயே அவனருகில் சென்று கேட்கவேண்டும் அல்லது பிடுங்கிக்கொள்ளவேண்டும் என்று தோன்றியது. ஆனால் அப்படிச் செய்தால் ஏதாவது பெரிசாகக் கலாட்டா ஆகிவிடக்கூடும் என்று நாங்கள் சும்மா இருந்தோம். விடிந்து எழுந்த பிறகுகூட தொடர்ந்து ‘கறுக் முறுக்’ சத்தம் எங்களை வதைக்கத் தொடங்கியது. அச்சத்தத்திலிருந்து எங்களை விடுவித்துக் கொள்வது இயலாத காரியமாக இருந்தது. அன்றைய தினம் நாங்கள் நான்கு பேருமே பள்ளிக்குச் செல்லவில்லை. அறைக்குள்ளேயே இருந்தபடி ஜன்னல் கதவுகளைச் சாத்திக்கொண்டோம். எப்படியோ ஒருவன் ஓர் ஆணியைத் தேடி எடுத்து வந்தான். கஷ்டப்பட்டு ‘கறுக் முறுக்’ சத்தம் எழுப்பியவனுடைய டிராங்க் பெட்டியின் பூட்டைத் திறந்தோம். அந்தப் பெட்டிக்குள் எல்லாமே இருந்தது. கமகமவென்று வாசனையோடு முறுக்கு, சீடை, பொறி, இனிப்பு மாவு ஆகியவை இருந்தன. எங்கள் மகிழ்ச்சிக்கு அளவே இல்லை. பசிமிகுந்த புலிகளைப்போல அவை அனைத்தையும் தின்று முடித்தோம். அதற்கப்புறம் எஞ்சியிருந்த மற்ற பொருள்களின் மேல் எங்கள் பார்வை விழுந்தது. நாங்கள் பேனாவுக்கு மை போடக்கூடக் காசில்லாமல்

கஷ்டப்பட்டுக் கொண்டிருந்தோம். மைப்புட்டியை முதலில் பார்த்தவன் ஓடிச்சென்று தன் புட்டியை எடுத்துவந்து பாதியை ஊற்றிக்கொண்டான். தன்னுடைய பேனாவுக்கும் மை ஊற்றிக்கொண்டான். அதிலிருந்த குளிக்கிற சோப்பையும் துணி துவைக்கிற சோப்பையும் கண்டு மிகவும் மகிழ்ச்சியுற்றோம். குளிக்கிற சோப்பை எடுத்து நன்றாய்த் தேய்த்துத்தேய்த்துக் குளித்தோம். துணிகளையெல்லாம் துவைத்து முடித்தோம். அதற்கப்புறம் அந்தப்பையன் வைத்திருந்த நல்லெண்ணெயையும் எடுத்து தலைக்குத் தேய்த்து மகிழ்ச்சியுற்றோம். அந்தப் பெட்டிக்குரியவன் வரும் வேளையில், அவனுடைய சோப்பையெடுத்துத் துவைத்த துணிகளுக்கு இஸ்திரி போட்டு பளபளப்பாகப் பெரிய மனிதர்களைப்போல அணிந்துகொண்டு காட்சியளித்தோம். வந்தவுடனே பெட்டியைப் பார்த்து விட்டு 'லபோ லபோ' என்று வாயில் அடித்துக் கொண்டு அழுதான். அப்போது அவனுக்கு நாங்களே உதவுபவர்கள்போல கூட இருந்து, தேடுவதற்கு ஒத்தாசை செய்து, மற்றவர்கள் மீது சந்தேகம் வரும்படி செய்து, எங்கள் மீது எந்த தப்பான எண்ணமும் வராதபடி பார்த்துக்கொண்டோம். இன்னொரு நாள், இரவு வேளையில் படுத்துக்கொண்டிருந்தபோது இதே போல யாரோ 'கறுக் முறுக்'கென்று தின்னும் சத்தம் கேட்கத்தொடங்கியது. உடம்பெல்லாம் கண்ணாக நாங்கள் கவனித்தபோது இருட்டுக்குள் ஒருவன் என்னமோ தின்றுகொண்டிருப்பது தெரிந்தது. வழக்கம் போல மறுநாள் நாங்கள் பள்ளிக்கூடத்துக்கு மட்டம் போட்டோம். ஜன்னல் கதவுகளை மூடிக்கொண்டு அவனுடைய டிரங்க்பெட்டிகளைத் திறந்து பார்த்தால் ஐந்தாறு ஆப்பிள்கள் இருந்தன. அவற்றையெல்லாம் வேக வேகமாகத் தின்று முடித்தோம். அன்றைய தினம் எங்களில் ஒருவன் தனக்குச் சரியான முறையில் பங்கு கிடைக்கவில்லையென்று தகராறு செய்தான். டிரங்கில் ஆப்பிள் வைத்திருந்த மாணவன் பள்ளிக்கூடத்தில் இருந்து வந்ததுமே, தன் பெட்டிக்குள் ஆப்பிள் எதையும் காணாததைக்கண்டு சத்தம் போடத்தொடங்கினான். பங்கு குறைச்சலாகக் கிடைத்ததென்று தகராறு செய்த மாணவன் காப்பாளரிடம் எங்களைப் பற்றிப் புகார் செய்தான். நாங்கள் அவனுக்கும் கூட இந்த வேலையில் பங்கு இருக்கிறதென்று தெரியப்படுத்தினோம். காப்பாளர் எங்களுக்குக் கடும் தண்டனை வழங்கினார். அன்று முதல் இந்த மாதிரி வேலைகளில் இறங்குவதில்லை.

படிப்பதில் போட்டி

அதிகாலை வேளையில் நான்கு மணிக்கே எழுந்து தண்ணீரில் குளித்துவிட்டுப் படிக்கத் தொடங்கும் மாணவர்களும்

இருந்தார்கள். படிக்கிற மாணவர்களிடையே இப்படி போட்டியும் இருந்தது. எங்கே வேறொருவன் எழுந்து குளித்துவிட்டுத் தனக்கு முன்னாலேயே படிக்கத் தொடங்கிவிடுவானோ என்ற எண்ணத்தோடு ஒருவர்க்கொருவர் தெரியாமல் எழுந்து குளித்துவிட்டுப் படிக்கத் தொடங்கினாரார்கள். இதைக் கண்டதும் இன்னொருவன் அடித்துப் பிடித்துக் கொண்டு எழுந்துபோய்க் குளித்துவிட்டுப் படிக்க உட்கார்ந்துவிடுவான். மின்சாரம் இல்லாத நேரத்தில் ஒருவன் நிலா வெளிச்சத்தில் படிக்கத்தொடங்கிவிட்டான். இன்னொருவன் வகுப்பில் ஆசிரியர் கொடுத்த நோட்ஸ்களைச் சதாநேரமும் மனப்பாடம் செய்துகொண்டிருந்தான். அவர்கள் யாரோடும் பேசுவதில்லை. பிரார்த்தனை வேளையில் சிற்சில சமயங்களில் விசித்திரமான ஓசை கேட்கும். கன்னட பிரார்த்தனைப் பாட்டோடு சிற்சில சமயங்களில் ஆங்கில வார்த்தைகள் உச்சரிக்கப்பட்டதைப்போல இருக்கும். பாடங்களை மனப்பாடம் செய்த மாணவர்கள் பிரார்த்தனைப் பாடல்களைச் சொல்ல முன்வருவதில்லை. அவர்களைப் பொறுத்தவரையில் பாடங்களே பிரார்த்தனை. இப்படிச் செய்துகொண்டிருந்த ஒருசிலருக்குப் பைத்தியமே பிடித்துவிட்டது.

ரங்கதாமய்யா

இந்த வயசிலேயே நான் உதவாக்கரை என்று பெயர் எடுத்திருந்தேன். ஒருநாள் அறையில் உட்கார்ந்திருந்தேன். என் மூன்று கூட்டாளிகளும் இல்லை. அப்போது, அதிகாலை நான்கு மணிக்கே எழுந்து படிக்கிற ரங்கதாமய்யா என்கிற மாணவன் என்னை அழைத்தான். நான் எட்டாவது வகுப்பில் இருந்தேன். அவன் ஒன்பதாம் வகுப்பில் இருந்தான். அவனுடைய போர்வையை நான் ஓர் இரவுவேளையில் இன்னொருவனுக்குப் போர்த்திவிட்டேன். ஒருவேளை இந்த விஷயம் அவனுக்குத் தெரிந்துவிட்டதோ என்ற பயத்தோடு நான் அவனுக்கருகில் சென்றேன். அவன் மிகவும் நல்லவன். “உங்க அம்மா இதே ஆஸ்டல்ல குப்பை கூட்டறாங்க, இல்லையா?” என்ற அவன் கேள்விக்கு நான் “ஆமாம்” என்றேன். “உங்க அப்பா ஆஸ்டலுக்கு வந்து நேத்து சாப்பாடு எடுத்துட்டுப்போனார். இல்லையா?” என்று கேட்டதற்கும் “ஆமாம்” என்றேன். அவன் மனத்திற்குள் எதையோ யோசித்தவண்ணம் “நீ நல்ல புத்திசாலி. அந்த மூணு பேருங்களோட சேர வேணாம். நீ ரொம்ப ஏழை. அவங்க உன்னவிட வசதியான வீட்டுப் பிள்ளைங்க. இன்னைலேர்ந்து நீ எனக்கு நண்பன். நான் சொன்னபடி கேக்கணும், தெரியுதா?” என்றான். அவன் பேச்சு எனக்கு விசித்திரமாய்ப்பட்டாலும் நான் சரியென்று தலையாட்டினேன். அன்றைய இரவு

படுத்திருந்தபோது யாரோ என்னை எழுப்பியதைப்போல இருந்தது. பயந்துபோய் எழுந்து பார்த்தால் ரங்கதாமய்யா நின்றிருந்தான். என்ன என்று கேட்டேன்.

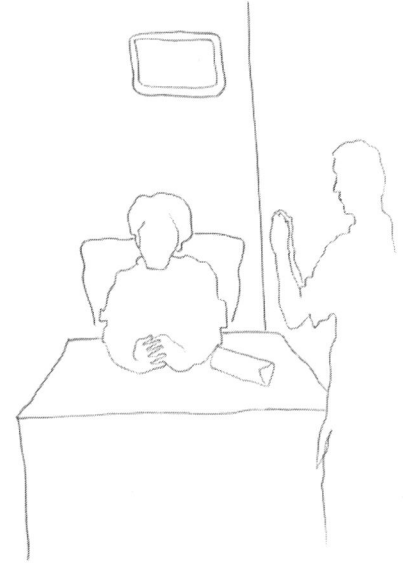

"தண்ணீரில் குளிக்க கூட வா" என்றான். நான் எழுந்து அவன் பின்னாலேயே சென்றேன். இப்படியாகத் தினமும் குளித்துவிட்டுப் படிப்பது என் பழக்கமாகிவிட்டது. இதனால் என் மூன்று கூட்டாளிகளுக்கும் சங்கடமாக இருந்தது. ஏதேதோ சொல்லிப் பயமுறுத்தி என்னைப் பழைய வழிக்கு மாற்ற மிகவும் முயற்சி செய்தார்கள். நான் பணியவில்லை. ஒருநாள் என் குருவாகிய ரங்கதாமய்யாவை வழியில் மடக்கிக் கொண்டு, "எங்க ஆள வளைச்சி பாழாக்கிட்டியே" என்று அடிக்கப் போனார்கள். நான் நடுவில் புகுந்து தடுத்ததால் விலகிவிட்டனர்.

தோசைப் பந்தயம்

சில மாணவர்களுக்கு, அவர்களுடைய பெற்றோர்கள் பணம் அனுப்பி வந்தனர். இப்படிப் பணத்தை வாங்கும் மாணவர்களுள், அதை வீணாக்குபவர்களே அதிகம். பணம் இருந்தால் யார் அதிக அளவில் இட்லி, தோசை தின்னுவது என்கிற போட்டி நடக்கும். இரண்டு அணிகளாகப் பிரிந்து ஓட்டலுக்குச் செல்வார்கள். ஒருவன் இருபது இட்லிகளைத் தின்னுவதாகச் சொல்லிப் பந்தயம் கட்டி வென்றால், எதிரணிக்காரனிடமிருந்து அவனுக்குப் பணமும் கிடைக்கும். தோற்றுவிட்டால் பந்தயப்பணம் மற்றும் இட்லிகளுக்கான

பணம் இரண்டையும் தர வேண்டியிருக்கும். இந்த இட்லி தோசைப் பந்தயத்தைப் பார்ப்பதற்காகவே பல மாணவர்கள் பார்வையாளர்களாகச் செல்வார்கள். ஓட்டல்காரர்களுக்கு இதன் மூலம் லாபம் கிடைத்தது. ஏனைய வாடிக்கைகாரர்களுக்கு இது நல்ல பொழுதுபோக்காகவும் இருந்தது. இந்தப் பந்தயத்தில் ராமாஞ்சனி என்கிற மாணவன் மிகவும் பிரபலமானவனாக இருந்தான். இதன் மூலமே பணம் சம்பாதித்து வந்தான் அவன். ஒருமுறை அவனுடைய தந்தை பள்ளிக்கூடத்திற்குக் கட்ட வேண்டிய கட்டணத்திற்காகப் பணம் அனுப்பியிருந்தார். ராமாஞ்சனி பணம் கிடைத்ததும் தோசைப் பந்தயத்திற்கு வருமாறு எதிரணியை அழைத்தான்.

பத்து மசால் தோசைகளைத் தின்று முடிப்பதாகச் சவால் விட்டான். ஓட்டலில் இந்தப் பந்தயத்தைப் பார்ப்பதற்காக மாணவர்கள் நெருக்கியடித்துக்கொண்டார்கள். மிகவும் நம்பிக்கையோடு ராமாஞ்சனி மசால் தோசைகளைத் தின்னத் தொடங்கினான். தன்னால் பத்து மசால் தோசைகளைத் தின்றுகாட்ட முடியும் என்கிற நம்பிக்கை அவனுக்கிருந்தது. ஆனால் ஏழாவது தோசையைத் தின்னும்போதே அவன் சோர்வுறத்தொடங்கினான். எட்டாவது தோசையைத் தின்னமுடியாமல் திணறினான். ஒன்பதாவது தோசையில் பாதியை மட்டும் தின்றான். இறுதியில் தன் தோல்வியை ஒத்துக்கொண்டான். மசால்தோசைக்கான பணத்தையும் பந்தயத் தொகையையும் எதிர் அணிக்காரர்கள் வாங்கிக்கொண்டார்கள். கட்டணம் செலுத்த வைத்திருந்த பணம் இப்படியாகச் செலவழிந்துபோனது. பணம் கட்ட இறுதி நாள் வரைக்கும் அவனால் பணத்தைப் புரட்ட முடியாமல் போனது. கடைசியில் பள்ளிக் கூடத்தைவிட்டு நிற்க வேண்டியதாயிற்று. இன்னொரு ஓட்டலில் தட்டு, தம்ளர் கழுவும் வேலையில் சேர்ந்துகொண்டான். பல வருஷங்களுக்கப்புறம் பெங்களூரில் ஒரு மதுக்கடையில் அவன் வெய்ட்டராக வேலை செய்துகொண்டிருப்பதைப் பார்த்தேன்.

‘சார்’ என்று அழைக்காமல் கன்னத்தில் அறை வாங்கியது

எங்கள் விடுதியில் ஒரு பழக்கம் இருந்தது. அதை மாணவர்கள் கட்டாயமாகப் பின்பற்றவேண்டும். தன்னைவிட உயர்ந்த வகுப்பில் படிக்கிற மாணவர்களை, கீழ் வகுப்பிலுள்ள மாணவர்கள் ‘சார்’ என்றுதான் அழைக்கவேண்டும். எட்டாவது வகுப்பில் படிக்கும் மாணவன் ஒன்பதாம் வகுப்பு மாணவனை ‘சார்’ என்று அழைத்தால், ஒன்பதாவது படிக்கும் மாணவன் பத்தாவது

வகுப்பு மாணவனை 'சார்' என்றுதான் அழைக்கவேண்டும். பத்தாம் வகுப்பு மாணவர்கள் எல்லோராலும் 'சார்' என்று அழைக்கப்படும்போது, எட்டாம் வகுப்பில் இருப்பவர்கள் எல்லோரையுமே 'சார்' என்று அழைக்கவேண்டியிருந்தது. நான் எட்டாம் வகுப்பில் இருந்ததால் எல்லோருமே, நான் 'சார்' என்று அழைக்க வேண்டும் என்ற பணிவை எதிர்பார்த்தார்கள். மேல் வகுப்பில் இருக்கிற ஒரு மாணவனைக் கீழ் வகுப்பில் இருக்கிற மாணவன் 'சார்' என்று கூப்பிடாவிட்டால், மேல் வகுப்பு மாணவன் நேராகச் சென்று காப்பாளரிடம் புகார் சொல்லிவிடுவான். 'சார்' என்று அழைக்காத கீழ் வகுப்பு மாணவனுக்குக் காப்பாளர் தண்டனை விதிப்பார். தண்டனைக்குப் பயந்துகொண்டு, எந்த வகுப்பு மாணவர்களுக்கும் நாங்கள் "சார்" என்று சொல்ல பயிற்சி பெற்றிருந்தோம். ஒருமுறை சிறீராமபுரத்தின் லேபர் காலனியிலிருந்து எங்கள் விடுதியை நோக்கி வந்துகொண்டிருந்தேன். என் எதிர்ப்புறம் எங்கள் விடுதியைச் சேர்ந்த இன்னொரு மாணவன் வந்துகொண்டிருந்தான். அவன் என்னைப் பார்த்ததும், "எங்கடா அலையறதுக்கு போயிருந்தே?" என்று கேட்டான். அவனுடைய குரல் மிகவும் நட்பு பூர்வமாக இருந்தது. நானும் அதே அளவு நட்போடு, "இங்கதான்டா ஒரு இடத்துக்குப் போயிருந்தேன்" என்றேன். என் பதிலைக் கேட்டதும் அவன் கொதிப்புற்றுவிட்டான். அவன் கோபத்திற்குக் காரணமில்லை. ஆச்சரியத்தோடு "என்னடா?" என்று மேலும் கேட்டேன். அவன் கோபம் மேலும் அதிகமானது. என் கன்னத்தில் பளார் என்று அறைந்துவிட்டான். எனக்கும் சட்டென்று கோபம் அதிகமாகி நானும் இரண்டு அறை கொடுத்தேன். அவன் என்னைவிட பலசாலியாக இருந்ததால், என்னை அப்படியே அலாக்காகத் தூக்கி பக்கத்தில் இருந்த பாலத்துக்கடியில் வீசிவிட்டான். கீழே விழும்போது என் தாடையில் அடிபட்டு ரத்தம் வரத்தொடங்கியது. வழியில் போனவர்கள் என்னைக் கீழிருந்து மேலே தூக்கி, அருகில் கிடந்த பசுஞ்சாணத்தை எடுத்து ரத்தம் வரும் இடத்தில் வைத்து அழுத்தினார்கள். என்னை அடித்துப்போட்டவன் அதற்குள் ஓடிவிட்டான். எட்டாவது வகுப்பில் இருந்த நான், ஒன்பதாம் வகுப்பில் இருந்த அவனை 'சார்' என்று கூப்பிடாததுதான் அவனுடைய கோபத்துக்குக் காரணமாகும். விடுதிக்கு வெளியிலும் கூட அப்படி அழைக்கவேண்டும் என்பது எனக்குத் தெரிந்திருக்கவில்லை. காப்பாளரிடம் சென்று நான் புகார் செய்தேன். என் முகம் ஊதி, தாடையில் ரத்தம் வடிந்து கொண்டிருந்தது. காப்பாளருக்கு யார் மீது தப்பு என்று முடிவெடுப்பதே கஷ்டமாக இருந்தது. ஆனாலும் கூட அவனை இரண்டு அடி அடித்து அனுப்பினார். நான் ஆஸ்பத்திரிக்குப் போய் வந்தேன். மறுநாள் தேர்வு. இதே

கோலத்தோடு தேர்வுக்குச் சென்றேன். என்னைப் பார்த்த என் ஆசிரியை ஆகாயத்தில் இருந்து கீழே விழுந்த மாணவன் என்று என்னைக் கிண்டல் செய்தார்.

ரயில் மறியல் போராட்டம்

சிறீராமபுரத்தில் கன்னடர்களும் தமிழர்களும் ஒன்றாகவே சேர்ந்துவாழ்ந்தார்கள். அப்போது கன்னடக்கட்சி வலிமையோடு இருந்தது. இக்கட்சியின் சார்பில் நடந்த கூட்டங்களுக்கு கன்னட இலக்கியவாதிகள் பங்கேற்று மனத்தில் எழுச்சியையூட்டும் சொற்பொழிவுகளை ஆற்றிச் சென்றனர். அச்சொற்பொழிவுகளைக் கேட்க நான் செல்வதுண்டு. மூத்த இலக்கியவாதி ஒருவர் தன் சொற்பொழிவில் கன்னடம் என்றால் என்ன என்று விவரித்துச் சொன்னார். அன்று அவர் சொன்னபடி ‘க’ என்றால் ‘கருணை’ ‘ன்ன’ என்றால் ‘என்னுடைய’, ‘ட’ என்றால் ‘உடுக்கை’. இப்படிச் சொன்னவர் பண்டிதர் சிவமூர்த்தி சாஸ்திரிகள். வாட்டாள் நாகராஜ் அவர்கள் அடிக்கடி வந்து உணர்ச்சிப்பெருக்கான சொற்பொழிவாற்றுவார். இவர்களுடைய சொற்பொழிவுகளால் எழுச்சியுற்ற மக்கள் போராட்டத்தில் இறங்கினர். பெங்களூரில் இருந்து பம்பாய்க்குச் செல்லும் ரயிலை மறிக்கிற போராட்டத்தைத் தொடங்கினர். இந்த ரயில் மறிப்பு போராட்டத்திற்கு ஆயிரக்கணக்கான பேர்கள் சேர்ந்தார்கள். ‘மகாஜன ரிப்போர்ட்டை அமுல் படுத்துங்கள்’ என்பதுதான் மக்களின் பிரதான கோஷமாக இருந்தது. மக்கள் கடலின் உற்சாகம் எல்லை மீறியது. ‘உயிரைக் கொடுத்தாலும் கொடுப்போம், பெல்காமை இழக்க மாட்டோம்’ என்று ஒரே குரலில் மக்கள் குரல் எழுப்பினர். அன்றைய போராட்டத்தின் முக்கிய தலைவர்களாக இருந்த ஐந்து பேர்கள் ரயில் தண்டவாளத்தில் படுத்துக்கொண்டார்கள். ரயில் வரும் சத்தம் கேட்டது. தண்டவாளத்தின் இரு புறங்களிலும் கூடியிருந்தவர்களின் இதயங்கள் துடித்துக்கொள்ளத் தொடங்கின. கோஷங்கள் விண்ணைத் தொட்டன. ரயில் வருவது கண்ணுக்குப் புலப்படத்தொடங்கியது. மக்களின் பரபரப்பைச் சொல்லி மாளாது. தண்டவாளத்தில் படுத்திருந்தவர்களில் ஒருவர் தொலைவில் ரயிலைப் பார்த்துமே உயிர் மீது இருந்த பயத்தின் காரணமாக மெல்ல எழுந்து ஓரமாக வந்து வியர்வையைத் துடைத்துக்கொண்டார். இன்னும் கொஞ்சம் ரயில் நெருங்கியதும் மேலும் மூன்று பேர் எழுந்து ஓரமாக வந்து திரளோடு சேர்ந்தனர். தண்டவாளத்தில் எஞ்சி இருந்தவர் ஒருவரே. ‘மகாஜன் ரிப்போர்ட்டை அமுல்படுத்து’ என்று கோஷமிட்டபடி அவர் ஒருவரே படுத்துக்கிடந்தார். கருணையே இல்லாத ரயில் அவர் மீது ஏறிக் கடந்தது. மக்கள் கண்ணீர் வடித்தனர். அன்றைய தினம் ரயில் மறியல் போராட்டத்தில் உயிரிழந்தவர் கோவிந்தராஜு. அவர் தமிழர். பெங்களூரில்

பல காலமாகக் கன்னட முன்னேற்றத்திற்காக பாடுபட்டவர். ரயில் தண்டவாளங்களின் மேல் படுத்துக்கிடந்து, ரயில் வரும் சத்தத்தைக் கேட்டதும் எழுந்து ஓடிவந்த நான்கு பேர்களும் தூய கன்னடியர்கள்.

பண்டிதருக்கு உதை

சிறீராமபுரத்தில் தமிழர்கள் அதிக எண்ணிக்கையில் இருந்தார்கள். அண்ணாதுரை அவர்கள் இறந்தபோது பெரும்பான்மையான தமிழர்கள் துக்கத்தில் ஆழ்ந்திருந்தார்கள்.

இத்துக்கத்திற்கு ஆதரவாகவோ என்னமோ, பிறந்தவர்கள் எல்லோருமே ஒருநாள் இறந்துதான் தீரவேண்டும் என்று தமிழ்ப் பண்டிதர் ஒருவர் சொன்னார். இதைக் கேட்ட மக்கள், அவர் வீட்டை முற்றுகையிட்டு, உள்ளே இருந்த அவரை வெளியே இழுத்து கண்மண் தெரியாமல் அடித்துத் துவைத்தார்கள். நல்ல மரண அடி. எனக்குத் தமிழன்பர்கள் பலர் நண்பர்களாக இருக்கிறார்கள். ஏழாவது படித்துக்கொண்டிருந்த போது தயாநிதி என்கிற நண்பன் இருந்தான். தேர்வுச் சமயத்தில் படிப்பதற்காக அவனுடைய வீட்டுக்குச் செல்வதுண்டு.

தேசிய நாள்களின் கொண்டாட்டங்கள்

விடுதியில் சுதந்தர நாள், குடியரசுத் திருநாள் ஆகியவற்றைக் கொண்டாடி வந்தார்கள். அன்றைய தினம் அதிகாலையிலேயே எழுந்து வரிசையாக சிறீராமபுரத்தின் தெருக்களில் நாங்கள் ஊர்வலமாகச் செல்வோம். அப்போது தேசப்பற்றுமிக்க பாடல்களை அறிந்திருந்தவர்கள் எங்களுக்குச் சொல்லிக் கொடுப்பதுண்டு. நாங்களும் அந்தப் பாடல்களை உரத்த குரலில் சுற்றுப்புறங்களில் தூங்கிக்கொண்டிருப்பவர்கள்கூட எழுந்துகொள்ளும் வண்ணம் பாடுவோம். அந்த தேசபக்திப் பாடல்களோடு, "அறுவடைக் காலம் அறுவடைக் காலம், ஆணுக்கும் பெண்ணுக்கும் அழகாய்த் திருமணம் செய்யும் காலம் மணமகனும் மணப்பெண்ணும் மகிழ்வோடு பொழுதைக் கழிக்கும் காலம்" என்கிற பாட்டும் சேர்ந்துவிடும். இப்பாட்டை நாங்கள் மிகவும் உற்சாகத்தோடு பாடுவோம். அதற்கப்புறம் கூட்டம் ஏற்பாடாகும். எஸ். நிஜலிங்கப்பா, பி. ராச்சய்யா, நாகப்பா, ஆல்வா ஆகிய முக்கிய தலைவர்கள் எங்களிடையே சொற்பொழிவாற்றுவார்கள். ஆர். பரணய்யா, கே. பீமய்யா, சித்தார்த் அரகேரி ஆகியோரின் சொற்பொழிவுகளைக் கேட்டு நாங்கள் பூரித்துப்போவோம். ஆர். பரணய்யா அவர்கள் அமெரிக்காவிற்குப் போகும் சமயத்தில் ஒரு கூட்டத்தை ஏற்பாடு செய்திருந்தார்கள். பல பெரியவர்கள் பேசினார்கள். ஒரு சொற்பொழிவாளர் பரணய்யா அவர்களை மழையோடு ஒப்பிட்டுப் பேசினார். பரணய்யா அவர்கள் தம் பேச்சில் இதைப் பற்றிக் குறிப்பிட்டு கண்கலங்கினார். அவர் எளிதில் உணர்ச்சி வசப்படக்கூடியவர். எளிமையும் இரக்கமும் பணிவும் அவர் முகத்தில் நிறைந்திருக்கும். இன்னொரு முறை பி. ராச்சய்யா அவர்கள் ஆப்பிரிக்காவுக்குச் செல்ல வேண்டி இருந்தது. அப்போது அநேக தலைவர்கள், அதிகாரிகள் அவரைப் புகழ்ந்து பேசினார்கள். ராச்சய்யா அவர்களும் மிகவும் எளிமையானவர். அவருக்கு இனிமையான குரல். யோசித்துப் பொறுமையாய்ப் பேசக்கூடியவர். இப்படி ஒரு கூட்டத்தில் அன்றைய சட்டசபை உறுப்பினராக இருந்த சித்தார்த் அரகேரி அவர்கள் ஆவேசத்துடன் சொற்பொழிவாற்றி எங்களையெல்லாம் உணர்ச்சிவசப்படச் செய்தார். டாக்டர். அம்பேத்கர் பற்றி உணர்ச்சியூட்டும் உரையொன்றை நிகழ்த்தினார். விடுதியின் முக்கியஸ்தராகிய டி. வெங்கட்டய்யா அவர்கள் பேசும் போது தலித் மக்களின் கீழான நிலைமையைப் பற்றி, மாணவர்களாக இருந்த எங்கள் நிலைமையைப் பற்றி மனம் கரையும் வண்ணம் பேசி உருகவைத்தார். எங்கள் விடுதிக்கு நிதி உதவி தொடர்பாக அரசு அதிகாரி ஒருவரிடம் பேசச் சென்றார். அவரிடம்

விண்ணப்பம் கொடுக்கச்சென்ற போது அவர் இவருடைய விண்ணப்பத்தைத் தொடவே இல்லை. டி. வெங்கட்டய்யா அந்த அதிகாரியைப் பார்த்து, "ஐயா, நான்தான் தீண்டத்தகாதவன். என் விண்ணப்பம்கூட உங்களுக்கு தீண்டத்தகாததாகி விட்டதோ?" என்று மெதுவாகக் கேட்டார். இதைக் கேட்டு மனம் மாறிய அதிகாரி கோர்ப்படே அவர்கள் அந்த விண்ணப்பத்தை எடுத்துக்கொண்டு நிதி ஒதுக்கித் தர உடனே ஏற்பாடு செய்தார். டி. வெங்கட்டய்யா அவர்கள் ஆர். கோபாலஸ்வாமி ஐயர் அவர்களின் மாணவர். கோபாலஸ்வாமி ஐயர் தலித் வகுப்புக்குச் செய்த சேவை மகத்தானது. அவரது தூண்டுதலினால்தான் வெங்கட்டய்யா அவர்களும் தலித்துகளின் சேவைக்காகப் பாடுபடத்தொடங்கினார்.

தலித் மாணவர்கள் நடத்திய யாகம்

எங்கள் மாணவர் விடுதிக்குச் சற்றே தொலைவில் காந்தி விடுதி இருந்தது. அங்கும் இலவச உணவு, இலவச அறை பெற்று தலித் மாணவர்கள் தங்கிவந்தார்கள். சமஸ்கிருத சுலோகங்களைப் படித்து வந்தார்கள். இரண்டு விடுதிகளையும் சேர்ந்த மாணவர்களுக்கும் பூணூல் வழங்கப்பட்டது. பூணூல் அணிந்துகொண்டவர்கள் புலால் உண்பதைக் கைவிடவேண்டி இருந்தது. பூணூல் அணிந்துகொண்ட மாணவன் ஒருவன் மிலிடெரி ஓட்டலில் வேலை செய்தான். இதைச் சிலர் ஆட்சேபித்தார்கள். எல்லாம் இந்தப் பூணூலால்தான் வந்தது என்று கோபத்தோடு பூணூலைக் கழற்றிவிட்டான். அந்த நூலால் தன் சட்டையைத் தைத்துக்கொண்டான்.

கவிதை எழுதத் தொடங்கியது

சிறீராமபுரத்தில் பல நூல் நிலையங்கள் இருந்தன. கன்னட சங்கங்கள் அங்கங்கே படிப்பகங்களை ஆரம்பித்தன. அங்கே கன்னடப் பத்திரிகைகளும் வார, மாதாந்திர இதழ்களும் வரவழைக்கப்பட்டன. நான் அங்கே செல்லத் தொடங்கினேன். தமிழ்ச் சங்கங்களும் படிப்பகங்களைத் தொடங்கி, தமிழ்ப் பத்திரிகைகளையும் கன்னடப் பத்திரிகைகளையும் வரவழைத்தன. படிப்பகங்களுக்குச் செல்வதன் மூலம் நான் மிகவும் பயன் பெற்றேன். சிறிபாதிரிபுரத்துக்குச் சென்றுகொண்டிருக்கும் வழியில் ஒருநாள் பொது நூலகம் என்கிற பலகையைப் பார்த்து உள்ளே சென்றேன். அங்கிருந்த புத்தகங்களைக் கண்டு மிகவும் மகிழ்ச்சியடைந்தேன். பஸவராஜி கட்டெமணி

அவர்கள் எழுதிய ‘சுதந்தரத்தை நோக்கி’ என்கிற நாவலைப் படித்தேன். நாவல்கள், கவிதைகள் ஆகியவற்றைப் படிக்க இந்த நூலகம் மிகவும் துணையாக இருந்தது. இத்தருணத்தில் எங்கள் விடுதியில் இருந்த பஸவண்ணன் என்கிற மாணவன் ‘அவதார புருஷன் அம்பேத்கர்’ என்னும் புத்தகத்தைக் கொடுத்தான். அதைப் படித்து என் உற்சாகம் இரண்டு மடங்காகியது. பிறகு கப்பன் பார்க்கில் இருந்த அரசு மத்திய நூலகத்திற்குச் சென்று அகப்பட்ட புத்தகங்களையெல்லாம் படிக்கத் தொடங்கினேன். இச்சந்தர்ப்பத்தில்தான் நான் அதிக அளவில் கவிதைகளை எழுதினேன். விடுதியில் சாப்பாடு அவ்வளவாகச் சரியாக இல்லை. சோளக் களியைச் சாப்பிட்டு சில மாணவர்களுக்கு ரத்தபேதி வந்துவிட்டது. இதைப்பற்றி நான் ஒரு கவிதை எழுதினேன். “கொடுக்கிறார்கள் எங்களுக்கு சோளம், குறைவாகத் தருகிறார்கள் பயிறு, ஆகிறது பலபேருக்கு ரத்தபேதி, ஆனாலும் வழங்கவில்லை கேழ்வரகும் கோதுமையும்.” கவிதை இப்படித்தான் ஆரம்பமானது. இதைப் பாராட்டிய என் நண்பர்கள் பிரார்த்தனையைப் போல இக்கவிதையைப் பாடத் தொடங்கினார்கள்.

டர்கடர். என்.சி. பிளிகிரி ரங்கய்யா

சிறீராமபுரத்திலேயே வசித்து வந்த டாக்டர். என்.சி. பிளிகிரி ரங்கய்யா என்பவர் பெரிய வழக்கறிஞர் ஆவார். நல்ல படிப்பாளி, அவரைப் பார்த்தால் மாணவர்களுக்கு அச்சம் அதிகம். வழியில் யாராவது விடுதி மாணவர்கள் கண்ணில் அகப்பட்டுவிட்டால், உடனே அவர்களை அருகில் அழைத்து ‘பெங்களூர்க்கு ஸ்பெல்லிங்க் என்ன?’ என்று கேட்பார். ஸ்பெல்லிங் சொல்லிவிட்ட பிறகு ‘இது நௌனா, ப்ரோநௌனா?’ என்று கேட்பார். அதையும் சொன்ன பிறகு, ‘இது என்ன ஜென்டர், சொல் பார்க்கலாம்’ என்று கேட்பார். பயத்தின் காரணமாகவோ அல்லது தெரியாமலோ தப்பான பதில்களை மாணவர்கள் சொல்லிவிட்டால் பிளிகிரி ரங்கய்யா அவர்களை அடித்துவிடுவார். இதனால் வழியில் அவரைக் காண நேர்ந்ததுமே விடுதி மாணவர்கள் திசைக்கு ஒருவராக ஓடத் தொடங்கினார்கள். வழியில் அவர்கள் திடுமென திசைக்கொருவராக ஓடுகிறார்கள் என்றாலேயே, எதிரில் அவர் வருகிறார் என்று பொருள். விடுதியில் உள்ள எல்லாக் கழிப்பறைகளும் குளியலறைகளும் மூடியிருக்கிறது என்றாலேயே பிளிகிரி ரங்கய்யா விடுதிக்குள்ளேயே நுழைந்து கேள்விகள் கேட்கிறார் என்று பொருள். அவரது கேள்விகளிலிருந்தும் உதைகளிலிருந்தும் தப்பித்துக்கொள்ள ஒவ்வொரு கழிப்பறைக்குள்ளும் ஐந்தாறு மாணவர்கள் மணிக்கணக்கில் நெருக்கியடித்துக்கொண்டு நின்றார்கள். நான்

பிளிகிரி ரங்கய்யாவின் கையில் என்றும் அகப்பட்டதில்லை. அவரைப் பற்றி எனக்கு நல்ல அபிப்பராயமே இருந்தது! அவருடைய வீட்டுக்கு நான் கவிதைகளை எடுத்துக்கொண்டு சென்றேன். அவர் வீட்டின் முன் அறையிலேயே ஈச்சரில் சாய்ந்திருந்தார். அவருடைய கைகால்களின் நகங்களையெல்லாம் ஒருவன் வெட்டிக்கொண்டிருந்தான். அவரைச் சுற்றியும் ஐந்தாறு பேர்கள் மிகுந்த பணிவோடு உட்கார்ந்திருந்தார்கள். பிளிகிரி ரங்கய்யா அவர்கள் நல்ல மனநிலையில் இருந்தார்கள். அவ்வப்போது பக்கத்தில் இருந்த தேநீர்க் கோப்பையை எடுத்துத் தேநீர் குடித்தார். ரஸ்க்குகளைத் தின்றார். நான் மிகவும் பயத்தோடுதான் அவருக்கு வணக்கம் சொன்னேன். என்னையொத்த சிறு வயதுப் பிள்ளைகள் யார்க்கும் இந்த அளவு நேரில் சென்று பேச துணிச்சல் கிடையாது. அதனால் அவர் மிகவும் ஆச்சரியமடைந்தார். பிறகு என்னிடம் வந்த காரணத்தைக் கேட்டார். நான் என்னுடைய கவிதைகளை அவரிடம் தந்து, படித்துப் பார்த்து விட்டு கருத்துரைக்குமாறு சொன்னேன். ஒன்றிரண்டு கவிதைகளைப் படித்ததுமே அவரது முகத்தில் சந்தோஷக் கோடுகள் பரவுவதைக் கண்டேன். மற்ற கவிதைகளை என்னையே படிக்குமாறு சொன்னார். நான் மிகவும் உற்சாகத்துடன் படித்தேன். அவர் மகிழ்ச்சிக்கு அளவே இல்லை. உடனே, அப்போதே அவர் தம் பிள்ளைகளை அழைத்தார். 'பாருங்கடா ... இவன் ஏழைப்புள்ள. எவ்வளவு நல்லா கவிதை எழுதி இருக்கறான் தெரியுமா ... நீங்களும் இருக்கறீங்களே, தெண்டத்தீனி சாப்பிட்டு ...' என்று திட்டிவிட்டுப் பக்கத்திலேயே இருந்த ரூலர் தடியையெடுத்து நன்றாக அடித்தார். அவர் மனம் அமைதியான பிறகு என்னை ஒரு நாற்காலியில் உட்காரச் சொன்னார். ஒவ்வொரு நாளும் வந்து பார்க்கவேண்டுமென்றும் ஒரு கவிதை படிக்கவேண்டும் என்றும் அன்பளிப்பாக ஒரு ரூபாய் தருவதாகவும் சொன்னார். தினந்தோறும் என்பது முடியாவிட்டாலும்கூட அவ்வப்போது முடியும்போது அவரிடம் சென்று கவிதைகள் படித்துப் பணத்தைப் பெற்றுவந்தேன். கையில் காசு இல்லாத சமயத்தில் கவிதை எழுதிக்கொண்டுபோய் அவரிடமிருந்து பணம் பெற்றுவந்தேன்.

'ரெட் அன்ட் வொய்ட் ரெடி டு ஃபைட்'

இச்சந்தர்ப்பத்தில் பெங்களூரில் பெரிய அளவில் தலித்துகள் கூட்டம் ஒன்று நடந்தது. பத்தாயிரத்துக்கும் மேற்பட்ட தலித்துகள் சின்ன லால்பாக்கில் இருந்து நகரை நோக்கி ஊர்வலமாக வந்தார்கள். எங்கள் விடுதி மாணவர்கள் பலரும் இதில் கலந்துகொண்டார்கள். ஆண்களும் பெண்களும்

வயதில் மூத்தவர்களும் இளம் பிள்ளைகளும் ஊர்வலத்தில் கலந்துகொண்டனர். தலைவராக இருந்த பி. பஸவலிங்கய்யா, எஸ். ராச்சய்யா இருவரும் மிகவும் சுறுசுறுப்போடு அங்குமிங்கும் அலைந்தனர். ஊர்வலத்தில் சிவப்பு மற்றும் வெள்ளை நிறத்திலான கொடிகளைப் பிடித்திருந்தார்கள். 'ரெட் அண்ட் ஒயிட் ரெடி டூ பைட்' என்று கோஷமிட்டார்கள். இக்கூட்டத்தை முடித்துக்கொண்டு விடுதிக்குத் திரும்பியபோது, இதில் கலந்து கொண்டதற்காக காப்பாளர் எங்கள் மீது கோபமுற்றார். அரசாங்கத்துக்கு எதிரான அந்த ஊர்வலத்தில் நாங்கள் கலந்துகொண்டது அவருக்கு மிகவும் கோபத்தையூட்டியது. அன்று மாலை பிரார்த்தனைக் கூட்டத்தில் கூட்டத்திற்குச் சென்றவர்களெல்லோரும் எழுந்து நிற்கவேண்டும் என்று கட்டளையிட்டார். பத்துப் பதினைந்து பேராக எழுந்து நின்றால் அவர்களுக்கெல்லாம் சாப்பாடு இல்லை என்று சொல்லக்கூடும் என நாங்கள் எதிர்பார்த்தோம். இதனால் விடுதியில் இருந்த முந்நூறு பேர்களும் எழுந்து நின்றோம். இதனால் என்ன செய்வது என்று புரியாமல் எங்களை விட்டுவிட்டார்.

மைசூரில் உள்ள டி.சி. விடுதிக்கு . . .

அம்பேத்கரைப் பற்றிப் பல விஷயங்களையும் படித்தும் கேட்டும் தெரிந்து வைத்திருந்தால், அவரைப் பற்றிச் சொற்பொழிவாற்றும் அளவுக்கு எனக்கு நம்பிக்கையிருந்தது. மாணவர்களை எல்லாம் ஒன்று கூட்டி எங்கள் விடுதிக்குள் சொற்பொழிவு நிகழ்த்திய விஷயம் வேறு விடுதிகளில் இருக்கிற மாணவர்களுக்கும் தெரிந்துபோய், அவர்கள் அனைவரும் தம் விடுதிக்கு வருமாறு என்னை அழைத்தார்கள். இப்படியாக, தலித் மாணவர்கள் படிக்கும் ஹைஸ்கூல்களிலும் விடுதிகளிலும் என் பெயர் பிரபலமானது. ஒருமுறை மைசூரிலுள்ள நசர்பாத் என்னும் இடத்தில் உள்ள டி.சி. ஆஸ்டலில் இருந்து ஒரு கடிதம் வந்தது. தம் விடுதிக்கு வந்து அம்பேத்கர் சிந்தனைகள் குறித்துப் பேசவேண்டும் என்று அக்கடிதத்தில் குறிக்கப்பட்டிருந்தது. இக்கடிதத்தைப் படித்த என் நண்பர்கள் மிகவும் மகிழ்ச்சியுற்றார்கள். தாமே முன்னின்று பணம் வசூலித்து என்னை மைசூர்க்கு அனுப்பிவைத்தார்கள். நான் மைசூர்க்குச் செல்வது அதுதான் முதல் முறையாகும். நான் மைசூர் ரயில்வே ஸ்டேஷனில் இறங்கியதுமே, என்னைப்போலவே இருந்த உயர்நிலைப் பள்ளி மாணவர்கள் ஐந்தாறு பேர்கள் என்னை அன்போடு வரவேற்று விடுதிக்கு அழைத்துச் சென்றார்கள். அன்று சாயங்காலம் தான் விடுதியில் அம்பேத்கர் பற்றிய என் சொற்பொழிவு. என் பேச்சு அங்குள்ள மாணவர்களுக்கும் காப்பாளர்க்கும் மிகவும் பிடித்திருந்தது. மறுநாள் மாணவர்கள் எனக்கு சாமுண்டி

மலையைச் சுற்றிக் காண்பித்தார்கள். அவர்கள் அனைவரும் பணம் வசூல் செய்து, என்னைப் பெங்களூருக்குத் திருப்பி அனுப்பினார்கள்.

அம்பேத்கரைப் பற்றிய புனைகதைகள்

டாக்டர். அம்பேத்கரைப் பற்றி என் சொற்பொழிவில் சொன்ன சங்கதிகள் பலவும் சுவாரஸ்யமானவை. சில நானே கட்டிய புனைகதைகளாகவும் இருந்தன. அம்பேத்கர் சிறுவனாக இருந்த போது படிப்பதற்கு வீட்டில் இடமே இல்லை.

அதனால் அருகில் இருந்த ஒரு மரத்தில் ஏறி கிளையொன்றில் அமர்ந்து படித்தார். அவர்க்கு மரத்தில் ஏறத்தான் தெரிந்திருந்ததே தவிர இறங்கத் தெரியவில்லை. இதனால் புத்தகத்தோடு கீழே விழுந்துவிட்டார். அம்மரத்தைச் சுற்றிலும் புழுதி மண்டலமாக இருந்தது. கீழே விழுந்ததுமே அவர் உடம்பிலும் துணிமணிகளிலும் புழுதி அப்பிக்கொண்டது. இதனால் அவரை, மற்ற மாணவர்களெல்லாரும் 'புழுதி சாஹிப்' என்று அழைத்தார்கள். அப்போது அம்பேத்கர், 'இப்போது நான் புழுதி சாஹிப்பாக இருக்கலாம். எதிர்காலத்தில் நான் பாபா சாஹிப்பாக ஆகிக்காட்டுகிறேன்' என்று சபதம் எடுத்தார். கடைசியில் பாபாசாஹிப்பாகவே ஆனார். இன்னொரு

கதையின்படி அம்பேத்கரின் மிகப்பெரிய நூலகத்திற்கு ஒருமுறை ஒரு பண்டிதர் வந்தார். அம்பேத்கர், புத்தகங்களை எல்லாம் வெறுமனே காட்சிக்காகத்தான் வைத்திருக்கிறாரே தவிர எதையும் படித்ததில்லை என்றார். இதனால் அம்பேத்கருக்குக் கோபம் உண்டானது. உடனே பண்டிதரைப் பார்த்து நூலகத்தில் எந்தப் புத்தகத்தை வேண்டுமானாலும் எடுத்து, அதில் எந்தப் பக்கத்தில் என்ன விஷயம் இருக்கிறது என்று கேட்டாலும் கூடத் தன்னால் சொல்ல முடியும் என்று சொன்னார். பண்டிதர் அங்குள்ள புத்தகங்களில் ஒன்றை எடுத்து அதேப் பக்கத்தில் என்ன இருக்கிறது என்று கேட்டதும் அதை அம்பேத்கர் சொன்னார். இதனால் அதிர்ச்சியில் உறைந்த பண்டிதர், அம்பேத்கர் காலில் விழுந்து மன்னிப்பு கேட்டுக்கொண்டார். என் பேச்சில் இது போன்ற அம்சங்களே அதிக அளவில் இருந்ததால், அதிக அளவில் பேச வருமாறு நான் அழைக்கப்பட்டேன்.

பெங்களூரில் தேவர ஜீவனஹள்ளியில் ஒரு தலித் விழா நடந்தது. அங்கே மக்கள் ஆயிரக்கணக்கில் திரண்டிருந்தனர். தமிழ் நாட்டிலிருந்து புகழ்பெற்ற பேச்சாளர்களை அழைத்திருந்தார்கள். அவர்கள் மணிக்கணக்கில் பேசினார்கள். இடையிடையே சோடா குடித்தார்கள். ஒரு பேச்சாளர் தன் கையில் கட்டியிருந்த காப்பு பளபளக்க வீராவேசத்துடன் பேசினார். பேச்சு என்பது அவரைப் பொறுத்த அளவில் யுத்தமாக இருந்தது. தலைவராக இருந்த சி.எம். ஆர்யகம் அவர்கள் ஒரு சிறுமியை மேடையின்மேல் ஏற்றி மைக்கின் முன்னே நிறுத்தினார்கள். அவள் மிகச் சிறப்பாகப் பேசிக் கைத்தட்டல் பெற்றாள். சித்தார்த் அரகேரி அவர்கள் என் பேச்சுக்கு உற்சாகம் ஊட்டியதால், நானும் சிறப்பாகப் பேசினேன். என் பேச்சை மக்கள் மிகவும் பாராட்டினார்கள். மேடையில் இருந்து இறங்கி நான் பார்வையாளர்களிடையே சென்றபோது, அவர்கள் அனைவரும் என் பையும் கையும் நிறையும் அளவுக்கு சில்லறைகளை அள்ளிக் கொடுத்தார்கள்.

சாந்தவேரி கோபால கௌட

ஒருமுறை நகர்க்குள் அம்பேத்கர் நினைவுநாள் நடந்தது. முதலமைச்சராக இருந்த வீரேந்திர பாட்டீல், உச்சநீதிமன்ற நீதிபதியாக இருந்த பீமய்யா, ஐ.ஏ.எஸ். அதிகாரியான பரணய்யா, அமைச்சராக இருந்த பி. ராச்சய்யா ஆகியோர் அழைக்கப்பட்டிருந்தனர். சாந்தவேரி கோபால கௌட அந்தக் கால முக்கிய பேச்சாளர். கோபால கௌட பேசும் முறை எனக்கு மிகவும் பிடித்திருந்தது. அதே மேடையில் அரகேரி அவர்கள் என்னைப் பேச அழைத்தார். நான் இன்னும் உயர்நிலைப்பள்ளி மாணவன்தான் என்பதையும்

மறந்து மிகவும் தன்னம்பிக்கையோடு பேசினேன். மேடையில் அமர்ந்திருந்தவர்களும் பார்வையாளர்களும் என் பேச்சைக்கேட்டு மிகவும் மகிழ்ச்சியுற்றனர். வீரேந்திர பாட்டீல், பீமய்யா, ராச்சய்யா அனைவரும் தமக்குப் போட்ட மாலைகளைக் கழற்றி எனக்குப் போட்டார்கள். மகிழ்ச்சியும் கூச்சமும் கலந்த மனநிலையோடு மாலைகளுடன் மேடையிலிருந்து கீழே இறங்கினேன் நான். கோபால கௌட என்னை உற்சாகப்படுத்தும் வகையில் நிறையப் பேசினார்.

இச்சம்பவங்களால் மிகவும் உற்சாகம் கொண்ட நான் உயர்நிலைப் பள்ளிகளிடையே நடக்கும் பேச்சுப் போட்டிகளில், எங்கள் பள்ளி சார்பாகக் கலந்துகொண்டேன். மல்லேஸ்வரத்தில் இருந்த ராகவேந்திரா உயர்நிலைப்பள்ளியில் ஒருமுறை நடந்த பேச்சுப் போட்டியில் நான் கலந்து கொள்ள வேண்டியதாயிற்று. போட்டிக்குச் செல்ல நான் தயாராக இருந்தாலும், போட்டிக்கு அணிந்து செல்ல நல்ல சட்டை எதுவும் இல்லை. கிழிந்த கால் சட்டையோடு போட்டிக்குச் செல்ல மனம் கலங்கியது. என் நண்பன் ஒருவனின் கால்சட்டையை வாங்கி அணிந்துகொண்டு போட்டிக்குச் சென்றேன். போட்டிக்கு முன்பு, பள்ளியில் தரப்பட்ட கேசரிபாத், உப்புமாவின் ஞாபகம் இன்னும் உள்ளது. போட்டிக்குப் பின் பரிசுக் கோப்பையோடு வந்தபோது எனக்குக் கால் சட்டையைத் தந்தவனுக்கு மிகவும் மகிழ்ச்சியாக இருந்தது. உயர்நிலைப் பள்ளிகளுக்கிடையேயான போட்டிகளில் பங்கேற்றுப் பெற்ற பரிசுப் புத்தகங்கள் என்னிடம் ஏராளமாக இருந்தன. ஒருநாள் ஒரு நண்பன் வந்து 'உன் பரிசுக் கோப்பைகளையெல்லாம் மெஜஸ்டிக் டாக்கீஸ் முன்னால் கொட்டி உன் அப்பா விற்றுக்கொண்டிருக்கிறார்' என்று சொன்னான். நான் பயத்தோடு மெஜஸ்டிக் டாக்கீஸ் பக்கம் ஓடினேன். அதற்குள்ளாக பல கோப்பைகளையும் புத்தகங்களையும் என் அப்பா வந்த விலைக்கு விற்று விட்டிருந்தார். கோபமுற்ற என்னை அமைதிப்படுத்துவதற்காக எனக்கும் கொஞ்சம் பணம் கொடுத்தார்.

என்.டி. குல்கர்னி

நான் படித்துக்கொண்டிருந்த மல்லேஸ்வரம் அரசு பள்ளிக்கூடம் பல காரணங்களால் முக்கியமான ஒன்றாகும். அந்த அழகான கட்டடத்தைக் கட்டியவர் மிர்ஜா இஸ்மாயில் அவர்கள். ஒருமுறை இந்தப் பள்ளிக் கூடத்திற்கு ஆச்சார்யா வினோபாபாவே அவர்களும் வந்திருந்தார். அவர் சொற்பொழிவாற்றிய அறைக்கு 'வினோபா ஹால்' என்று பெயரிட்டிருந்தார்கள். அப்போது தலைமை ஆசிரியராக இருந்த என்.டி. குல்கர்னி அவர்கள் மிகவும்

தைரியசாலியாக இருந்தார். அந்தப் பள்ளிக்கூடத்தை மிகவும் உயர்ந்த நிலைக்கு முன்னேற்றியவர் அவர். எனக்கு மிகவும் பிடித்த கன்னட ஆசிரியர் எம். ரேவண்ணா. அவர் பழைய கன்னடக் காவியங்களைப் படித்த விதம் கவரும் வண்ணம் இருந்தது. ஏதோ ஒரு காரணத்திற்காக சிறீராமபுரத்திற்கு வந்திருந்த அவர் எங்கள் விடுதிக்கும் வந்திருந்தார். மறுநாள் வகுப்பில் எங்கள் விடுதிக்கு வந்திருந்த விஷயத்தைச் சொல்லிவிட்டு, கையைக் கழுவிக்கொண்டு தரையைத் தொடும் அளவுக்கு தரை மிகச் சுத்தமாக இருக்கிறது என்று புகழ்ந்தார்.

நாங்கள் விடுதியைத் தூய்மையாக வைத்திருந்த விதம் அவருக்கு மிகவும் பிடித்திருந்தது. அவர் பேச்சைக் கேட்ட போது, விடுதியில் தினமும் பெருக்கிச் சுத்தம் செய்து வந்த என் தாய் மற்றும் அவளது கூட்டாளியரின் ஞாபகம் பொங்கி எழுந்தது. ஆர். ராமச்சந்திரராயர் என்னுடைய இன்னொரு ஆசிரியர். அவர் கன்னடம் நடத்தும் விதம் மிகவும் நன்றாக இருக்கும். மிக அழகான மேடம் ஒருவர் இருந்தார். பள்ளியிலேயே ஓர் ஆசிரியர் எங்கள் மேடத்தின் மீது ஒரு கண் வைத்திருக்கிறார் என்று கேள்விப்பட்டு, அந்த ஆசிரியரையே தாக்கும் அளவுக்கு அந்த மேடத்தின் மீது ஆசையாக இருந்தோம். யாரோ ஒருவர் புத்திமதி சொன்ன பிறகுதான் இந்த ஆசையைக் கைவிட்டோம்.

தீண்டாமை –
சுவையான சிற்றுண்டி

இதே பள்ளிக்கூடத்தில் என்னைவிட மூத்தவனைப் போல காணப்பட்ட மாணவன் ஒருவன் என் நட்பை விரும்பினான். இடைவேளை சமயங்களில் எல்லாரும் ஆடிக்கொண்டிருந்தபோது நான் ஒருவனே தனியாக வகுப்பில் உட்கார்ந்து படித்துக்கொண்டிருந்தேன். இந்த என் சுபாவத்தைப் பார்த்துதான் அவன் என்னோடு நட்பு கொள்ள விழைந்தான். அவன் என்னைத் தன்னுடைய வீட்டுக்கு அழைத்துச் சென்றான். அது ஆசாரமான குடும்பம் எனினும், அந்த வீட்டில் இருந்தவர்கள் என்னிடம் மிகவும் அன்போடு பேசினார்கள். அவனுடைய தாய் சுவையான சிற்றுண்டிகளைத் தின்னக் கொடுத்தார். நான் சாப்பிட்ட தட்டை மட்டும் வெளியே வைப்பதை ஒருநாள் நான் கவனித்தேன். இதனால் என் மனம் துயருற்றது. என் நண்பனுக்கும் இந்த விஷயம் தெரிந்தது. அவன்மனம் பட்ட வேதனையை அவன் முகம் காட்டியது. ஆனால் அவனுடைய வீட்டினர் ஆசாரங்களை விட இயலாதவர்கள். நான் பல நாள்கள் அந்த வீட்டுக்குச் செல்லவில்லையென்றால் பரிதவித்துப் போவார்கள். நாங்கள் வெகுகாலம் நண்பர்களாக இருந்தோம்.

பகுதி நான்கு

ஆலை வேலைக்காரன்

இச்சமயத்தில் எங்கள் குடும்பமும் பெரிதாகி விட்டிருந்தது. சிவசங்கரன், ரவீந்திரநாத், யசோதா ஆகியோர் பிறந்து நாங்கள் மொத்தம் ஆறு பேர் இருந்தோம். குடும்பத்தைச் சமாளிப்பது அப்பாவுக்கு மிகவும் கஷ்டமாக இருந்தது. என் செலவுக்குப் பணமில்லாமல் இருந்தது. கோடை விடுமுறையாக இருந்ததால் நான் எங்கேயாவது வேலை செய்யத் தீர்மானித்தேன். மெஜெஸ்டிக்கில் இருக்கிற தொன்டொஸா சில்க் பேக்டரியில் வேலை கிடைக்குமென்று என்னுடைய நண்பன் சொன்னான். வேலைக்கு ஆள் எடுப்பவன் ஒரு மேஸ்திரிதான் என்றும் அவன் ‘வேலை செய்யத் தெரியுமா?’ என்று கேட்டால் ‘தெரியும்’ எனச் சொல்லவேண்டும் என்றும் சொல்லிக்கொடுத்தான். தொன்டொஸா சில்க் தொழிற்சாலையின் பெரிய கதவின் முன்னால் காத்துக்கொண்டிருந்தேன். கதவு திறந்ததும் பெரிய கால்சட்டை அணிந்திருந்த மேஸ்திரி தெரிந்தான். வயதில் மிகவும் மூத்தவன். என் பக்கம் பார்த்து ‘வேலை தெரியுமா?’ என்றான். நான் ‘தெரியும்’ என்று தலையை ஆட்டினேன். எட்டு ராட்டைகளைப் பார்த்துக்கொள்ளும்படி சொன்னான் அவன். உண்மையில் எனக்கு வேலை தெரியாது. அந்த ஆலையில் அவன் சொன்ன வேலைக்கு ‘வைடிங்’ என்று பெயர். எங்கள் தலைக்கு மேலே முன்பகுதியில் ராட்டை இருந்தது. அந்த ராட்டையில் இருந்து இறங்கும் சிறிய பட்டு இழையை எடுத்து கீழே மிஷினிலிருந்து வரும் இன்னொரு

இழையோடு சேர்த்துக் கட்டவேண்டும். ராட்டை ஓடத் தொடங்கியது. வேலை செய்வது எளிதான விஷயம்தான் எனினும், அதற்குக் கண்ணும் கையும் சுறுசுறுப்பாக இயங்கவேண்டும். நான் ஏதோ உத்தேசமாய்ச் செய்யப்போய் தோல்வியுற்றேன். நான் அங்கே போகும் முன்பு ஓடிக்கொண்டிருந்த ராட்டைகள், நான் போன பின்பு நின்றுவிட்டன. ராட்டையில் இருந்து இறங்கும் இழையைக் கீழே இணைப்பதில் நான் தோல்வியுற்றேன். ஒரே நேரத்தில் எட்டு ராட்டைகள் நின்றுவிட்டதைக் கண்டு பயந்து ராட்டைகளின் முன் அங்குமிங்கும் ஓடத் தொடங்கினேன். தொலைவிலிருந்து மேஸ்திரி என்னைக் கவனித்துவிட்டான். எனக்கு வேலை தெரியவில்லை என்பது அவனுக்குப் புரிந்துவிட்டது. தொலைவில் இருந்து நூல் உண்டையை என் பக்கம் வீசினான். நான் தப்பித்துக்கொண்டேன். இதனால் அளவுமீறி கோபமுற்ற அவன் என் அருகில் வந்து கன்னத்தில் 'ஓங்கி அறைந்தான்'. நான் அடி வாங்கிக்கொண்டு அமைதியாக நின்றிருந்தது அவன் மனத்தைக் கரைத்துவிட்டது. என்னை வேலையிலிருந்து நிறுத்தித் திருப்பி அனுப்ப அவனுடைய மனம் இணங்கவில்லை. பக்கத்தில் இருந்த தொன்டொஸாவின் வீட்டில் கல்யாண வேலைகள் நடந்துகொண்டிருந்தன. அவர்களுடைய வீட்டில் பாத்திரம் கழுவ ஆள் தேவைப்பட்டது. என்னையும், வேலை செய்வதுபோல நடித்து ஏமாற்றிக்கொண்டிருந்த இன்னும் சிலரையும் முதலாளியின் வீட்டு வேலைக்கு அனுப்பினான். தொன்டொஸாவின் வீடு பெரியதாகும். நூற்றுக்கணக்கில் அங்கே உறவுக்காரர்கள் சாப்பிட்டார்கள். சமையல்காரர்களுக்குத் துணையாக நாங்கள் வேலை செய்தோம். அவர்கள் சமையல் செய்த பாத்திரங்கள் மிகவும் பெரியதாக இருந்தன. ஒரு பாத்திரத்தைத் தேய்த்துக் கழுவ சின்ன ஏணி ஒன்றை அதன் மீது சாத்தி ஏறி நின்றுகொண்டு தேய்த்துக் கழுவவேண்டி இருந்தது. சாப்பிட்டு முடித்த பின்பு எச்சில் இலைகளை எடுக்கிற வேலையும் எங்களுடையதாக இருந்தது. பாத்திரங்களை முதலில் நனைத்து, பிறகு பவுடர் போட்டுத் தேய்த்துக் கழுவுவோம். அந்தப் பாத்திரம் மின்னும் அளவுக்குப் பளபளப்பாகக் கழுவுவோம் கடைசியில் எங்களுக்கு அங்கேயே சாப்பாடு. வீட்டில் இருந்த குப்பை கூளங்களை எல்லாம் வாளியில் நிரப்பிச் சென்று பாதை ஓரத்தில் இருந்த குப்பைத் தொட்டியில் கொட்டிவிட்டு வரும் வேலையையும் நாங்களே செய்தோம். குப்பைத்தொட்டியில் குப்பை கொட்ட வெளியே வரும்போது யாராவது அறிமுகமானவர்கள் பார்த்து விடுவார்களோ என்று நினைத்துப் பயந்தேன். அதனால் குப்பைத் தொட்டிக்குப் போகும் முன்பு முகத்தில் கரியைப் பூசிக்கொண்டேன். இதனால் என் முகம் விகாரமான தோற்றம் கொண்டு, என்னை யாருக்கும்

அடையாளம் தெரியாத வகையில் ஆனது. இதனால் வெளியே என்னைக் கண்டு பிடிக்க இயலாமல் போனது.

மேலும் வீட்டில் இருந்தவர்களும் நன்றாக வேலை செய்கிறான் என்று நினைத்துக் கொண்டார்கள். ஒருமுறை குப்பை கொட்டிவிட்டுத் திரும்பும்போது யாரோ ஒருவன் என்னை அடையாளம் கண்டு பேசுவதற்காக முன்வந்தான். 'நீ சித்தலிங்கையாதான?' என்று அவன் கேட்பதற்கு முன்பே, என் முகத்தை மேலும் விகாரமாக்கிக்கொண்டு நொண்டியபடி முதலாளியின் வீட்டுக்குள் சென்றேன். ஒரு வாரம் வரையில் முதலாளி வீட்டில் வேலை செய்து முடித்த பிறகு, எனக்குக் கொஞ்சம் பணம் கொடுத்து, மீண்டும் ஆலைக்கு அனுப்பினார்கள். அந்த மேஸ்திரி வேலையை எப்படிச் செய்வதென்று எனக்குக் கற்றுத் தந்தான். நான் வைடிங் வேலையை மிகவும் நன்றாகக் கற்றுக்கொண்டேன். ஆலையில் வேலை செய்பவர்களுக்கெல்லாம் வாரத்துக்கொருமுறை பணம் பட்டுவாடா செய்தார்கள். எனக்குக் கிடைத்த பணத்தில் குமார் வெங்கண்ணா என்பவர் மொழிபெயர்த்த அம்பேத்கரின் 'தீண்டப்படாதவர்' என்கிற புத்தகத்தை வாங்கினேன். அந்த வயதில் அந்தப் புத்தகம் எந்த அளவுக்குப் புரிந்ததோ? இன்னும் புரியவில்லை. ஆனால் நான் அடைந்த ஆனந்தத்திற்கு அளவே இல்லை. மூன்று நான்கு

மாதங்கள் இந்த வேலையைச் செய்து கிட்டிய பணத்தில் நல்லநல்ல புத்தகங்களை வாங்கினேன். பிகாரி ஓட்டலில் பிரியாணி சாப்பிடுவதற்காக அடிக்கடி சென்றேன்.

சுடுகாட்டு வாசம்

எங்கள் வீடு மிகவும் சிறியதாக இருந்தது. நாலைந்து பேர் படுத்துக்கொள்வது ஒருபுறம் இருக்கட்டும், வசதியாக உட்கார்ந்து கொள்வதும் கஷ்டமாக இருந்தது. நான் வீட்டுக்கு வெளியே இருந்த பொழுதுகளே அதிகமாக இருக்கும். ஒருமுறை எங்கள் வீட்டுக்கு முன்னால் இருந்த பாதையில் வடக்குப் பக்கத்தை நோக்கிச் சென்றேன். அப்படியே போய்க்கொண்டிருக்க வேண்டும் என்று தோன்றியது. சிறிது தூரம் சென்ற பிறகு பெரிய சுடுகாடு ஒன்று என் கண்ணில் பட்டது. அச்சுடுகாட்டுக்குள் சென்றேன். மிக உயரமான அந்தக்கால மரங்கள் இருந்தன. வண்ணவண்ணப் பூக்கள் அங்கே பூத்திருந்தன. சமாதிகளின் மண்மேடுகளைப் பார்ப்பதில் மனம் ஒருவித கவர்ச்சியை உணர்ந்தது. என்னமோ, தெரியவில்லை சுடுகாடு எனக்கு மிகவும் பிடித்திருந்தது. தினமும் அந்த இடத்துக்குச் சாயங்கால வேளைகளில் செல்லத் தொடங்கினேன். எங்கேயாவது ஒரு சமாதியின் மீது உட்கார்ந்துகொள்வேன். பாடல் வரிகள் தாமாகவே மனத்தில் வெளிப்படத்தொடங்கின. அவற்றைக் குறித்துக்கொள்ள ஆரம்பித்தேன். சுடுகாட்டின் மௌனத்தை ஆழ்ந்து அனுபவித்தேன். பிணம் புதைப்பவர்கள் என்னை முதன்முதலில் சந்தேகத்தோடு தான் பார்த்தார்கள். பிறகு நண்பர்களானார்கள். முன்னாள் ராணுவ வீரரொருவர் என்னைப் போலவே தினமும் அங்கு வந்துகொண்டிருந்தார். அவர் இரண்டாவது உலகப்போரில் பங்கெடுத்தவர். அவர் என் நண்பரானார். எனக்கு டீ வாங்கிக்கொடுத்தார். பிணம் புதைப்பவர்கள் சுடுகாட்டிலேயே வீடு கட்டி வசித்து வந்தார்கள். அவர்கள் இரவுச் சாப்பாட்டுக்கு ஏற்பாடு செய்தார்கள். அவர்கள் செய்த புலால் உணவு எனக்கு மிகவும் பிடித்தமானது. அதற்குப் பதிலாக நான் அவர்கள் பிள்ளைகளுக்குப் பாடம் சொல்லிக்கொடுத்தேன். சிலரை அருகில் இருந்த அரசாங்கத் தொடக்கப் பள்ளியில் சேர்த்தேன். என்னால் சேர்க்கப்பட்ட ஒரு சிறுவன் தலைமையாசிரியரின் பேனாவையே திருடியதாகக் குற்றம் சுமத்தப்பட்டு பள்ளியிலிருந்தே விலக்கப்பட்டான். ஆனாலும் இரவுவேளையில் சொல்லித்தருவதை நான் தொடர்ந்து செய்துவந்தேன். பிணம் புதைப்பவர்களாக வேலை செய்துவந்தவர்கள் மிகவும் நல்லவர்கள். மற்றவர்களைச் சார்ந்திருப்பவர்கள். அங்கிருந்த வயசாளி ஒருவரைப் பார்த்து நான், பேய் இருக்கிறதா என்று கேட்டேன். அவன் இல்லை என்று

தலையை ஆட்டினான். நான்தான் பேய் என்றான். அப்போதே நான் கடவுள் மீதுள்ள நம்பிக்கையைக் கைவிட்டிருந்தேன். பேய்கள் இருந்தாலும் இருக்கக்கூடும் என்ற சந்தேகம் இருந்தது. இரவு வேளைகளில் சுடுகாட்டில் ரொம்ப நேரம் கழிக்க ஆரம்பித்தேன். நள்ளிரவு வேளையில் வீட்டுக்குத் திரும்பிப் படுத்துக்கொண்டேன். சுடுகாட்டுக்கு அக்கம்பக்கத்தில் வசித்துவந்தவர்கள் பேய்கள் சுடுகாட்டில் இருந்து தம் வீடுகளை நோக்கிக் கற்களை வீசுவதாக நம்பிக்கொண்டிருந்தனர். பேய்களின் தொல்லைகளில் இருந்து தப்பித்துக்கொள்வதற்காக நவக்கிரக பூசை செய்தனர்.

இதைப் பற்றியும் நான் பிணம் புதைப்பவர்களிடம் கேட்டேன். அவர்கள் சுடுகாட்டில் எந்தப் பேயும் இல்லை என்றார்கள். அந்தப் பகுதியில் வசித்துவந்தவர்களுக்கு ஆகாத ஒருவன் சுடுகாட்டில் இருந்த பெரிய மரமொன்றின் மீதேறி வீடுகளின் மீது கற்களை எறிந்துகொண்டிருந்தான் என்றும் அவனைக் கண்டுபிடித்து விரட்டிவிட்டோம் என்றும் அவர்கள் சொன்னார்கள். ஒருநாள் இரவு நான் தன்னந்தனியே அந்த மரத்தின் அடியில் உட்கார்ந்திருந்தேன். திடுமென பெரிய கல் ஒன்று நான் உட்கார்ந்திருந்த இடத்தின் முன்பக்கம் வந்து விழுந்தது. நான் பயந்துபோய் மரத்தை உற்றுப் பார்த்தேன். யாரும் மரத்தின் மேல் இல்லை. இது பேயின் வேலைதான் என்று எண்ணி சுடுகாட்டு நண்பர்களை நோக்கி ஓடினேன். அவர்கள் வந்து தேடிப் பார்த்தார்கள். மரத்தில் ஏறி வீடுகளை நோக்கிக் கற்களை வீசியவன் மரத்தில் கற்களையெல்லாம் சேமித்து வைத்துக்கொண்டு பயன்படுத்தியதாகவும் கிளையிலேயே எஞ்சிய ஒரு கல் காற்றில் நழுவி விழுந்திருக்கவேண்டும் என்றும் அவர்கள் சொன்னபிறகுதான் எனக்கு தைரியம் வந்தது. ஒருநாள் இரவு வேளையில் நான் அச்சுடுகாட்டுக்குள் திரிந்துகொண்டிருந்தேன். சிறிது தூரத்தில் யாரோ குழி தோண்டிக் கொண்டிருப்பது தெரிந்தது. அவர்கள் மந்திரவாதிகளாக இருக்கக்கூடும் என்று நினைத்து நடுங்கினேன். என் நண்பர்கள் என்னைத் தேடிக்கொண்டு வீட்டுக்கு வருவதுண்டு. அப்போது என் அம்மா, அவர்களிடம் 'பையன் சுடுகாட்டுல இருக்கறான்' என்று சாதாரணமாய்ச் சொல்வாள். ஏனென்றால் பொழுது சாய்ந்ததும் நான் சுடுகாட்டுக்குச் சென்றுவிடுவேன். ஒரு நண்பன் ஏதோ ஒரு ஊரிலிருந்து என்னைத் தேடிக்கொண்டு வீட்டுக்கு வந்தான். 'சித்தலிங்கையா எங்கே?' என்று கேட்டான். அவள் வழக்கம்போல 'அவன் சுடுகாட்டுல இருக்கறான்' என்று சொல்லிவிட்டாள். ஏதோ கவலையில் மூழ்கியிருந்த என் தாயைப் பார்த்து அவள் துக்கத்திலிருப்பதாக எண்ணிக்கொண்டான். உடனே நான் இறந்து போயிருக்கவேண்டுமென எண்ணி அழ

சித்தலிங்கையா

ஆரம்பித்துவிட்டான். உடனே அவனைச் சமாதானப்படுத்திய என் தாய் நான் சுடுகாட்டில் உயிரோடு இருப்பதாகச் சொல்லி என் தம்பியின் துணையோடு அவனைச் சுடுகாட்டுக்கு அனுப்பினாள். என்னைத் தேடிக்கொண்டு வரும் நண்பர்களுக்குச் சுடுகாட்டுக்கு உள்ளே வருவதென்றால் பயம். வாசலிலேயே நின்று என் பெயரைச் சொல்லிச் சத்தமாகக் கூப்பிடுவார்கள். அப்போது நானே வெளியே வந்து அவர்களைப் பார்த்து பேசி அனுப்புவேன். ஒரு நாள் சாயங்காலம் ஏழெட்டுப் பிணங்களை மொத்தமாய்ப் படுக்க வைத்திருந்தார்கள். சுற்றிக்கொண்டிருந்த நான் திடுமென அவற்றைப் பார்த்தேன். என்னைச் சுற்றி யாரும் இல்லை. அந்தப் பிணங்களைக்கொண்டு வந்தவர்கள் யாராக இருக்குமென்று பார்த்தேன். ஒரு பிணத்தின் பற்கள் வெளியே தெரிந்தன. அது சிரிப்பதைப்போல இருந்தது. பயந்துபோய் சுடுகாட்டு நண்பர்களின் வீட்டுக்குச் சென்று விசாரித்தேன். அவர்கள் அவை அனைத்தும் சாலை விபத்துக்குள்ளானவர்களின் பிணங்கள் என்றார்கள்.

நண்பனுக்குச் சாமி பிடித்தது

எங்கள் சேரி ஜனங்களுக்கு நான் சுடுகாட்டுக்குப் போய் வரும் விஷயம் மிகவும் விசித்திரமாகப் பட்டது. எங்கள் பகுதியில் யாராவது இறந்தால் பிணத்தைப் புதைக்க ஆகும் செலவில் சிறிதளவு தள்ளுபடி செய்யவேண்டும் என்று கேட்டார்கள். சிற்சில சமயங்களில் மரணச் சான்றிதழை நான் எழுதிக் கொடுத்திருந்ததால் நான் சிபாரிசு செய்வதாக நினைத்து பிணத்துக்கு உரியவர்களின் கோரிக்கையை ஒப்புக் கொண்டார்கள் சுடுகாட்டு நண்பர்கள். இப்படியாகத் தலித் பிணங்களைப் புதைப்பதில்கூட சிறிது தள்ளுபடி கிடைத்தது. ஒருநாள் இரவு ஒன்பது மணிக்கு நான் சுடுகாட்டின் பக்கம் புறப்பட்டேன். என் நண்பன் ஒருவன் தானும் கூட வருவதாக அடம் பிடித்தான். நான் வேண்டாம் என்று சொன்னாலும் கேட்கவில்லை. சரி இருக்கட்டும் என்று கடைசியில் அவனையும் அழைத்துக்கொண்டு சென்றேன். சுடுகாட்டின் வாசல் கதவைத் திறந்துகொண்டு உள்ளே செல்லத் தொடங்கியதுமே அவனுக்கு விசித்திரமான அனுபவம் ஏற்படத் தொடங்கியது. 'என்னடா இத்தனை பேருங்க இருக்கறாங்களே' என்று என்னைக் கேட்டான். உண்மையில் அங்கே யாரும் இல்லை. சமாதியின் மேல் இருந்த கற்களையெல்லாம் அவன் மனிதர்களென்று எண்ணிக்கொண்டான். சுடுகாட்டில் யாருமே இல்லை என்று அவனுக்கு நான் எடுத்துச் சொன்னேன். 'எல்லாருமே வெள்ள வேட்டி கட்டிட்டு நிக்கறாங்க பாரு' என்றான் அவன். வெள்ளை பூசிய கற்களை வேட்டி என்று அவன் எண்ணிக்கொண்டான்.

எவ்வளவோ தைரியமூட்டியுங்கூட அவன் நம்பவில்லை. நான் அவனைத் திருப்பி அனுப்பிவிட்டேன். மறுநாள் அதிகாலை நான் தெருவில் போய்க்கொண்டிருந்தபோது அந்த நண்பனின் வீட்டின் முன்னால் நிறைய கூட்டம் சேர்ந்திருந்தது. பயந்துபோய் நான் கூட்டத்தின் அருகில் சென்றேன். என் நண்பனுக்குப் பேய் பிடித்திருந்தது. அது ஏதோ பெண் பேயாம். அந்த அதிகாலை நேரத்திலேயே மந்திரவாதி அழைக்கப்பட்டு, அந்தப் பேயை விரட்டும் வேலை நடந்துகொண்டிருந்தது. இரண்டு ஆண்டுகள் ஆன பிறகு கூட அந்தப் பேய் அவனை விடவில்லை. இதைப் பார்த்து என் மனம் மிகவும் வேதனைப்பட்டது. அதற்குப் பின் எந்த நண்பனையும் நான் சுடுகாட்டின் பக்கம் அழைத்துச் செல்வதில்லை.

திருப்பதியில் திருட்டு

சுடுகாட்டில் வேலை செய்பவர்களுக்கும் எனக்கும் கடவுள் விஷயத்தில் விவாதம் எழுந்தது. நான் அப்போது நாத்திகனாக இருந்தேன். அவர்கள் சுத்த ஆத்திகர்கள். கடவுள் இல்லை என்ற என் வாதத்தை ஒப்புக்கொள்ள அவர்கள் தயாராக இல்லை. அவர்கள் ஒருமுறை குடும்பத்தோடு திருப்பதி சென்றார்கள். திரும்பி வந்து நண்பர்களுக்கெல்லாம் விருந்து வைத்தார்கள். சாப்பிட நானும் சென்றிருந்தேன். சாப்பிடும்போது, அக்குடும்பத்தின் தலைவன் தன் கடவுள் நம்பிக்கை சற்றே குறைந்துவிட்டதாகச் சொன்னார். ஆச்சரியத்தோடு நான் ஏன் என்றேன். அவர் சொன்ன விஷயம் சுவாரசியமாக இருந்தது. கடவுளை வழிபடுவதற்காக வரிசையாய் மிகவும் பக்தியோடு நின்றுகொண்டிருந்தபோது, பின்னால் நின்றிருந்தவன் இவருடைய பையில் கைவிட்டுப் பணத்தைத் திருட முயற்சி செய்திருக்கிறான். குடும்பத் தலைவர் பக்தியில் மெய்மறந்து கண்ணை மூடிக்கொண்டிருந்தால் அவருடைய பணமெல்லாம் போயிருக்கக்கூடும். அவர் சடாரென்று விழிப்புற்று பின்னால் திரும்பி திருடனைப் பிடித்துவிட்டார். பணத்தைப் பறிகொடுத்திருந்தால் அவரது குடும்பமே பெங்களூருக்குத் திரும்பிவரச் சிரமப்பட்டிருக்கும். கடவுளே அவனைத் தண்டிப்பான் என்று சும்மா இருந்திருந்தால் ஓட்டாண்டியாகி இருப்பேன் என்றார். எனினும் அவரின் கடவுள் நம்பிக்கை முழு அளவில் விலகவில்லை.

மகாத்மா காந்தி சாலையிலிருந்த விடுதி

நான் அரசு கலைக்கல்லூரியில் சேர்ந்தேன். மகாத்மா காந்தி சாலையிலிருந்த தலித் மாணவர் விடுதியில் இடம் கிடைத்தது. என்னிடம் ஒரு நசுங்கிய பெட்டியும் கிழிந்த பாயும் இருந்தன. இவற்றை வீட்டிலிருந்து தூக்கிக்கொண்டு நடந்தே

விடுதிக்குச்சென்று சேரவேண்டியிருந்தது. பகல் வேளையில் நடந்து சென்று என் ஏழ்மையைக் காட்டிக்கொள்ள விருப்பமில்லை. அதனால் அதிகாலையில் மூன்றரை மணிக்கு எழுந்து டிரங்க் பெட்டியைத் தலைமேல் சுமந்துகொண்டும் பாயைக் கையில் பிடித்துக்கொண்டும் சிறீராமபுரத்தில் இருந்து மகாத்மா காந்தி சாலையை நோக்கி நடக்கத் தொடங்கினேன். கப்பன் பார்க்கைத் தாண்டும்போது மரங்களூடே விழுந்த நிலவு வெளிச்சம் காண அழகாக இருந்தது. விடுதியில் சாப்பாடு ஏற்பாடுகள் மிகவும் நன்றாக இருந்தன. தினந்தோறும் சோறும் சப்பாத்தியும் தந்தார்கள். வாரத்துக்கு இரண்டு முறை கறிச்சோறு கிடைத்தது. இதனால் சந்தோஷப்பட்டு நன்றாகச் சாப்பிடத் தொடங்கினேன். பத்து பதினைந்து நாள்களில் செழிப்பான சாப்பாட்டால் என் முகமும் உடல் அமைப்புமே மாறிவிட்டது. ஞாயிற்றுக் கிழமை வீட்டுக்குச் சென்றபோது என்னைப் பார்த்து மிகவும் சந்தோஷப்பட்டார்கள். விடுதியில் சாப்பாட்டு விவகாரங்களை கவனித்துக் கொண்டவர் ஒரு நாயர். சோறும் கறிக் குழம்பும் அவர் பரிமாறினால் போதும், வேண்டாம் என்கிற வார்த்தைகளே என் வாயில் வருவதில்லை. பரிமாறும் சமயத்தில் முகத்தைத் திருப்பிக்கொண்டு எங்கேயோ பார்ப்பதுபோல நடிப்பேன். தட்டு நிரம்பிய பிறகுதான் திரும்புவேன். நான் சாப்பிடுவதைப் பார்த்துப் பொறாமைப்பட்டவர்களும் உண்டு. இப்படிச் சாப்பிட்டுச் சுகமாக காலத்தைக் கழித்துக் கொண்டிருந்த சமயத்தில் மூத்த மாணவனொருவன் என்னைத் தன் அறைக்கு வருமாறு அழைத்தான். நானும் சாதாரணமாகச் சென்றேன். அவன் என் கண்களைச் சோதித்துப் பார்ப்பதுபோலப் பார்த்துவிட்டு ‘உனக்கு மஞ்சள் காமாலை நோய்’ என்றான். இதனால் பயமுற்ற நான் மேலும் சிலரை இதுபற்றி விசாரித்தேன். அவர்களும் அந்த மாணவன் ஒரு நாட்டு வைத்தியன் என்றும் அவன் சொன்னால் சரியாகத்தான் இருக்குமென்றும் சொன்னார்கள். நான் பௌரிங் ஆஸ்பத்திரிக்குச் சென்று காட்டினேன். அங்கிருந்த வைத்தியர்கள் என்னைச் சோதித்துவிட்டு எனக்கு மஞ்சள்காமாலை நோய் இல்லை என்றார்கள். நான் விடுதியில் மீண்டும் நன்றாய்ச் சாப்பிடத்தொடங்கினேன். கல்லூரியிலிருந்து விடுதிக்குச் செல்லும் வழியில் கப்பன் பார்க்கில் இருந்த அரசு மத்திய நூலகத்தில் கிடைத்த புத்தகங்களைத் தினமும் படிக்கத்தொடங்கினேன். இக்கால இடைவெளியில் நூல்நிலையத்தை நன்கு பயன்படுத்திக்கொண்டேன்.

அரசு கலைக்கல்லூரியின் ஆசிரியர்

அரசு கலை மற்றும் அறிவியல் கல்லூரிகளில் நல்ல ஆசிரியர்கள் பலர் இருந்தனர். துரதிருஷ்டவசமாக நான்

முதன்முதலாகக் கல்லூரிக்குச்சென்ற அன்று, முதல்வரான முனிகவியப்பா என்பவர் கல்லூரி வாசலில் காரிலிருந்து இறங்கும் சமயத்தில் மாணவன் ஒருவன் அவருடைய தலையில் அடித்துக் கொன்றுவிட்டான். வகுப்பு நடந்துகொண்டிருக்கும் போதே, ஒரு ஆசிரியருக்குத் திடுமென தண்ணீர் வேட்கை உண்டானது. அவர் என்னை அழைத்து, தம் அறையில் உள்ள காத்ரேஜ் பீரோவின் சாவியை என்னிடம் தந்து தண்ணீர் கொண்டுவருமாறு சொன்னார். நானும் அவர் சொன்னதைப் போலச் செய்தேன். அவர் மிகவும் ஆசாரக்காரர். ஆனாலும் தண்ணீர் கொண்டுவர ஏன் என்னையே அனுப்புகிறார் என்று வகுப்பில் எல்லோரும் விவாதித்துக்கொண்டார்கள். ஆசிரியர் என்னை ஜங்கம சாதியைச் சேர்ந்தவன் என்று நினைத்திருந்தார். ஆசிரியருக்கு என் சாதி விவரம் தெரிந்தபிறகு தண்ணீர் கொண்டுவந்து தரும் வேலையில் இருந்து எனக்கு விடுதலை கிடைத்தது. ஜி.எஸ். சித்தலிங்கையா மற்றும் சா. சிரீ. மருளய்யா ஆகியோர் மிக நன்றாகப் பாடம் நடத்தினார்கள். லிங்கப்பா என்பவர் பாடம் நடத்தும் விதம் வித்தியாசமானது. அவர் பாடம் நடத்துவதில் உடல் அசைவுகளுக்குத்தான் முதல் இடம். ஒருமுறை என் தாத்தா திவானாக இருந்தார் என்று சொன்னவனை இப்போது நீ என்ன செய்கிறாய் என்று சொல்லிக்கொண்டுவந்து நிறுத்திவிட்டு ஒரு டிராஃபிக் கான்ஸ்டபிளைப்போல அபிநயிப்பார். திவானின் மருமகன் இப்போது டிராஃபிக் போலீஸாக இருக்கிறான் என்பதை நாமே புரிந்துகொள்ளவேண்டும். எங்கள் தாத்தா அரண்மனையில் சங்கீத வித்வானாக இருந்தார் என்றவனிடம் இப்போது நீ என்ன செய்கிறாய் என்று சொல்லி நிறுத்திவிட்டு தபால்காரன் முத்திரை குத்துவதுபோல அபிநயிப்பார். அந்தக்கால வேட்டை நாய்களைப் புகழ்ந்து விட்டு, இந்தக்கால வேட்டை நாய்கள் சின்னப் பிள்ளைகள் மலம் கழிக்க உட்கார்ந்தால் அங்கே போய் நின்றுவிடுகின்றன என்று கிண்டல் செய்வார். தொட்டஸ்வாமி என்கிற ஆசிரியர் பாடம் நடத்தும் விதமே தனி. 'இந்த தொட்டஸ்வாமி பெரிய ஆளு' என்று சொன்னவண்ணமே அவர் வகுப்புக்குள் நுழைவார். தன்னைப் பார்த்தால் கன்னட முதுகலை வகுப்புகளுக்குப் பாடம் நடத்தும் லட்சுமி நாராயணபட், ஹம்ப நாகராஜய்யா அனைவரும் மெஜஸ்டிக் சந்துகளில் புகுந்து மாயமாகிவிடுவார்கள் என்று சொல்வார்.

கவிதைக்குக் கிடைத்த உற்சாகம்

இந்த நேரத்தில் என் கவிதை ஆர்வமும் வளர்ந்துவந்தது. 'தரயதேவி' என்கிற கவிதையை எழுதி ஜி.எஸ். சித்தலிங்கய்யா அவர்களுக்குக் காட்டினேன். அவர் மிகவும் மகிழ்ந்து, அதைக்

கல்லூரி மலரில் பிரசுரித்தார். இந்த உற்சாகத்தில் என் கவிதைகளை ஜி.எஸ். சிவருத்ரப்பா அவர்களுக்குக் காட்டினேன். அவர் என் கவிதைகளைப் படித்துவிட்டு என்னை மேலும் உற்சாகமூட்டினார். என் பல கவிதைகள் கல்லூரி மலரில் வெளியாகி பலருடைய கவனத்தையும் ஈர்த்தன. சித்தார்த் அரகேரி அவர்கள் நடத்தி வந்த 'மார்க்கதரிசி' என்னும் இதழிலும் என் கவிதைகள் வெளிவந்தன.

கட்லிமட்டி

ஒருநாள் கப்பன் பார்க்குக்குள் சென்று கொண்டிருந்த போது கட்லிமட்டி என்பவர் வந்து கொண்டிருந்தார். அவர் 'பீப்பிள்' என்கிற ஆங்கிலப் பத்திரிகையின் ஆசிரியர். அவர் சூட் அணிந்து டை கட்டிக்கொண்டிருந்தார். பூட்ஸூம் அணிந்திருந்தார். அவர் கன்னடக்காரர்தான் எனினும் ஒருநாளும் அவர் கன்னடமே பேசியதில்லை. அவரை வணங்கி, என் கவிதைகளை அவரிடம் காட்டும் விருப்பத்தை வெளிப்படுத்தினேன். அவர் என் கவிதைகளைப் பார்க்க மிகவும் மகிழ்ச்சியோடு ஒத்துக்கொண்டார். தான் சிறிராமபுரத்தில் உள்ள அரிஜன சேவா சங்கக் கட்டடத்தில் வசித்துக்கொண்டிருப்பதாகவும் மறுநாள் காலை ஏழு மணிக்குள் கவிதைகளோடு வந்துவிட வேண்டும் என்றும் சொல்லிவிட்டுச் சென்றார். இரவு முழுக்க உட்கார்ந்து கவிதைகளைப் பிரதியெடுத்துக் கொண்டு மறுநாள் காலையில் ஆறு மணிக்கெல்லாம் அவர் சொன்ன இடத்திற்குப் போய்ச் சேர்ந்தேன். ஒருவரிடம் 'கட்லிமட்டி எங்கே இருக்கிறார்?' என்று கேட்டேன். அவர் ஓர் அறையின் பக்கம் கை காட்டினார். நான் அந்த அறைக்குச் சென்றேன். ஒரு கிழிந்த பாயின் மீது அழுக்குக் கம்பளியைப் போர்த்திக் கொண்டு யாரோ படுத்திருந்தார்கள். ஆனால் சுவரில் ஆணிகளில் தொங்கிக் கொண்டிருந்த கோட்டு, டை, பேண்ட் மற்றும் கீழே இருந்த பூட்ஸ் எல்லாமே கட்லிமட்டிக்குச் சொந்தமானவையாக இருந்தன. உறங்கிக் கொண்டிருப்பவரே கட்லிமட்டியாக இருக்கக்கூடும் என்று எண்ணி நான் அவரை 'சார்' என்று எழுப்பினேன். உறங்கிக் கொண்டிருந்தவர் அடித்துப் பிடித்துக்கொண்டு எழுந்து உட்கார்ந்தார். பார்த்தால் கட்லிமட்டி. நான் வணங்கினேன். இவ்வளவு சீக்கிரம் ஏன் வந்தாய் என்று ஆங்கிலத்தில் என்னைப் பார்த்து சத்தம் போட்டார். நான் மன்னித்துக் கொள்ளுமாறு சொன்னேன். அழுக்கான அவர் பனியன் கிழிந்திருந்தது. கால் சட்டையும் கிழிந்திருந்தது. சட்டென அவர் எழுந்து நின்று பேண்ட்டையும் கோட்டையும் போட்டுக்கொண்டார். பூட்ஸ்களையும் போட்டுக்கொண்டார். அறைக்கு முன் இருந்த குழாயடிக்குச் சென்று கோட்டுப்பைக்குள் இருந்த பல்பொடியை

எடுத்துப் பற்களை விளக்கினார். இன்னொரு பையிலிருந்து சோப்பை எடுத்து முகத்தைக் கழுவினார். மற்றோர் பையிலிருந்து சீப்பை எடுத்துத் தலை வாரிக்கொண்டார். 'கமான்' என்று என்னையும் அழைத்துக்கொண்டு அருகில் இருந்த சலூனுக்குச் சென்றார். முகச்சவரம் செய்துகொண்டு முகத்துக்கு ஸ்நோ பவுடர் பூசிக்கொண்டார். மணம் வீசும் மனிதரானார். அங்கிருந்து ஓட்டல் ஒன்றுக்கு அழைத்துச் சென்றார். அங்கே மசால் தோசைகளுக்குச் சொல்லிவிட்டு என் கவிதைகளின் பக்கம் பார்வையை ஓட்டினார். நான் ஒரு புரட்சிக்கவிஞன் என்று என்னை உற்சாகப்படுத்தினார். இப்படி பல மாதங்கள் நான் அவரைத் தொடர்ந்து சந்தித்துவந்தேன். அவர் ஆங்கிலம் மட்டுமே பேசிக்கொண்டிருந்ததால், அவருக்கு அதிக அளவு நண்பர்கள் இல்லை. நான் அவரிடம் வேறு வழியின்றி அரைகுறையாக பட்லர் ஆங்கிலம் பேசினேன். அவருடைய சீடனானேன். 'பீப்பிள்' பத்திரிகைக்கு விளம்பரங்களைச் சேகரிக்கும் வேலையை என்னிடம் ஒப்படைத்தார். அவருடைய கோரிக்கைக் கடிதத்தை எடுத்துக்கொண்டு நானும் விளம்பரம் சேகரிக்கச் செல்வேன். நகரத்தொழிலாளர்கள் பிரச்சினைகளை ஆய்வு செய்ய நியமிக்கப்பட்ட சாலப்பா சமிதியில் அரசு அவரையும் ஒரு உறுப்பினராக நியமித்தது.

டி.ஆர். நாகராஜ்

அனைத்துக் கல்லூரிகளுக்கிடையேயான பேச்சுப் போட்டிக்கு எங்கள் கல்லூரியின் சார்பில் இரண்டு பேர்களைத் தேர்ந்தெடுத்து அனுப்பவேண்டியிருந்தது. இதற்காகக் கல்லூரியிலேயே தனியாகப் பேச்சுப்போட்டி ஒன்றை ஏற்பாடு செய்திருந்தார்கள். இந்தப் போட்டியில் நானும் பங்கு பெற்றேன். பேச்சின் ஊடே, என் கவிதைகளின் வரிகளையே தேசிய கவிஞர் குவெம்புவின் பெயரில் உதாரணம் காட்டிப்பேசினேன். "கோயில்கள் மயக்கும் வீடுகள், மதகுரு என்பவன் மந்திரவாதி, எல்லா இடங்களும் நோய்களின் இருப்பிடம், துறவிகள் மூடர்கள்..." என்று தொடங்கும் கவிதையைச் சொன்னேன். பேச்சு மற்றும் கவிதையால் ஈர்க்கப்பட்ட நடுவர்கள் என்னைத் தேர்ந்தெடுத்தார்கள். அதே போட்டியில் பங்குகொண்ட மெலிந்த உயர்ந்த தோற்றமுள்ள ஒருவரின் பேச்சு மிகவும் அற்புதமாக இருந்தது. அவரை மிகவும் ஆவலோடு கவனித்தேன். போட்டி முடிந்த பிறகு அவர் என்னருகில் வந்து, எனக்கு வாழ்த்து சொல்லி, தன்னை அறிமுகப்படுத்திக்கொண்டார். 'நீங்கள் குவெம்பு பெயரில் சொன்ன பாடல்வரிகளை குவெம்பு எங்கும் எழுதவே இல்லை. அவை யாருடைய பாடல் வரிகள்? உண்மையைச்

சொல்லுங்கள்' என்றார். நான் தடுமாறினேன். 'நடுவர்களைக் கவர்வதற்காக இப்படிச் செய்தேன். அவை நான் எழுதிய வரிகள்' என்று ஒப்புக்கொண்டேன். அவர் என் கவிதைகளைப் பார்க்க மிகவும் ஆவலுற்றார். கல்லூரி வளாகத்தில் இருந்த ஒரு மரத்தைக் காட்டி, 'நாளைக்கு இத்தனை மணிக்கு இதே மரத்தடியில் காத்திருக்கிறேன். கவிதைகளோடு வாருங்கள்' என்றார். அவர் டி. ஆர். நாகராஜ். அவர் எங்கள் கல்லூரியிலேயே ஒரு வகுப்பு முன்னால் படித்துக்கொண்டிருந்தார். டி.ஆர். நாகராஜின் நட்பு என் வாழ்வில் புது திருப்புமுனையைக் கொடுத்தது. டி.ஆர். நாகராஜ் என் கவிதைகளை ஆய்ந்து பாராட்டினார். நான் ஒரு அறிவுஜீவி என நினைத்து மிகவும் சந்தோஷப்பட்டார். அப்போதே எல்லோராலும் அவர் புரட்சிக்காரர் என்று அழைக்கப்பட்டார். தொட்டபல்லாபுரத்தில் இளைஞர் சங்கத்தைச் சேர்ந்தவர்கள் வினாயகர் சதுர்த்தியன்று பக்தர்களுக்குக் கடலை கொடுப்பதற்காக பெரிய பாத்திரத்தில் தேங்காய் துருவிக்கொண்டிருந்தபோது, யாருக்கும் தெரியாமல் அப்பாத்திரத்தில் பேதி எண்ணெயைக் கலந்துவிட்டார் அவர். அன்றைய தினம் பிரசாதம் தின்றவர்களுக்கெல்லாம் வயிற்று வலி அதிகமாகி பல பக்தர்கள் உற்சவ வளாகத்தில் இருந்து தப்பித்தோம் பிழைத்தோம் என்று வயல்வெளிகளைப் பார்த்து ஓடத் தொடங்கினர். இப்படிப்பட்ட வேலைகளை டி.ஆர். நாகராஜ்தான் செய்திருக்கவேண்டும் என்று எண்ணிய இளைஞர் சங்கத்தவர்கள், நாகராஜுக்குப் பிரசாதம் கொடுப்பதற்காகத் தேடினார்கள். இப்படிப்பட்ட வேலையைச் செய்தபிறகு நாகராஜ் ஊருக்குச் செல்லாமல் பெங்களூரிலேயே உறவுக்காரர் வீடொன்றில் தங்கிவிட்டார்.

பரிசுக்கோப்பையை விற்றது

கல்லூரிகளுக்கிடையேயான பேச்சுப் போட்டிகளில் பலமுறை பங்கேற்றேன். மூத்த மாணவர் ஒருவர் எப்பொழுதும் பரிசைப் பெற்றுவருவார். அவர் பரிசைப் பெற்றதும் எங்கே செல்வார் என்று அறிய ஆவலாக இருந்தது. ஒருநாள் அவரை நாங்கள் பின்தொடர்ந்தோம். அவென்யூ சாலையில் இருந்த ஒரு கடைக்கு அவர் சென்றார். அவருக்குத் தெரியாமல் நாங்கள் கவனித்துக்கொண்டிருந்தோம். போட்டி நடத்தியவர்கள் கோப்பையை எந்தக் கடையில் வாங்கினார்களோ, அதே கடையின் முன் அவர் நின்றிருந்தார். அந்தக் கோப்பையை அதே கடையில் விற்றுவிட்டுப் பணத்தை வாங்கிக்கொண்டு சென்றுவிட்டார் அவர். மெல்ல மெல்ல பரிசுக் கோப்பைகளை விற்கும் பழக்கம் எங்களுக்கும் தொற்றிக்கொண்டது. அந்த

நாள்களில் பல கோப்பைகளை வென்ற சி.சோமசேகர் மட்டும்தான் அவற்றை விற்காமல் காப்பாற்றி வந்தார். பரிசுக் கோப்பைகளை வென்று வருவதிலும் விற்பதிலும் நான் வல்லவனாக இருந்தேன்.

சிற்சில சமயங்களில் பணமாகவே போட்டிப் பரிசு கிடைக்கும். அப்பணத்திலிருந்து துணி வாங்கித் தைத்துக்கொள்வோம். இந்த வகையில் என் தேவைகளை நிறைவேற்றிக்கொள்ள பேச்சுப் போட்டி நல்ல வழியாக இருந்தது. ஒருமுறை ஏதோ ஓர் அமைப்பைச் சேர்ந்தவர்கள் கன்னடப் பேச்சுப் போட்டியை ஏற்பாடு செய்திருந்தார்கள். வழக்கம் போல பரிசு பெறுபவர்கள் யாருக்கும் அன்றைய தினம் பரிசு கிடைக்கவில்லை. நாங்கள் கலாட்டா செய்தோம். ‘நடுவர்களில் ஒருவர் பாரபட்சமாக நடந்திருக்கிறார். எதுவும் பேசாதவனுக்குப் பரிசு கொடுத்திருக்கிறார்கள்’ என்பது எங்கள் எதிர்ப்புக்குக் காரணமாகும். மறுபரிசீலனை செய்ய வேண்டும் என்று நாங்கள் அடம்பிடித்தோம். கடைசியில் எங்களுக்கே வெற்றி கிடைத்தது. எனக்கும் கோப்பை கிடைத்தது. வழக்கம் போல் பரிசுக் கோப்பையை விற்பதற்காக அவெனியு ரோட்டில் இருக்கிற கடைக்குச் சென்றோம். கோப்பைகளை அந்தக் கடைக்காரரின் மேசை மேல் வைக்கப்போன அந்த நொடியில் சூட் அணிந்த நடுவர்களில் ஒருவர் அங்கே உட்கார்ந்திருப்பது தெரிந்தது. நேரம் சரியில்லை என்று கடையிலிருந்து வெளியேறினோம்.

குறிப்புகள் திருட்டு

பேச்சுப் போட்டியின் போது ஒருவன் நடனம் ஆடுவதைப் போல நடித்துக் காட்டுவதுண்டு. அன்று அவனுக்குப் பரிசு கிடைத்தது. அவன் அசைந்துகாட்டும் விதத்தில் ஏதோ ஒரு சந்தேகம் மூள அவனுக்கு வாழ்த்து சொல்லும் வகையில் அவனது கைகளைப் பிடித்துக் குலுக்கினேன். அவனது கையில் பொடி எழுத்துகளில் குறிப்புகளை எழுதி வைத்திருந்தான். நாங்கள் எழுந்து சத்தம் போட்டபிறகு அவன் அந்தப் பழக்கத்தை நிறுத்தினான். கனகபுரத்தில் உள்ள கிராமக் கல்லூரி ஒன்றில் மாநில அளவிலான பேச்சுப்போட்டி நடந்தது. முதல் நாள் மாலையே நாங்கள் கனகபுரத்தை அடைந்தோம். சிந்தாமணியில் இருந்து வந்திருந்த ஒரு போட்டியாளன் என்னைவிடவும் குள்ளமானவன். குறிப்புகளை எல்லாம் ஒரு சின்னத் தாளில் எழுதி வைத்துக்கொண்டு மனப்பாடம் செய்துவந்தான். மறுநாள் நடக்கவிருந்த போட்டியைப் பற்றியே எப்போதும் கவலைப்பட்டுக்கொண்டிருந்தான். மறுநாள் காலை எழுந்ததுமே அவன் அழுதுபுலம்பினான். அவன் இரவில் தூங்கிக்கொண்டிருந்தபோது குறிப்புகள் எழுதி வைத்திருந்த தாளை அவனது பையிலிருந்து யாரோ எடுத்து விட்டிருந்தார்கள். அவனது குறிப்புகள் அனைத்தும் இன்னொருவருக்குச் சொந்தமாகிவிட்டன. அவன் மனப்பாடம் செய்து வைத்ததும் மறந்துபோனது. இதனால் எங்களுக்கும் கோபம் வந்து திருடனைப் பிடித்தே தீர்வது என்று தீர்மானித்தோம். போட்டியாளர்கள் பேசும்போது எச்சரிக்கையாகக் கவனிக்கும்படி சிந்தாமணிக்காரனைக் கேட்டுக்கொண்டோம். ஒரு போட்டியாளன் பேசிக் கொண்டிருந்தபோது 'திருடன் . . . திருடன் . . . குறிப்புத் திருடன்' என்று உரக்கச் சத்தமிட்டான். திருடிய அந்தப் போட்டியாளனை நாங்களும் திட்டினோம். சென்ட்ரல் கல்லூரியில் கன்னடப் பேச்சுப்போட்டி ஏற்பாடாகி இருந்தது. அங்கே பணம் பரிசாக அறிவிக்கப்பட்டிருந்தது. நடுவர்களில் ஒருவராக பி. லங்கேஷ் இருந்தார். அந்தப் பணத்தில் டெர்லின் சட்டையும் பேண்ட்டும் தைத்துக்கொண்டேன்.

குத்துவிளக்கை அணைத்தது

பெங்களூரில் ஏ.பி.எஸ் கல்லூரியில் அனைத்துக் கல்லூரிக்கான பேச்சுப்போட்டியை ஏற்பாடு செய்தார்கள். போட்டிக்கான தலைப்பு 'கடவுள் இல்லை' என்பது. நான் அத்தலைப்பையொட்டி பேசவேண்டியிருந்தது. மேடையில் குத்து விளக்கேற்றிப் போட்டியை ஆரம்பித்துவைத்தார்கள். கடவுள் இருக்கிறார் என்று பேசுபவர்களுக்கு அந்தச் சுடர்

உற்சாக ஊற்றாக இருந்தது. அவர்கள் 'இந்தச் சுடரின் மீது ஆணையாகச் சொல்கிறேன், கடவுள் இருக்கிறார்' என்றார்கள். சிலர் இந்தச் சுடரே கடவுள் என்றார்கள். கடவுள் இல்லை என்று பேசவேண்டிய எனக்கு அச்சுடரின்மீது கோபம் வந்தது. என் பெயரை அறிவித்ததும் நேராக நான் அந்தச் சுடர் அருகே சென்றேன். அந்தச் சுடரை வாயால் ஊதி அணைத்தேன். எரிந்துகொண்டிருந்த சுடர் அணைந்தது. தொடர்ந்து பேசும்போது, கடவுளே வடிவான இச்சுடரை நான் அணைத்துவிட்டேன். உங்கள் கடவுள் இருக்கிற பட்சத்தில், நான் பேசுவதை நிறுத்தட்டும் என்று எதிரிகளைப் பார்த்து சவால்விட்டேன். தொடர்ந்து என் வாதங்களை முன்வைத்துவிட்டு மேடையில் இருந்து கீழே இறங்கியபோது நாலைந்து பேர் ஓடிவந்து என்னைப் பிடித்துக்கொண்டனர். ஒருவன் கையில் தீப்பெட்டி இருந்தது. நான் அணைத்த சுடரை மறுபடியும் ஏற்றுமாறு என்னை வற்புறுத்தினர். நான் மறுத்துவிட்டேன். போட்டிக்கான தலைப்பு 'கடவுள்' என்றிருக்கும்போது இந்த விளக்கை ஏற்றி வைத்ததே தப்பு என்று வாதம் புரிந்தேன். இதன் மூலம் கடவுள் இல்லை என்று பேச வருபவர்களுக்கு உண்டாகும் சங்கடங்களையும் சொன்னேன். இவ்வளவுக்குப் பிறகும் அவர்களுடைய கோபம் குறையவில்லை. உடனே அக்கல்லூரியின் மாணவர் தலைவர் ஓடிவந்து என்மேல் எந்தத் தாக்குதலும் நிகழ்த்தக்கூடாது என்றும், அது கல்லூரிக்கே களங்கத்தை உண்டாக்கும் என்றும் தீப்பெட்டி வைத்துக்கொண்டிருந்தவனிடம் சொன்னான். இறுதிவரையில் நான் தாக்குதலுக்குள்ளாகாத வகையில் பார்த்துக்கொண்டனர். அப்போட்டியில் முதல் பரிசு எனக்கே கிடைத்தது. நடைபாதை ஓரங்களில் பழைய புத்தகங்களைப் பார்வையிட்டுக்கொண்டிருந்தபோது 'கடவுள் இறந்துவிட்டார்' என்ற புத்தகம் என் கண்ணில் பட்டது. உடனே நான் அதனை வாங்கிக்கொண்டேன். அதன் கட்டுரைத் தலைப்புகள் மிகவும் விசித்திரமாக இருந்தன. அதில் கையாலாகாத கடவுள், கடவுள் மறைந்துவிட்டார், கோயில் பாழாகட்டும் என்கிற அத்தியாயங்கள் இருந்தன. இதைப் படித்த நான் ஆனர்ஸ் படித்துக்கொண்டிருந்த நண்பர்களிடம் காட்டினேன். நானும் அக்ரஹார கிருஷ்ணமூர்த்தி, கரீகௌட பீச்சனஹள்ளி, கங்கண்ணா, மேகராஜன் ஆகியோரும் அந்தப் புத்தகத்தை எழுதிய வசுதேவ பூபாலரைப் பார்ப்பதற்காகச் சென்றோம். அவருடைய வீடு ரிச்மண்ட் சர்க்கிள் அருகிலுள்ள லேவளி சாலையில் இருந்தது. நாங்கள் அவருடைய வீட்டுக் கதவைத் தட்டியதுமே, ஏதோ ஜன்னல் வழியாக வசுதேவ பூபாலர் எட்டிப்பார்த்து எங்களைச் சந்திக்க தான் தயாரில்லை என்றும் கிளம்பிப் போகுமாறும் சொன்னார். நாங்கள் மென்மேலும்

மன்றாடியபிறகு அந்தப் புழுக்கத்தில்கூட ரெய்ன்கோட் போட்டுக்கொண்டு வந்து உட்கார்ந்தார். ரெய்ன்கோட்டின் உள்ளே ஒரு துப்பாக்கி இருந்ததை என் நண்பனொருவன் பார்த்துவிட்டான். மேலோட்டமாகப் பேசிவிட்டு எழுந்த பூபாலர் இன்னொரு முறை வரக்கூடாது என்று எங்களை அனுப்பி வைத்தார். 'கடவுள் இறந்து விட்டார்' என்கிற புத்தகத்தை எழுதிப் பிரசுரித்ததற்குப் பிறகு கடவுள் பக்தர்கள் அவரை மிரட்டி உயிருக்கு அபாயம் விளைவிப்பதாகச் சொல்லியிருந்தார்கள். பூபாலர் எங்களைக் கடவுளின் பக்தர்கள் என்று எண்ணி அந்த வகையில் நடந்துகொண்டார். பிறகு மெல்லமெல்ல நான் அவரோடு நெருக்கமானேன். என்னோடு ஒன்றிரண்டு முறை அவர் பிரிகேடு சாலையின் நீலகிரீஸ் கடைக்கு வந்தார். பல விஷயங்களைப் பகிர்ந்துகொண்டார். இன்னொருமுறை என் எழுத்துக்களைப் பற்றி விசாரித்துத் தெரிந்துகொண்டார். அப்போது அவர் 'கடவுள் இருக்கிறாரா இல்லையா என்பது முக்கியமில்லை. மனிதர்களிடத்தில் மனிதாபிமானம் இருக்கிறதா இல்லையா என்பது மிகவும் முக்கியம்' என்கிற நிலைக்கு வந்திருந்தார்கள். ஒருமுறை அவரிடம் 'உங்கள் புத்தகத்துக்கான தலைப்பில் பிழை இருக்கிறது' என்றேன். அவர் சிறிதும் எரிச்சல் படாமல் 'என்ன பிழை உள்ளது' என்றார். நான் 'கடவுள் இறந்துவிட்டார் என்று நீங்கள் தலைப்பிட்டால் கடவுள் இருந்தார் என்பதை ஒப்புக்கொள்கிற மாதிரி ஆகிறது அல்லவா?' என்று சொன்னேன். 'நீ சொல்வது சரிதான்' என்றார் அவர். தன் வாழ்வின் இறுதிக் காலத்தில் ஜெயநகர் தெருவோரம் அவர் விழுந்திருப்பதை நான் நேரில் பார்த்தேன். பாரிச வாயு நோயால் அவர் பாதிக்கப்பட்டிருந்தார். அவரை ஆட்டோ ஒன்றில் ஏற்றி, வீட்டுக்குச் செல்ல ஏற்பாடு செய்தேன்.

"சுவாமிஜி சீனர்களைத் தூண்டிவிட்டது"

ஒருமுறை ஒரு பத்திரிகையில் விசித்திரமான விளம்பரம் ஒன்றைப் பார்த்தேன். அதில் கடவுள் நம்பிக்கை இல்லாதவர்கள் இந்த சுவாமியைப் பார்க்கவேண்டுமென்றும் அவர் கடவுளைக் காட்டுவார் என்றும் பிரசுரமாகி இருந்தது. நானும் என் நண்பன் தேவராஜப்பாவும் அந்த முகவரிக்குச் சென்றோம். அந்த சுவாமியைக் கண்டு வணங்கினோம். நான் அந்த சுவாமியிடம் கடவுளைக் காட்டுமாறு கேட்டுக்கொண்டேன். அவர் என்னென்னமோ சொன்னார். ஆனால் அவற்றில் மனநிறைவடையாத நாங்கள் மீண்டும் கேள்விகளைக் கேட்டோம். அதற்கு அவர், "அதற்காக ஏன் கஷ்டப்படுகிறீர்கள்? நானே கடவுள்" என்றார். அதற்கு நான், "சுவாமி, கோடிக்கணக்கான கடவுள்கள் இருக்கிறார்கள். அவற்றில் நீங்கள் எந்தக்

கடவுள்?" என்று கேட்டேன். அக்கேள்விக்கு அவர், "நானே சிவன்" என்றார். மனசுக்குள் வேடிக்கையாகவும் வெளியே பணிவாகவும், "சுவாமிகளே, நீங்கள் சொல்வது உண்மையானால், நீங்கள் ஒரு கொலை செய்துள்ளீர்கள்" என்றேன். அவர் அதிர்ச்சியுற்றார். "என்ன கொலை? நான் யாரையும் கொலை செய்யவில்லை" என்றார். நான் "சுவாமி, தங்களின் தவத்துக்கு ஊறு விளைவித்ததால் மன்மதனை மூன்றாவது கண்ணால் சுட்டெரிக்கவில்லையா?" என்று கேட்டேன். சற்றே மன அமைதி கொண்ட சுவாமி, "அதுவா . . . அந்த மன்மதன் என்னிடமே வேலை காட்டினான். அதனால் தான் அவனைச் சுட்டுச் சாம்பலாக்கினேன்," என்றார். மீண்டும் நான், "தங்களின் வசிப்பிடம் எது?" என்று கேட்டேன். அதற்கு அவர் 'கைலாயம்' என்றார். 'சுவாமி, பூவையே அம்பாகவிட்ட மன்மதனை நீங்கள் கொன்றீர்கள். ஆனால் 1962ஆம் ஆண்டில் சீனாக்காரர்கள் உங்கள் கைலாயத்தை அணு குண்டால் தகர்த்துவிட்டு இந்தியாவுக்குள் நுழைந்துவிட்டார்கள் அல்லவா? அப்போது நீங்கள் என்ன செய்துகொண்டிருந்தீர்கள்,' என்று கேட்டேன் நான். அப்போதும் சுவாமி சற்றும் பின்வாங்காமல், 'அப்போது இந்தியர்களிடையே என்மீதான நம்பிக்கை குறைந்திருந்தது. ஆகவே நான்தான் சீனர்களை இந்தியாவின் மீது படையெடுக்கும்படி ஏவிவிட்டேன்' என்றார். போகப்போக அவரோடு பேசுவதே கஷ்டம் என்றானது. மேலும் அதற்குள்ளாக சுற்றியிருந்த பக்த சேனை எங்களைத் தாக்க சூழ்ச்சி செய்தது. அதை உணர்ந்துகொண்ட நாங்கள் அங்கிருந்து கிளம்பினோம்.

சோப்புத் தொழிற்சாலை வேலை

பெங்களூரில் பல்கலைக்கழகத்தில் அப்போது மாணவர்களுக்குப் பயன்படும் விதத்தில் படிப்பு — வேலை என்கிற ஒரு திட்டம் இருந்தது. இத்திட்டத்தில் சேர்ந்து, சாயங்காலம் ஐந்து மணிமுதல் இரவு ஒன்பது வரைக்கும் ஒரு சோப்புத் தொழிற்சாலையில் வேலை செய்துவந்தேன். இது பகுதி நேர வேலை. இதன் மூலம் மாணவர்களுக்குப் பணம் கிடைத்தது. இத்திட்டம் எனக்கு மிகவும் பயன் உள்ளதாக இருந்தது. ஒரு எந்திரத்தின் முன்னால் வரிசையாக உட்கார்ந்துகொள்வோம். அந்த எந்திரத்தின் மீது ஒரு பட்டை ஓடிக்கொண்டிருக்கும். அதன் மீது வெற்று சோப்பு உறைகள் வரும். அதை எடுத்துப் பக்கத்தில் வைத்துக்கொள்வோம். அதையடுத்து மிகவும் மென்மையான வெண்ணிறத் தாள்கள் வரும். அதையும் எடுத்து பக்கத்தில் வைத்துக்கொள்வோம். அதற்கப்புறம் சந்தனச் சோப்புகள் வரும். அதை எடுத்து வெண்ணிறத் தாள்களைச் சுற்றி, பிறகு உறைக்குள்

வைத்துவிடுவோம். அவை தொடர்ந்து முன்னால் செல்லும். அடுத்து இருப்பவர்கள் அந்தச் சோப்புகளையெல்லாம் பெரிய பெட்டிக்குள் வைத்து மூடி அதை லாரியில் ஏற்றுவார்கள். இச்சோப்புகள் உள்நாட்டிலும் வெளிநாட்டிலும் விற்பனையாகும். எங்கள் வரிசையில் உட்கார்ந்திருந்த யாரோ ஒரு தந்திரசாலி சோப்பை வைக்காமல் வெற்று உறையையே மூடி வைத்து ஓடுகிற பட்டையில் வைத்து அனுப்பிவிட்டான். அடுத்தபடி இருந்தவர்கள் அவற்றுக்குள் சோப்புகள் இருப்பதாக எண்ணி வழக்கம்போல பெட்டிக்குள் வைத்து அடைத்து லாரியில் ஏற்றிவிட்டார்கள். சோப்பே இல்லாத வெற்று உறைகள்கூட இப்படியாக உள்நாட்டிற்கும் வெளிநாட்டிற்கும் விற்பனைக்குச் சென்றுவிட்டன. இந்த விஷயம் சோப்புத் தொழிற்சாலையினர்க்கு எப்படியோ தெரிந்துவிட்டது. அவர்கள் கோபம் கொண்டார்கள். அதன்பிறகு, அந்த வரிசையின் இரண்டு பக்கங்களிலும் இருந்தவர்களை வேலையில் இருந்து விலக்கிவிட்டார்கள். என் படிப்புச் செலவுக்கு உதவியாக இருந்த சோப்புத் தொழிற்சாலை வேலையை இழக்க நேர்ந்து மிகவும் சிரமங்களுக்குள்ளானேன்.

லாட்டரியை நம்பி ஏமாந்தவன்

விடுதியில் ஒரு மாணவன் இருந்தான். அவன் அனைவரிடமிருந்தும் வித்தியாசமானவன். வாட்சைத் தோள்பட்டையில் கட்டிக்கொண்டிருப்பான். எப்போதும் நாய்க்குட்டிகளோடே இருப்பான். கெங்கல் அனுமந்தய்யா சாலையில் இருந்த ஒரு வீட்டுக்கு என்னை அழைத்துச் சென்றான் அவன். அந்த வீட்டுக்குச் சொந்தக்காரர் தயாளு என்பவர். தன் தோட்ட வேலைக்கு என்னை நியமித்துக் கொண்டார் அவர். கல்லூரியில் விடுப்பு கிடைத்த போதெல்லாம் நான் அங்கே சென்று வேலை செய்தேன். இதனால் ஓரளவு வருமானம் கிடைத்தது. எனக்கு இன்னொரு நண்பன் இருந்தான். அடிக்கடி என்னோடு பேசிக்கொண்டிருப்பான். அவன் ஒருமுறை "நீ தேர்வுக்குப் பணம் கட்டவேண்டாம். கல்லூரிக்கும் சரியாக வரவேண்டிய அவசியம் இல்லை" என்றான். நான் ஏன் என்று கேட்டபோது, தான் ஒரு லாட்டரிச் சீட்டு வாங்கி இருப்பதாகவும் தனக்குப் பரிசு கிடைக்கப் போவதாகவும் அதன் பிறகு அத்தொகையை இருவரும் பிரித்துக்கொண்டு சுகமாக இருக்கலாம் என்றும் சொன்னான். அதையெல்லாம் நம்பக்கூடாது என்று நான் பலமுறை எடுத்துச்சொன்னேன். ஆனால் அவன் என் பேச்சைக் கேட்கவில்லை. தேர்வு நேரம் நெருங்கியது. லாட்டரியில் பரிசுவிழும் என்கிற அளவுகடந்த நம்பிக்கையில் அவன் தேர்வு எழுதவில்லை. ஆனால் அவனுக்குப்

பரிசு கிடைக்கவில்லை. இதனால் அவன் படிப்பு பாழானது. அவனுடைய பேச்சைக் கேட்காமல் நான் படித்து நல்ல மதிப்பெண்களுடன் தேறினேன்.

அப்போது ஒரு பெரிய போராட்டம் நடந்தது. அதன் பெயர் எக்ஸ்போ 90 போராட்டம். அதில் மாணவர்கள் தீவிரமாகப் பங்கேற்றார்கள். வெளிநாட்டுக்குச் செல்லவேண்டிய மாணவர்களைத் தேர்ந்தெடுப்பதில் அமைச்சர்கள் தலையீடு அதிகம் இருப்பதாகப் போராட்டக்காரர்கள் புகார் சொன்னார்கள். சென்ட்ரல் கல்லூரிக்கு மாணவர்கள் நெருப்பு வைத்தார்கள். மேசை, நாற்காலிகளை அடித்து நொறுக்கினார்கள். சோதனைச் சாலைகளை அழித்து நாசமாக்கினார்கள். நெருப்பு பற்றி எரிவதை நாங்கள் பயமும் ஆர்வமும் ஒருங்கே சேரப் பார்த்திருந்தோம். போலீஸ்காரர்கள் எங்களைத் துரத்திக்கொண்டு வந்தார்கள். நாங்கள் கல்லூரி கேண்டீனுக்குள் புகுந்தோம். கேண்டீனுக்குள்ளும் புகுந்த போலீஸ்காரர்கள், அங்கே மறைந்துகொண்டிருந்த மாணவர்களை அடித்து நொறுக்கினார்கள். போலீஸாரின் அடி தாளாமல் ஆடுமாடுகளைப்போல மாணவர்கள் அலறினார்கள். சிலர் தலை உடைந்து ரத்தம் பெருகியது. நான் புத்திசாலித்தனமாக சட்டென என் பேண்ட் சட்டையைக் கழற்றி ஒரு மேசையின் அடியில் வீசிவிட்டு நிக்கர் பனியனோடு தட்டு, தம்ளர்களைக் கையில் எடுத்துக்கொண்டு கேண்டீனுக்குள் க்ளீனர் வேலை செய்பவனைப்போல நடமாடத்தொடங்கினேன். க்ளீனராய் இருக்கவேண்டும் என்று போலீஸ்காரர்கள் என்னைத் தொடவில்லை. அடிகளில் இருந்து எப்படியோ தப்பித்துக்கொண்டேன். உள்ளுக்குள் மகிழ்ச்சியுற்றேன். ஆனால் துரதிருஷ்டவசமாக என் பேண்ட்டும் சட்டையும் நான் வைத்த இடத்தில் இல்லை. புத்தகங்கள் மட்டும் கிடந்தன. எங்கெங்கோ தேடியும் பேண்ட்டும் சட்டையும் கிடைக்கவில்லை. வேறு வழியின்றி வெறும் நிக்கர், பனியனோடு புத்தகங்களை எடுத்துக்கொண்டு விடுதிக்குச் சென்றேன். கல்லூரி மாணவனான நான் ஓர் ஆரம்பப் பாடசாலை மாணவனைப்போல அன்று செல்லவேண்டியதாயிற்று. அடி வாங்கியவர்களைக் காட்டிலும் அதிக அளவு அவமானமடைந்தேன் நான்.

கர்நாடக சங்கம்

கல்லூரியில் கர்நாடக சங்கம் இருந்தது. அதன் உதவிச் செயலாளர் பதவிக்குப் போட்டியிட்டு நான் வென்றேன். தேஜகௌ, மரியப்பா பட், ஜி. வெங்கடசுப்பய்யா, ஜி.எஸ். சிவருத்ரப்பா ஆகிய முக்கியஸ்தர்களை அழைத்துச் சொற்பொழிவாற்ற வைத்துக் கேட்டுப் பயனடைந்தோம்.

இதினப்பா அவர்களையும் ஒருமுறை வரவேற்றோம். அவர் குவெம்புவின் 'சாகிறது உங்கள் மொழி, ஓ கன்னட குலத்தவரே' என்பன போன்ற கவிதைகளை உணர்ச்சிபூர்வமாகப் படித்துக்காட்டி கன்னட மொழி ஆர்வலர்களின் மகிழ்ச்சியை இருமடங்காக்கினார்கள்.

சட்டசபையின் பார்வையாளர் பகுதியில்

சமாஜவாதி இளைஞர்கள் சங்கத்தில் நானும் சில நண்பர்களும் உறுப்பினர்களானோம். அப்போது எங்கள் தலைவர் பேராசிரியர். எம்.டி. நஞ்சுண்டசாமி. அப்போது அவர் விவசாயிகளின் தலைவராக இல்லை.

அவர்க்கு நாங்களே ஆதரவாளர்கள். ஒருமுறை அவர் எங்களை அழைத்து, சட்டசபையின் பார்வையாளர்கள் பகுதிக்குள் சென்று அங்கிருந்து துண்டறிக்கைகளை வீசவேண்டும் என்று சொன்னார். வறட்சி நிவாரணப்பணிகளை அரசு சரியான முறையில் மேற்கொள்ளவில்லை என்பது எங்கள் குற்றச்சாட்டு. வயிற்றுக்குள் துண்டறிக்கைகளைக் கட்டிக்கொண்டு எப்படியோ பாஸ் வாங்கிக்கொண்டு, பார்வையாளர்கள் பகுதிக்குள்

நுழைந்துவிட்டோம். நிதியமைச்சரான கோர்ப்படே அவர்கள் பேசத் தொடங்கியதுமே பார்வையாளர்கள் பகுதியிலிருந்து நாங்கள் சத்தமிட்டோம். நாங்கள் வீசிய துண்டறிக்கைகள் கீழே உட்கார்ந்திருந்த அமைச்சர் பெருமக்கள் மீதும் அவைத்தலைவர் மீதும் விழுந்தன. எல்லோரும் அச்சமுற்றார்கள். சட்டசபையில் பார்வையாளர் பகுதியிலிருந்த எல்லாக் கதவுகளும் உடனே மூடப்பட்டன. ஒவ்வொருவரையும் ஐந்தாறு போலீஸ்காரர்கள் வந்து பிடித்துக்கொண்டனர். சட்டசபைக்கு உள்ளேயே இருந்த காவல் நிலையத்தில் கைதிகளை அடைப்பதுபோல எங்களை அடைத்தனர். எங்களோடு பங்காரப்பாவின் ஆதரவாளர்கள் இருவரும் சேர்ந்திருந்தனர். அவர்கள் கர்நாடக க்ராந்திகாரி கட்சியைச் சேர்ந்தவர்கள். அவர்களைப் பார்ப்பதற்காக வந்த பங்காரப்பா எங்களுக்கும் சிற்றுண்டிகளையெல்லாம் வாங்கிக்கொடுத்து உற்சாகமூட்டும் வண்ணம் பேசிவிட்டுச் சென்றார். நள்ளிரவில் எங்களை விடுவித்தார்கள்.

சூட் – பூட்டுக்கு அடி

இன்னொரு முறை கண்டீரவ ஸ்டேடியத்தில் இந்திரா காந்திக்கு எதிராக கறுப்புக் கொடி காட்டும்படி நஞ்சுண்டசாமி சொன்னார். அப்போது கர்நாடகத்தில் வறட்சி. இந்திரா காந்தி உடுப்பிக்குச் செல்லவிருந்தார். அங்கே சுவாமிகளைச் சந்திப்பதாக ஏற்பாடு. கண்டீரவ ஸ்டேடியத்தில் அவர் சொற்பொழிவு நிகழ்த்தும்போது கறுப்புக்கொடி காட்டவேண்டும் என்பது எங்கள் திட்டம். எங்கள் எதிர்ப்பு புதுமையான வகையில் இருந்தது. எதிர்ப்பாளர்கள் அனைவரும் வாடகை சூட்களை வாங்கியணிந்து கொண்டு கூட்டத்திற்கு முன்வரிசையில் நின்று ஒரே குரலில் கோஷங்கள் எழுப்பி எதிர்ப்பைக் காட்டுவது என்பது எங்கள் திட்டம். நான் குள்ளமாக இருந்ததால் எனக்குப் பொருத்தமான சூட் கிடைக்கவே இல்லை. இதனால் எதிர்ப்பில் பங்கேற்கிற வாய்ப்பு எனக்குக் கிடைக்காமல் போனது. டாக்டர் வெங்கடேஷ், டி. ஆர். நாகராஜ் ஆகியோர் உயரமானவர்களாக இருந்ததால், அவர்களுக்குப் பொருத்தமான வாடகை சூட்கள் எளிதாகக் கிடைத்தன. இவர்கள் அனைவரும் சூட்களோடு கண்டீரவ ஸ்டேடியத்தை அடைந்தார்கள். இந்திரா காந்தி பேசத் தொடங்கியதுமே அவருக்கு எதிரான கோஷங்களை எழுப்பினார்கள். 'Not to Udupi, Go to Bidar' என்று முழங்கினர். அங்கிருந்த போலீஸ்காரர்கள் இவர்களை மறுநொடியே பிடித்து அடித்தார்கள். பொது மக்களும் அவர்களை அடித்தார்கள். சாயங்காலம் சிறையில் இருந்து வெளியே வந்த போது உதைவாங்கியதால் அங்கங்கே வீக்கம் கண்டிருந்தது. வாடகை சூட்களை மக்கள் கிழித்து வீசியிருந்தார்கள்.

காபரே நடனக்காரி

எங்கள் விடுதி நண்பர்கள் சிலர் ஒரு காபரே நடனக்காரியின் நட்பை எப்படியோ பெற்றிருந்தார்கள். அவர்களைப் பார்ப்பதற்காக காபரே நடனக்காரி விடுதிக்கு வருவாள். அவர்களுக்குப் பணம் கொடுப்பதுமுண்டு. அவளைப் பார்ப்பதற்காக மாணவர் சேனையே வருவதுண்டு. அவளை வழியனுப்பும்போது நூற்றுக்கணக்கான மாணவர்கள் ரொம்ப தூரம் பின்னாலேயே செல்வார்கள். அது காதலர்கள் ஊர்வலம்போல இருந்தது. அந்த காபரே நடனக்காரி நூற்றுக்கணக்கான மாணவர்களின் இதயச் சிம்மாசனங்களில் அமர்ந்திருந்தாள். எங்கள் விடுதியில் ஒரு மரமிருந்தது. அந்த மரத்தில் ஏறிப்பார்த்தால், தொலைவில் இருந்த வீடொன்றின் படுக்கையறை தெரியும். இரவு பத்துமணியானதும் அந்த அறையில் கணவன் மனைவி இருவரும் உறவுகொள்வார்கள். அந்த நேரத்தில் அந்த மரத்தில் ஏறிப்பார்த்தால், அந்த உறவு விளையாட்டைப் பார்த்து ரசிக்க முடியும். இரவு பத்து மணி ஆனதுமே சிலர் அந்த மரத்தில் ஏறிக்கொள்வார்கள். இன்னும் சிலர் முதலிலேயே மரத்தில் ஏறி வசதியான கிளைமீது துண்டைப் போட்டு இடம் பிடித்து வைப்பார்கள். தம்பதிகளுக்கு இவர்களைப் பற்றி ஒன்றும் தெரியாது. அப்பாவிகளாக பல்வேறு முறைகளில் கூடிச் சுகம் அனுபவித்தார்கள். மரத்தின் மேலிருந்த மாணவர்களுக்கு அதைப் பார்த்துக்கொண்டிருப்பதே பெரிய சுகம். இந்த விஷயம் மெல்லப் பரவி பலருக்குத் தெரிந்துவிட்டது. மரத்தால் தாங்கிக்கொள்ள முடியாத அளவுக்கு, மாணவர்கள் அதன் மீது ஏறிக்கொள்ளத் தொடங்கினர். ஒருநாள் அனைவரும் மரத்தில் ஏறி இல்லறச் சுகத்தைப் பார்த்துக் களித்துக்கொண்டிருந்த சமயத்தில், மரம் சத்தத்துடன் முறிந்து விழுந்தது. மேலே இருந்தவர்கள் எல்லாரும் கீழே விழுந்தார்கள். மரம் கீழே விழுந்த சத்தமும் மாணவர்களுடைய அலறலும் அந்தத் தம்பதிகளுக்கும் கேட்டுவிட்டது. மறுநாள் முதல் மரம் இன்றி மாணவர்கள் கவலையுற்றார்கள். தம்பதிகள் அந்த அறைக்குத் திரை போட்டுக்கொண்டார்கள்.

பிக்பாக்கட் திருடன் என்கிற சந்தேகம்

சிறீராமபுரத்தில் இருந்து மெஜஸ்டிக்கிற்கு நடந்தே வந்து, அங்கிருந்து 21ஆம் நெம்பர் பஸ் பிடித்து நான் விடுதிக்குச் செல்வேன். ஒரு பஸ்ஸுக்குள் இடம் பிடிக்கும் அவசரத்தில் முண்டியடித்துக்கொண்டு ஏறினேன். துரதிருஷ்டவசமாக,

அங்கேயே இருந்த போலீஸ்காரன் ஒருவன் என்னை பிக்பாக்கட் அடிப்பவன் என்று எண்ணிப் பிடித்துக்கொண்டான். ஸ்டேஷனுக்கு வரும்படி இழுக்கத் தொடங்கினான். ஜனங்களும் சேர்ந்துகொண்டு என்னை அடிக்கத் தொடங்க இருந்த சமயத்தில், அக்கும்பலில் நன்றாக உடை அணிந்த ஒருவர் என்னைத் தனக்கு நன்றாகத் தெரியும் என்று சொல்லி போலீஸிடமிருந்தும் கும்பலிடமிருந்தும் என்னை விடுவித்தார். அன்று அந்த உதவி செய்தவர் யார் என்று எனக்குத் தெரியாது. அந்த முகத்தை அதற்கப்புறம் என்றும் நான் பார்க்கவே இல்லை.

பகுதி ஐந்து

அறிவுஜீவிகள் அமைப்பு

நானும் சில நண்பர்களும் சேர்ந்து அறிவுஜீவிகள் அமைப்பு ஒன்றை நிறுவினோம். அந்த அமைப்பின்கீழ் தலித் மாணவர்கள் ஊர்வலம் ஒன்றை நடத்தினோம். பெங்களூரிலிருந்த எல்லா தலித் மாணவர்களையும் சந்தித்து மாணவர்களின் பிரச்சினைகளைக் கேட்டுத் தெரிந்துகொண்டோம். பெங்களூர் தலித் மாணவர்கள் அப்போது மிகவும் கஷ்டங்களை அனுபவித்துக்கொண்டிருந்தார்கள். அவர்களுக்குச் சரியான முறையில் சாப்பாடு கிடைக்கவில்லை. குளியலறைக்கும் கழிப்பறைக்கும் வழி இல்லை. நூறு இருநூறு மாணவர்களுக்கு ஒரு கழிப்பறைதான் இருந்தது. இக்கழிப்பறையைப் பயன்படுத்த அதிகாலை வேளைகளில் மாணவர்களிடையே பெரும்போட்டி இருந்தது. கழிப்பறைக்கு கதவுகள் இல்லை. உள்ளே உட்கார்பவன் தான் உள்ளே இருப்பதன் அடையாளமாக வெளியே ஒரு கையை நீட்டிக்கொண்டிருக்க வேண்டியிருந்தது. பல நேரங்களில் கழிப்பறையைப் பயன்படுத்தும் விஷயங்களில் சண்டையே வந்தது. நான் இந்தப் பிரச்சினைகளைப் பற்றி மாணவர்களிடையே பேசிக்கொண்டிருந்தபோது ஒரு மாணவன், "முதலில் நமக்கு சாப்பிடவே வழி இல்லை. இந்த லட்சணத்தில் கழிப்பறை எதற்கு?" என்று கேட்டான். விடுதிக் காப்பாளரைக் கண்டு மாணவர்கள் மிகவும் பயந்திருந்தனர். சில காப்பாளர்கள் சர்வாதிகாரிகளைப்போல இருந்தனர். மாணவர்களின் பணத்தை அபகரித்துக்கொண்டு

அவர்களுக்கு சாப்பாடு கிடைக்காமல் செய்தனர். நாங்கள் மாணவர்களுக்குத் துணிச்சலூட்டினோம். நாங்கள் நடத்த இருந்த ஊர்வலத்தைப் பற்றி அவர்கள் புரிந்துகொள்ளும் வகையில் எடுத்துரைத்தோம். ஊர்வலத்தன்று ஏறத்தாழ மூன்று அல்லது நான்காயிரம் மாணவர்கள் மைசூர் வங்கியின் முன்னால் கூடினர். பெங்களூரில் தலித் மாணவர்கள் நிகழ்த்திய முதல் எதிர்ப்பு ஊர்வலம் இதுதான். எங்கள் ஊர்வலத்தைப் பார்த்து பொதுமக்கள் அதிர்ச்சியில் உறைந்தார்கள். போலீஸ்காரர்கள் ஆச்சரியப்பட்டார்கள். ஊர்வலம் கப்பன் பார்க்கை அடைந்தது. அங்கே திறந்தவெளிக் கூட்டம் நடந்தது. போலீஸ் அதிகாரிகளே நாங்கள், முதல்வராக இருந்த தேவராஜ் அர்ஸ் அவர்களோடு பேச ஏற்பாடு செய்தார்.

முதலமைச்சரிடம் மாணவர்களின் பிரச்சினையைப் பற்றி எடுத்துரைக்கும் பொறுப்பை என்னிடம் ஒப்படைத்தார்கள் நண்பர்கள். மாணவர்களுக்குக் கிடைக்கும் உதவித்தொகையை அதிகரிக்கவேண்டும்; புதிய விடுதிகளைக் கட்டவேண்டும் என முதலமைச்சரிடம் பயத்தோடு எல்லாவற்றையும் எடுத்துச்சொன்னேன். இறுதியில் எங்கள் குழுவுக்கு முதல்வர் காப்பி வரவழைத்துத் தந்தார். எல்லாரும் புறப்பட்டபோது முதல்வர் என்னைத் தனிப்பட அழைத்து என்னைப் பற்றிய விவரங்களைக் கேட்டார். அவ்வப்போது வந்து சந்திக்கும்படி சொன்னார். அவருடைய தனிச்செயலராக இருந்த ஜே. சி.லின் அவர்களை அழைத்து எங்களுக்கு எந்தவிதமான இன்னல்

வந்தாலும் அதைக் களைய உடனடியாக நடவடிக்கை எடுக்கவேண்டும் என்று சொன்னார். எங்கள் பிரச்சினைகள் ஒவ்வொன்றாய்த் தீரத்தொடங்கின. மகாத்மா காந்தி சாலையில் இருந்த இரண்டு மாணவர் விடுதிகளுக்கு அருகிலேயே புதிய கட்டிடங்கள் கட்டப்பட இது வழிவகுத்தது. மாணவர்கள் உதவித்தொகையும் அதிகரித்தது. அப்போது சமூக நலத்துறை அமைச்சராக இருந்த மல்லிகார்ஜுனஸ்வாமி அவர்களையும் நாங்கள் சந்தித்தோம். அவர் எங்கள் பிரச்சினைகள் மீது அக்கறை கொண்டவராக இருந்தார். ஆனால் அதைக்காட்டிக் கொள்ளாமல் மாணவர்களின் அலங்கோல நிலையைப் பற்றிச் சொல்லி வருத்தப்பட்டார். ஹிப்பி போல முடி தொங்க அலைபவர்களைக் கடுமையாக விமர்சித்தார். விஸ்வேஸ்வரய்யா தெருவிளக்கின் வெளிச்சத்தில் படித்ததை எங்களுக்கு நினைவூட்டினார்.

மீண்டும் பிளிகிரி ரங்கய்யா

இச்சந்தர்ப்பத்தில் எங்கள் விடுதியில் ஒரு விசித்திரமான சம்பவம் நடந்தது. விடுதியில் இருந்த குளியல் அறைகளிலும் கழிப்பறைகளிலும் மாணவர்கள் நிரம்பி வழிந்தார்கள். நான் பயத்தோடு காரணம் என்ன என்று கேட்டேன். பிளிகிரி ரங்கய்யா அவர்கள் வந்திருப்பதாகவும் மாணவர்களை ஸ்பெல்லிங் கேட்பதாகவும் பதில் வந்தது. பிளிகிரி ரங்கய்யா என்னுடைய ஆசிரியர். அதனால் தைரியத்தோடு அவரை நேரில் சென்று பார்த்தேன். என்னைப் பார்த்து மிகவும் மகிழ்ச்சியுற்றார் அவர். அந்த விடுதியின் மாணவர் சங்கத்திற்கு நான் செயலாளராக இருப்பதையறிந்து மிகவும் மகிழ்ந்தார். யாரையும் அடிக்கப் போவதில்லை என்றும், மாணவர்கள் அனைவரையும் கழிப்பறையிலிருந்து வெளியே வரச் சொல்லுமாறும் கேட்டுக்கொண்டார். நான் அவர் சொன்னபடியே செய்தேன். அப்போது பிளிகிரி ரங்கய்யா அவர்கள் சிண்டிகேட் வங்கி இயக்குநர்களில் ஒருவராக இருந்தார். மகாத்மா காந்தி சாலையிலிருந்த இரண்டு மாணவர் விடுதிகளைச் சேர்ந்தவர்களை சிண்டிகேட் வங்கியின் மூத்த அதிகாரிகளை அழைத்து, ஒரு விழாவுக்கு ஏற்பாடு செய்யுமாறு சொன்னார். அந்த விழாவுக்கு சிண்டிகேட் வங்கியின் மற்ற இயக்குநர்கள் மட்டுமின்றி மூத்த மேனேஜர்களும் வந்திருந்தனர். அன்றைய அரசியல் நிதியமைச்சராக இருந்த சிவண்ணா அவர்களும் கே.கே.பை அவர்களும் கர்நாடக அரசில் நிதி ஆலோசகராக இருந்த டி.எம். நஞ்சுண்டப்பா அவர்களும் முக்கிய விருந்தாளிகளாகப் பங்கேற்றனர். வரவேற்புரையை நான் நிகழ்த்த வேண்டியிருந்தது. ஆனால் இன்னொரு மாணவனோ தானே வரவேற்புரையை நிகழ்த்துவதாக பிடிவாதம் பிடித்தான். கடைசியில் நான்

அவனையே வரவேற்புரையை நிகழ்த்துமாறு சொன்னேன். வரவேற்புரை நிகழ்த்திய மாணவன் இந்த விழாவை பிளிகிரி ரங்கய்யா அவர்கள் எங்களுக்கு பொருளுதவி செய்து ஏற்பாடு செய்ததாக சொன்னான். அவன் மனத்தில் எந்த விதமான கெட்ட நோக்கமும் இல்லை. எனினும் இதனால் பிளிகிரி ரங்கய்யா அவர்களுக்கு இவ்விஷயத்தில் சற்றே வருத்தம் ஏற்பட்டது. என்னுடைய நன்றியுரையின்போது அந்த வருத்தத்தை நான் போக்கினேன். இந்த விழாவின் விளைவாக, தலித் மாணவர்கள் முன்னேற்றத்திற்காகப் பல திட்டங்கள் சிண்டிகேட் வங்கியின் மூலம் உருவாக்கப்பட்டு நிறைவேற்றப்பட்டன.

காதல் விளையாட்டு

இதே சமயத்தில் கவிஞர் கே. எஸ். நரசிம்மசுவாமி அவர்களை சென்ட்ரல் காலேஜ் செனட் ஹாலில் பாராட்டிப் பேசும் கூட்டமொன்று நடந்தது. கே.எஸ்.என். அவர்களுக்கு மாலையணிவிக்கவேண்டும் என்று நாங்கள் முடிவெடுத்தோம். மாலை வாங்க சிட்டி மார்க்கெட்டுக்குச் சென்றோம். எங்களோடு மற்றொரு மாணவர் தலைவனும் மாலை வாங்க வந்திருந்தான். துரதிருஷ்டவசமாக மார்க்கெட்டில் ஒரு பெண்ணைப் பார்த்த மாணவர் தலைவன் மார்க்கெட்டிலேயே இருந்த ஒரு ஓட்டலுக்குள் சென்று அவளோடு அறையில் உட்கார்ந்துவிட்டான். நாங்கள் எத்தனையோ முறை கதவு தட்டினாலும் அவன் வெளியே வரவில்லை. கடைசியில் மாலையோடு நாங்கள் விழா நடந்த இடத்துக்குச் சென்றோம். இங்கே காதல் கவிஞர்க்குப் பாராட்டு நடந்துகொண்டிருந்த போது, மாணவர் தலைவன் அங்கே ஓட்டல் அறையில் காதல் விளையாட்டில் மூழ்கி இருந்தான். மாலை சூட்டும் நேரம் நெருங்கியும் அவன் வரவில்லை. கே.எஸ். நரசிம்மசுவாமிக்கு மாலை சூட்டும் வாய்ப்பு எனக்குக் கிடைத்தது.

பெங்களூரில் பெரியார்

பெங்களூர்க்கு பெரியார் ராமசாமி நாயக்கரை அழைத்திருந்தார்கள். இதை எதிர்த்து சிலர் எதிர்ப்பு வேலைகளில் ஈடுபட்டார்கள். பெரியாரை வரவேற்கும் குழுவில் நாங்கள் அனைவரும் இருந்தோம். பெரியார் கூட்டத்திற்குள் நுழைந்துகொண்டிருந்தபோதே, வெளியே ஒழிக கோஷங்கள் முழங்கின. நாங்கள் ஜெய கோஷங்கள் எழுப்பினோம். அப்போது பேசிய பி. லங்கேஷ், “இந்த ஒழிக கோஷங்களுக்கெல்லாம் பெரியார் அஞ்சுபவர் அல்லர். அவர் எதிர்ப்புகளின் நடுவேயே வளர்ந்தவர்” என்றார். பெரியாரின் பேச்சு மிகவும் எழுச்சியூட்டுவதாக இருந்தது. அடிப்படையில் பெரியார் ராமசாமி

நாயக்கர் கன்னடத்தைத் தாய் மொழியாகக் கொண்டவர். தமிழ்நாட்டில் மிகப்பெரும் சக்தி மிக்க தலைவராக இருந்தவர். அங்கே மக்களின் அன்புக்குரிய தலைவர்களான அண்ணாதுரை, கருணாநிதி போன்றவர்கள் பெரியாரின் சீடர்கள். பெரியார், "கடவுள் இல்லை, கடவுள் இல்லை. கடவுள் இல்லவே இல்லை. கடவுளைக் கற்பித்தவன் முட்டாள். கடவுளைப் பரப்பியவன் அயோக்கியன், கடவுளை வணங்குபவன் காட்டுமிராண்டி" என்ற கோஷத்துடன் தன் பேச்சைத் தொடங்கினார். புராணக் கதைகளைக் கிண்டல் செய்வதில் அவர் மிகப்பெரிய ஆள். சின்னஞ் சிறிய எலியின் மேல் தொப்பை விநாயகர் உட்கார்ந்தால் எலி நசுங்கி விடாதா என்று கேள்வி எழுப்பினார். பார்வதி தன் வியர்வை அழுக்கை உருட்டி வினாயகரை உருவாக்கினார் என்றால், அவள் குளித்து எத்தனை ஆண்டுகள் ஆகின என்று கூட்டத்தில் அமர்ந்திருந்தவர்களைப் பார்த்துக் கேட்டார். புராணங்களின் செய்திகளையோ குறியீடுகளையோ அவர் பொருட்படுத்தவே இல்லை. புராணங்களின் மேல் எளிய தருக்கங்களைப் பிரயோகித்து அவர் பேசினார். பெரியாரின் பேச்சு ஈர்ப்புச்சக்தி மிக்கது. ஒருமுறை அவருடைய பேச்சைக் கேட்பவர்கள் அவருடைய ஆளுமைக்குக் கட்டுப்பட்டவர்களாக ஆகிவிடுவார்கள்.

அன்று மாலை காந்திநகரில் இருந்த விடுதியில் பெரியாரும் மாணவர் தலைவர்களும் உரையாடிக்கொண்டிருந்தனர். நானும் அக்ரஹார கிருஷ்ணமூர்த்தியும் வெளியே வந்தோம். விடுதிக்கு வெளியே நின்றிருந்த பெரியார் எதிர்ப்பாளர்கள் எங்கள் மீது பாய்ந்து தாக்கினார்கள். கிருஷ்ணமூர்த்திக்கு காயமுண்டானது. என் உதடு கிழிந்து ரத்தம் ஒழுக ஆரம்பித்தது. காலிலும் அடிபட்டு நொண்டும்படி ஆனது. எங்களை அடித்தவர்கள் எங்களுக்கு முன்பேயே போலீஸ் ஸ்டேஷனுக்குச் சென்று நானே அவர்களை அடித்ததாகப் புகார் கொடுத்துவிட்டார்கள். இதனால் அடிவாங்கிக் கிடந்த எங்களையே போலீஸ்காரர்கள் குற்றவாளிகள் என்று கைது செய்தனர். எங்கள் நிலையைப் பார்க்க பொறுக்காத போலீஸ்காரர்களே எங்களை மருத்துவமனைக்கு அழைத்துச் சென்று மருத்துவம் செய்ய ஏற்பாடு செய்தார்கள். பேராசிரியர் நஞ்சுண்டசுவாமி, பேராசிரியர் தர்மலிங்கம் ஆகியோர் தலையீட்டால் நாங்கள் இருவரும் சிறையிலிருந்து வெளியே வந்தோம்.

நுண்கலை மன்ற செயலாளர்

ஏறத்தாழ இதே சந்தர்ப்பத்தால்தான் கல்லூரியில் மாணவர் சங்கத்திற்குத் தேர்தல் நடந்தது. மாணவர்கள் எண்ணிக்கை

இரண்டாயிரத்திற்கும் அதிகமாக இருந்தது. நண்பர்களின் வற்புறுத்தலால் நான் நுண்கலை மன்ற செயலாளர் பதவிக்குப் போட்டியிட்டேன். தலித் மாணவர்களைத் தவிர, கன்னடத்தின் மீது பற்றுக்கொண்ட மாணவர்களின் வாக்குகளே எனக்கு மூலதனமாக இருந்தது. எனக்கு எதிராக போட்டியிட்ட ஒரு மாணவன் மிகவும் சிறப்பான முறையில் சொற்பொழிவு நிகழ்த்துவான். என்னை கன்னட விரோதி என்று சொல்லி கன்னடப் பற்றாளர்கள் என்மீது கொண்ட ஈடுபாட்டைக் குலைத்து வாக்குகளைப் பிரிக்க முனைந்தான். நானும் என் நண்பர்களும் பி.யு.சி. ப்ளாக்கிற்கு வாக்கு கேட்கச் சென்றபோது, அங்கிருந்த இந்தி, உருது மாணவர்கள் என்னைச் சூழ்ந்து கொண்டு எனக்கே ஓட்டு போடுமாறு கேட்கும் துண்டறிக்கைகளை அச்சடித்துத் தருவதாகச் சொன்னார்கள். இந்த எதிர்பாராத ஆதரவால் எனக்கு ஆச்சரியமுண்டானது. எனக்கு முன்பேயே எனக்கு எதிராகப் போட்டியிட்ட மாணவன் உருது மாணவர்களை மனசில் வைத்துக்கொண்டு பேசியதுதான் இதற்குக் காரணம். இந்த சித்திலிங்கையாதான் ராஜேஷ்கன்னாவின் விசிறி. ராஜேஷ்கன்னா பெங்களூருக்கு வந்தபோது கன்னாவுக்கு முதல் மாலை போட்டவனே இந்த சித்தலிங்கையாதான் என்று பேசியிருந்தான். வாக்கு சேகரிக்க அவன் சொன்ன பொய் எனக்கு வாக்குகளைக் குவித்தது. தமிழ் மாணவர்களிடம் பேசும்போது "இந்த சித்தலிங்கையா கருணாநிதிக்கு வேண்டியவன்" என்று பேசி தமிழ் மாணவர்களின் வாக்குகளையும் நானே பெறும் வகையில் செய்தான். கன்னடப் பற்றாளர்களும் என்னை விடவில்லை. உருது, தமிழ் மாணவர்களும் எனக்கு ஆதரவாக இருந்தார்கள். தமிழ், உருது மாணவர்களை கன்னட மாணவர்கள் என்று தவறாக நினைத்துப் பேசிவிட்டான் அவன். அது எனக்கு மிகவும் பேருதவியாகிவிட்டது. இன்னொரு போட்டியாளன் எல்லாருக்கும் சிற்றுண்டி கூப்பன்களை விநியோகித்தான். சிலர் அந்தக் கூப்பன்களை எப்படியோ வாங்கி, நன்றாக சாப்பிட்டுவிட்டு, என் சார்பாகப் பிரச்சாரம் செய்தார்கள். கடைசியில் தேர்தலில் பெருவாரியான வாக்கு வித்தியாசத்தில் நான் வென்றேன்.

கருத்தரங்கம்

நாங்கள் ஒரு கருத்தரங்குக்கு ஏற்பாடு செய்தோம். மாநிலத்தின் எல்லாப் பகுதிகளிலிருந்தும் அதற்குப் பேராளர்களாகப் பலர் வந்திருந்தார்கள். கருத்தரங்கிற்குத் தலைமை தாங்க ஒத்துக்கொண்டிருந்தவர் ஏதாவது அசம்பாவிதங்கள் நடக்கக்கூடும் என்று எண்ணி கருத்தரங்குக்கு வரவில்லை. கடைசியில்

கருத்தரங்கத் தலைமையை நானே ஏற்கவேண்டியதாயிற்று. எங்கள் கூட்டம் சென்ட்ரல் காலேஜின் ஹாக்கி மைதானத்தில் நடந்தது. சாதி ரீதியாகவும் வர்க்க ரீதியாகவும் பிளவுண்டு கிடக்கும் சமூகத்தைச் சுட்டிக் காட்டி, அதைச் சீராக்கப் போராடுவதுதான் கருத்தரங்கின் இலக்காகும். இக்கருத்தரங்கை நடத்தவிடாமல் தடுப்பதற்குச் சிலர் வந்திருந்தார்கள். இதை நாங்கள் மூட நம்பிக்கைக்கு எதிரான கருத்தரங்கம் என்று அழைத்தோம். 'மூடநம்பிக்கைகள் ஏன் போக வேண்டும்? அவை இருப்பதே அழகு' என்று சிலர் வாதித்தார்கள். 'கடவுள் இல்லாமல் நீங்கள் எப்படிப் பிறந்தீர்கள்?' என்று சிலர் கேட்டார்கள். 'ஆண் பெண்' கலவியின் விளைவுதான் பிறப்பு. ஒரு பெண்ணையும் ஒரு ஆணையும் தனித்தனி அறைகளில் அடைத்து வையுங்கள். அப்போது பிறப்புக்கு வழியே இருக்காது. அவர்கள் இருவரிடையேயும் உடல் ரீதியான உறவு ஏற்பட்டால் மட்டுமே பிறப்பு சாத்தியம் என்று வாதித்து அவர்கள் வாய்களை அடைக்கவேண்டி இருந்தது. சாதிகள் ஒழியவேண்டும் என்று நான் பேசியபோது, கூட்டத்தைக் கெடுப்பதற்கென்றே வந்திருந்த ஒருவன் 'சாதி எங்கே இருக்கிறது,' என்று கேட்டான். அதற்கு எங்கள் பக்கத்தைச் சேர்ந்த ஒரு மாணவன் 'அப்படியென்றால் கலப்புத் திருமணம் செய்துகொள்ள உங்கள் பெண்களைத் தருகிறீர்களா?' என்று கேட்டுவிட்டான். இதனால் கோபமுற்ற அவர்கள் பார்த்தவர்கள் மீதெல்லாம் தாக்குதல் நிகழ்த்தத் தொடங்கிவிட்டார்கள். கத்தி, சைக்கிள் செயின்களைப் பயன்படுத்தினார்கள். இதைச் சற்றும் எதிர்பார்க்காத கருத்தரங்கக்காரர்கள் அவர்களோடு தம் கைகளையும் கால்களையும் மட்டுமே பயன்படுத்தி எதிர்க்கவேண்டியிருந்தது. ஏறத்தாழ இது ஒரு மணி நேரம் நடந்தது. பல்கலைக்கழக வளாகத்துக்குள் நடந்த கூட்டம் என்பதால், பல்கலைக் கழகத்தின் அனுமதி இன்றி போலீஸ்காரர்கள் நுழைய முடியவில்லை. கருத்தரங்குக்கு வந்திருந்த பலர் காயமடைந்தனர். ஒரு மூலையில் நின்றுகொண்டு எல்லாவற்றையும் பார்த்திருந்த என் மீது தாக்குதல் நிகழ்த்தச் சிலர் பாய்ந்து வந்தார்கள். என்னைக் கத்தியால் குத்திக் கிழிக்க ஒருவன் வந்தான். உடல்மேல் கத்தி இறங்க முனைந்த தருணத்தில் அவர்கள் கும்பலைச் சார்ந்த ஒருவனே என்னை இழுத்து கட்டிப் பிடித்துக்கொண்டான். அந்தக்கத்தி என்னைத் தழுவிக் கொண்டவனின் உள்ளங்கையைக் குத்திக் கிழித்தது. ரத்தம் பெருகத் தொடங்கியது. விரோதிகள் குழுவில் இருந்தும் என்னைத் தப்பிக்க வைக்கத் தழுவிக்கொண்டவன் என் நண்பனாவான். கத்திக்குத்திலிருந்து என்னைக் காப்பாற்றப் போய் அவனே கத்திக்குத்துக்குள்ளானான். இதனால் மேலும் சீற்றம் கொண்ட விரோதிகள் என்னைப்

ஊரும் சேரியும்

பலமுறை செருப்பாலேயே அடித்தார்கள். அங்கே ஏதோ ஒரு காரணத்துக்காக வந்திருந்த பேராசிரியர் சாம்மேகௌட அவர்கள் என்னை அழைத்துச் சென்றார். பிறகு என்னை அறைக்குள் அடைத்து வெளியேயிருந்து பூட்டிவிட்டு விரோதிகளுக்குப் புத்திமதி சொல்லி அனுப்பினார். ரொம்ப நேரத்திற்குப் பிறகு பூட்டைத் திறந்து என்னைப் பாதுகாப்பாக அனுப்பிவைத்தார். எனக்கு என்ன நேர்ந்துவிட்டதோ என்று அறைக்கு வெளியே நூற்றுக்கணக்கான மாணவர்கள் காத்திருந்தார்கள். செருப்படிகள் மட்டுமே என்மீது விழுந்திருந்ததால் பெரிய அளவில் காயம் எதுவும் ஏற்படவில்லை.

கருப்பாக இருந்தவர்களுக்கெல்லாம் உதை

இக்கருத்தரங்கிற்கு அதிக அளவில் வந்திருந்தவர்கள் பலரும் மாணவர்களே. இதனால் கல்லூரியில் தலித் மாணவர்களுக்கு அடிவிழத் தொடங்கியது. இன்னும் கொஞ்ச நாள்களுக்குக் கல்லூரியின் பக்கமே போகக்கூடாது என்று நாங்கள் தீர்மானித்தோம். எங்கள் தீர்மானத்தை மீறி ராஜப்பா என்கிற மாணவன் கல்லூரிக்குச் செல்லத் தீர்மானித்தான். நாங்கள் எவ்வளவோ எடுத்துச்சொல்லியும் அவன் கேட்கவில்லை. கல்லூரியில் அனைவரும் அவனை ரெட்டி வகுப்பைச் சேர்ந்தவன் என்று நம்பிக்கொண்டிருப்பதாகவும், யாரும் தன்னைத் தாக்கமாட்டார்கள் என்றும் சொல்லிவிட்டுக் கல்லூரிக்குப் புறப்பட்டான். சாயங்காலம் அவன் விடுதிக்குத் திரும்பியபோது அவனுடைய சட்டை கிழிந்திருந்தது. உடம்பில் அங்கங்கே ரத்தத்திட்டுகள் இருந்தன. அவனைக் கவனித்துக்கொள்வதே எங்கள் வேலையானது. இன்று அதே ராஜப்பா உயர்மட்ட போலீஸ் அதிகாரியாக இருக்கிறார். அந்தக் காலத்தில் கருப்பாக இருப்பவர்களையெல்லாம் அடிப்பார்கள். என் நண்பன் வீரசைவ வகுப்பைச் சேர்ந்தவன். ஆனால் கருப்பாக இருந்தான். தான் வீரசைவ வகுப்பைச் சேர்ந்தவன் என்று எடுத்துச்சொல்லியும் கூட விரோதிகள் அவனைத் தாக்கினார்கள். அவன் சட்டையைக் கிழித்து மார்பில் அணிந்திருந்த சிவலிங்கத்தைக் கண்டபிறகுதான் இரக்கம் கொண்டு விட்டுவிட்டார்கள்.

பிண்ணாக்குப் பிரச்சனை

இந்த நேரத்தில்தான் பஸவலிங்கப்பா பிரச்சினை எழுந்தது. இதைப் பிண்ணாக்குப் பிரச்சினை என்பார்கள். பி. பஸவலிங்கப்பா அவர்கள் தேவராஜ் அர்ஸுவின் அமைச்சரவையில் அமைச்சராக இருந்தார். ஒருமுறை அவர் காந்திக்கு உண்மையின் பொருள் என்னவென்று தெரியவில்லை

என்று சொல்லிவிட்டார். இதைக்கேட்டுப் பலரும் வியந்தார்கள். இன்னொரு முறை தலித்துகள் நடுவில் பேசும்போது கடவுளின் படங்களையெல்லாம் சாக்கடைகளில் வீசுங்கள் என்றார். இதனால் ஆசாரவாதிகள் பெரும் அதிர்ச்சியில் மூழ்கினார்கள். இன்னொரு முறை பேசும்போது கன்னட இலக்கியத்தில் பெரும்பகுதி வெறும் பிண்ணாக்காக இருக்கிறது சாரமற்ற சக்கையாக இருக்கிறது என்கிற பொருளில் பேசினார். அவருடைய இந்தப் பேச்சு போராட்டத்திற்கு வழிவகுத்துவிட்டது. பஸவலிங்கப்பா அமைச்சர் பதவியில் இருந்து ராஜினாமா செய்யவேண்டும் என்று மாணவர்கள் போராடத் தொடங்கினர். பஸவலிங்கப்பா மன்னிப்பு கேட்டுக்கொண்ட பிறகும் போராட்டம் நிற்கவில்லை. மேல் சாதியைச் சேர்ந்தவர்களும் காங்கிரஸுக்குள்ளேயே இருந்த சில தலைவர்களும் அவருக்கு எதிராக இருந்தார்கள். ஒருநாள் எங்கள் விடுதிக்கு ஒரு கார் வந்து நின்றது. காரில் இருந்தவர்கள் என்னை பஸவலிங்கப்பா அழைப்பதாகச் சொல்லி வருமாறு கூப்பிட்டார்கள். நான் பஸவலிங்கப்பாவைச் சென்று பார்த்தேன். பஸவலிங்கப்பா மனம் குன்றாதவராகவே காணப்பட்டார். மாணவர்கள் போராட்டத்தில் ஈடுபட்டிருப்பதைத் தெரிவித்துவிட்டு, தமக்காகவும் சில மாணவர்கள் அறிக்கை தர வேண்டுமென்று கேட்டுக்கொண்டார். இதை ஒத்துக்கொண்ட நான் டி.ஆர். நாகராஜ் மற்றும் சில நண்பர்களோடு கலந்து பேசி விவாதித்து ஒரு அறிக்கையை வெளியிட்டோம். இந்த அறிக்கையால் கலவரம் அதிகமானதே தவிர குறையவில்லை. ஆனால் இந்த அளவில் அறிக்கையின் மூலம் மாநிலம் தழுவிய அளவில் தலித் மாணவர்களும் முற்போக்கு எண்ணமுள்ள மற்ற மாணவர்களும் இணைந்து பஸவலிங்கப்பாவுக்கு ஆதரவாகப் போராட்டத்தில் இறங்கும்படி நேர்ந்தது. பஸவலிங்கப்பாவுக்கு ஆதரவாக தலித் மாணவர்களை ஒன்று திரட்டுவதும் ஊர்வலத்திற்கு தயார்ப்படுத்துவதும் என் பொறுப்பானது. பொதுவாக தலித் சமூகத்தவர்களைத் தவிர மற்றவர்கள் அனைவரும் பஸவலிங்கப்பாவை எதிரியாகவே நினைத்தார்கள். பஸவலிங்கப்பா கடவுளுக்கு எதிரானவன், கன்னட மொழிக்கு எதிரானவன், காந்திக்கு எதிரானவன் என்கிற எண்ணங்கள் அவர்களின் நெஞ்சங்களில் குடியேறி இருந்தன. ஒருநாள் இரவு விடுதியில் மாணவர்களை ஒன்று திரட்டும் முயற்சியில் இருந்த போது காளேகௌட நாகவாரர் அவர்கள் விடுதிக்கு வந்தார். பஸவலிங்கப்பாவும் காளேகௌடரும் நெருக்கமானவர்கள். காளேகௌடருக்குக் கடிதம் போட்டு பெங்களூருக்கு வரவழைத்திருந்தார் பஸவலிங்கப்பா. அதன்படி எங்களுக்கு வழிகாட்டுவதற்காக காளேகௌடா விடுதிக்கு வந்திருந்தார். இன்னொரு நாள் இரவு வேளையில் ஒலிம்பஸ்

ஓட்டலில் பஸவலிங்கப்பாவுக்கு ஆதரவானவர்களின் ரகசியக் கூட்டம் ஒன்று நடந்தது. அங்கே செல்ல அனைவரும் அஞ்சினர். அந்தக் கூட்டத்தில் கலந்து கொள்பவர்கள் மேல் தாக்குதல் நிகழ இருப்பதாகக் கேள்விப்பட்டதுதான் காரணம். அக்கூட்டத்தில் டி.ஆர். நாகராஜ் அவர்கள் அறிமுகமானார்கள். அப்போது அவர் நேஷனல் கல்லூரியில் பணிபுரிந்துகொண்டு முற்போக்குப் போராட்டங்களுக்கு ஆதரவளித்து வந்தார்.

பஸவலிங்கப்பாவுக்கு ஆதரவாக நாங்கள் ஓர் ஊர்வலத்தை நடத்தினோம். எங்கள் ஊர்வலத்தைத் தொடர்ந்து எதிர்ப்பக்கத்தவரின் ஊர்வலம். அங்கே ஏறத்தாழ இருபதாயிரம் பேர். எங்கள் ஊர்வலத்தில் ஏறத்தாழ மூவாயிரம் பேர். இரண்டு ஊர்வலங்களும் மோதிக்கொள்ளும் வாய்ப்பு இருந்தது. மோதல் நடக்கட்டும், என்ன நடக்கிறதோ பார்த்துவிடலாம் என்றார் பஸவலிங்கப்பா. ஆனால் என் மனத்திற்கு அது பிடிக்கவில்லை. நான் கூட்டத்தை சீக்கிரமாக முடித்துக்கொண்டு மாணவர்களை விரைவில் விடுதிக்குத் திரும்பிச் செல்லுமாறு சொன்னேன். என்னைத் தாக்க நினைத்தவர்களிடமிருந்து அப்போது மாணவர் தலைவராக இருந்த அஸ்வத் நாராயணன் என்னைக் காப்பாற்றினார். கூட்டத்தை விரைவில் முடித்துக்கொண்டது பஸவலிங்கப்பா அவர்களுக்கு வருத்தத்தைத் தந்தது. இந்த விஷயத்தில் எனக்கும் அவருக்கும் விவாதம் எழுந்தது. 'உங்களுக்கு ஆதரவு தருவதுதான் எங்கள் நோக்கமே தவிர எந்த மோதலும் எங்கள் நோக்கமில்லை' என்று பணிவுடன் அவரிடம் சொன்னேன். பஸவலிங்கப்பாவின் மனசில் சில உள்நோக்கங்கள் இருந்தன. மரத்துப் போயிருந்த சமூகத்திற்குச் சில அதிர்ச்சிகளைத் தரும் வேகம் அவருக்கிருந்தது. அதனால் அவர் உறங்கும் சமூகத்தைத் தட்டியெழுப்பும் வண்ணம் அவ்வப்போது சில அறிக்கைகளைக் கொடுத்து வந்தார். ஒருமுறை உயர்ந்த குரலில் மிகவும் காரசாரமான முறையில் அறிக்கைகளையளித்தார். ஆசாரவாதிகள் மற்றும் அரசியல் எதிரிகளின் வற்புறுத்தலாலும் போராட்டங்களாலும் அமைச்சர் பதவியை பஸவலிங்கப்பா அவர்கள் ராஜினாமா செய்யவேண்டியதாயிற்று. அவருடைய ராஜினாமா தலித் மக்களிடையே அவருடைய புகழை மென்மேலும் அதிகரித்தது. பஸவலிங்கப்பா மிகப்பெரிய மனிதர். ஜனாதிபதி ஆகிற ஆசை அவருக்கிருந்தது. சமுதாயத்தில் ராமனின் பாத்திரத்தை வகிக்க உள்ளூர விரும்பினார். ஆனால் சமுதாயம் அவரை ஆஞ்சநேயர் பாத்திரத்தை வகிக்கும்படி செய்துவிட்டது. பஸவலிங்கப்பா அவர்களுக்கு ஆஞ்சநேயரின் பாத்திரத்தின் மேல் நாட்டமில்லை. எதிர்ப்புணர்வுமிக்க அவர் ராவணனின் பாத்திரத்தை தேர்ந்தெடுத்துக்கொண்டார்.

சிறைக்குள் புதிய கடவுள்கள்

பஸவலிங்கப்பா ராஜினாமா செய்த பிறகும்கூட சில மாணவர்களின் தொல்லை ஓயவில்லை. வழியில் கண்டவர்களுக்கெல்லாம் நெற்றியில் நாமமெழுதி விபூதி பூசத் தொடங்கினர். நாத்திகன் என்று சந்தேகம் எழுந்தால் ‘கடவுள் இருக்கிறார்’ என எழுதிக்கொடுக்குமாறு கட்டாயப்படுத்தினர். சிலர் இவர்களுக்குப் பயந்து கொண்டு ‘கடவுள் இருக்கிறார். நாங்கள் கடவுளைப் பார்த்தோம்’ என்று எழுதிக்கொடுத்தனர். கடவுள் இருக்கிறார் என நிறுவிக்காட்டுவதற்காக ஒருநாள் இந்த மாணவர்கள் தம் நெற்றியில் விபூதிகளையும் நாமத்தையும் எழுதிக்கொண்டு ஊர்வலமாக வந்தார்கள். மைசூர் வங்கியின் முன்னால் தடையை மீறி ஊர்வலமாகச் சென்றனர். சில நிமிஷங்களுக்குள் இந்தப் புதிய கடவுள்கள் சிறைக்குள் உட்கார்ந்திருக்க நேர்ந்தது.

பஸவலிங்கப்பாவின் ஆதரவாளர்கள் பெரும்பாலும் தமிழர்கள். அவர்கள் பஸவலிங்கப்பாவுக்கு ஆதரவாக ஒரு ஊர்வலத்தை நடத்தினார்கள். கையில் பலகையைப் பிடித்திருந்தார்கள். அதில் கன்னட எழுத்துகள் காணப்பட்டன. சாதி ஆதரவாளர்கள் வாழ்க, சாதி எதிர்ப்பாளர்கள் ஒழிக என்று அதில் எழுதப்பட்டிருந்தது. நான் இதை எதிர்த்தேன். அந்தப் போராட்டத்திற்கப்புறம் கொலையுண்ட பஸவராஜு என்ற கன்னடியர்தான் அதை எழுதிக்கொடுத்திருந்தார். தமிழ் அன்பர்களும் பஸவராஜீம் அப்பலகைக்கு ஆதரவாகப் பேசினார்கள். நம் சாதி ஆதரவாளர்கள் வாழ்க, நம் சாதியை எதிர்ப்பவர்கள் ஒழிக என்பது இதற்குப் பொருள் என்று அவர் சொன்னார். சாதி ஒழிப்புப் போராட்டம் நடத்தும் நாமே சாதிக்கு ஆதரவாக இருப்பதாக இது உணர்த்தாதா என்று வாதித்தேன். இறுதியில் அப்பலகைகளை அவர் மாற்றினார்.

பி.ஸி.வெஸ்லி ஆம்லெட்

சம்பங்கிராம நகரிலிருந்த பி.ஸி.வெஸ்லி என்பவரின் வீட்டுக்கு நான் அடிக்கடி சென்று வந்தேன். முதலமைச்சர் தேவராஜ் அர்ஸ் என்னை விசாரித்ததாகவும் எனக்கு அட்டென்டென்ஸ் தருமாறு சொல்லி இருப்பதாகவும் அவர் சொன்னார். இதன் மூலம் கல்லூரிக்குச் செல்லாமல் இருந்தாலும் தேர்வு எழுதும் வாய்ப்பு கிடைத்தது. அவர் மிகவும் அன்போடு என்னிடம் பேசுவதுண்டு. அவருடைய வீட்டுக்குச் செல்லும் போதெல்லாம் ஆம்லெட் கொடுப்பார். ஒருமுறை சில போக்கிரிகள் என்னைத் தாக்கிவிட்டார்கள். நுண்கலை மன்றச் செயலர் பதவியில் இருந்து ராஜினாமா செய்யும்படி என்னை அந்தக் கும்பல் வற்புறுத்தியது.

உயிருக்குத் தீங்கு விளைவிப்பதாக அச்சுறுத்தி என்னிடமிருந்து ராஜினாமா கடிதத்தை எழுதி வாங்கிச் சென்றார்கள். ஒருநாள் எங்கள் கன்னடப் பிரிவில் முக்கியஸ்தராக இருந்த பி.ஆர். ராமச்சந்திரே கௌட விடுதியிலுள்ள என் அறைக்கு வந்தார். தேர்வு எழுதாமல் விட்டுவிடக்கூடாது என்றும், எனக்குப் பாதுகாப்பு கொடுப்பதாகவும் நம்பிக்கையூட்டிவிட்டுச் சென்றார். சொன்னபடியே அவர் செய்தும் காட்டினார். சிறீராமபுரத்தில் சாலையில் தனியே ஒருமுறை வந்துகொண்டிருந்தபோது சுபாஸ்பரணீ அவர்களைச் சந்தித்தேன். அவர் ஏற்கனவே நன்கு அறிமுகமானவர். ஐ.பி.எஸ். தேர்வுக்குத் தயார் செய்துகொண்டிருந்தார். என் செலவுக்குப் பணம் தருவதற்காக வந்தார். நான் கூச்சத்தோடு வேண்டாம் என்றேன். அவர் மிகவும் வற்புறுத்தி, இருபது ரூபாய்த் தாளை என் பையில் வைத்து திணித்தார். விடுதிக்குள் யாராவது ரௌடிகள் என் அறைக்குள் புகுந்து தாக்கக்கூடிய அபாயம் இருந்தது. அதனால் கரீகௌடா தம் விடுதிக்கு என்னை அழைத்துச் சென்றார். என் படிப்பும் சாப்பாடும் அங்கேயே நடந்தது. கே. மருளசித்தப்பா அவர்கள் முற்போக்குப் போராட்டங்களுக்கு ஆதரவாளர் என்று டி.ஆர். நாகராஜ் ஏற்கனவே என்னிடம் சொல்லி இருந்தார். இச் சந்தர்ப்பத்தில்தான் கே. மருளசித்தப்பா ஒருமுறை நடந்த பேச்சுப் போட்டியில் நடுவராக இருந்தார். அவர் தன் உற்சாகமூட்டும் வார்த்தைகளால் எனக்கு ஊக்கமூட்டினார்.

தேவனூரு மகாதேவாவைப் பற்றி பானந்தூரு கெம்பய்யா மிகவும் பாராட்டிச் சொல்லி இருந்தார். அவர் சொன்னது மிகவும் விசித்திரமாக இருந்தது. தேவனூரு நவீன இலக்கியவாதி என்றும் அவர் சதாகாலமும் பீடி புகைத்துக்கொண்டிருப்பார் என்றும் படுக்கையில் படுத்தபடியே கவிதைகளை எழுதிஎழுதிக் கிழித்துப் போடுவாரென்றும் சொல்லியிருந்தார். எனக்கு மகாதேவ அவர்களைப் பார்க்கும் ஆர்வம் அதிகரித்தது. மைசூரில் அவரைப் பார்த்தபோது கெம்பய்யா சொன்னதற்கு மாறாக இருந்தார். அன்பே உருவாக அவர் இருந்தார். அவர் அறையில் இரண்டு நாள்கள் தங்கியிருந்தேன். சாமுண்டி விடுதிக்குச் சென்று மாணவர்களிடையே சொற்பொழிவாற்றினேன். அங்கிருந்து நான் புறப்பட்ட ஒரு மணிநேரம் கழித்து சில கேடிகள் விடுதிக்குத் தீ வைத்துவிட்டார்கள். மைசூரிலிருந்து பெங்களூருக்குப் புறப்படும்போது தேவனூரு தம் புத்தகம் ஒன்றைத் தந்தார்.

‘சூத்ர’ பத்திரிகை

அந்தச் சந்தர்ப்பத்தில் ‘சூத்ர’ சீனிவாஸ் எங்கள் விடுதிக்கு வந்து கொண்டிருந்தார். என் கவிதைகளை ‘சூத்ர’ பத்திரிகையில்

பறைச்சேரி சித்தலிங்கய்யா என்கிற பெயரில் வெளியிட்டார். நான் ஒருமுறை மிகவும் பயத்தோடு இருந்தபோது எனக்குத் துணிவுண்டாகும் வண்ணம் பேசினார். ஒருமுறை அம்பேத்கரின் சொற்பொழிவு ஒன்றை மொழிபெயர்த்துத் தருமாறு யு.ஆர். அனந்தமூர்த்தி கேட்டுக் கொண்டதாய்ச் சொல்லி என்னிடம் புத்தகத்தைத் தந்தார். அதிலிருந்த 'அரசியல் தீட்டு வேண்டாம்' என்கிற அம்பேத்கரின் சொற்பொழிவைக் கன்னடத்தில் மொழி பெயர்த்தேன். இக்கட்டுரையும் 'சூத்ர' இதழிலேயே பிரசுரமானது.

பிஸலெஹள்ளி

விடுதியில் என்னோடிருந்த கங்காதரய்யா என்ற என் நெருங்கிய நண்பர் தம் ஊருக்கு ஒருமுறை அழைத்துச் சென்றார். எனக்கும் ஓய்வு தேவையாக இருந்தது. அவர் ஊர் தும்கூர் மாவட்டத்தில் இருந்த பிஸலெஹள்ளி. அவர் ஊரில் பத்து பதினைந்து நாள்கள் இருந்தேன். காளை வண்டியில் அவருடைய தென்னந்தோப்புக்குச் சென்று வந்தேன். ஒருமுறை அவருடைய ஊரின் படேலின் வீட்டுக்கு அழைத்துச் சென்றார். வீட்டில் இருந்தவர்கள் எங்கள் இருவரையும் வீட்டுக்கு வெளியேயே உட்காரவைத்து காப்பி கொடுத்தார்கள். காப்பியை அப்படியே வைத்துக் கொண்டிருந்துவிட்டு வீட்டுக்காரர்கள் உள்ளே போனதும் அக்காப்பியைக் கீழே தரையில் ஊற்றிவிட்டார் கங்காதரய்யா. அப்போது நான் ஏற்கனவே பாதி காப்பியைக் குடித்து முடித்திருந்தேன். அவர் கீழே ஊற்றிவிட்டதைப் பார்த்து நானும் கீழே ஊற்றினேன். நாங்கள் இருவரும் அந்த ஊரிலிருந்து குங்குருமெளெ செல்லும் பஸ்ஸில் ஏறி சிரவணபெளகொளத்துக்குச் சென்றோம். அங்கிருந்து கிளம்பத் தாமதமாகிவிட்டது. இரவு கவிந்து, மழை பலமானது. மழை இருட்டிலேயே நாங்கள் பிஸலெஹள்ளிக்கு நடந்தே வந்தோம். அது குறுக்கு வழி. தெரிந்த மட்டில் தோராயமான திசையில் நடந்தோம். மின்னும்போது தெரியும் வெளிச்சத்தை வைத்தே உத்தேசமாக நடந்து ஊர் வந்தடைந்தோம். சில நாள்கள் கங்காதரய்யாவுடன் சேர்ந்து அவருடைய உறவுக்காரர்கள் வீடுகளுக்குச் சென்றேன். அவருடைய உறவுக்காரர்கள் சொன்ன திருடர்கள் கதையெல்லாம் மிகவும் சுவாரசியமாக இருந்தன. ஒருமுறை ஒரு திருடன் ஆடு திருடுவதற்காக அந்த ஊருக்கு வந்தானாம். ஊர்த்தலைவன் திருடனைத் துரத்திக்கொண்டு சென்றானாம். ஓடிக்கொண்டிருந்த திருடன் ஊர்த்தலைவனின் முகத்தைப் பார்த்துக் கல்லால் அடித்தானாம். அடிபட்டு ஊர்த்தலைவனின் புருவம் வீங்கிப்போக வலியில் மிகவும் வேதனையுற்றான். தலைவன் உதைவாங்கியதைக் கேட்டு மக்கள் சிரித்தார்கள். திருடன் ஓடியது, ஊர்த்தலைவன் அவனைத்

துரத்தியது, தலைவன் அடிபட்டது எல்லாவற்றையும் மக்கள் சுவாரஸ்யம் ததும்பச் சொன்னார்கள்.

கம்யூனிஸ்ட் கட்சியின் பட்டறை

கோடை விடுமுறையில் மல்லேஸ்வரத்தில் இருந்த கிருஷ்ணபவனில் நடந்த இந்திய கம்யூனிஸ்ட் கட்சியின் பட்டறையொன்றில் கலந்துகொண்டேன். அங்கே வகுப்பு எடுத்துக்கொண்டிருந்தவர்கள் எல்லாருமே ரஷ்ய தேசத்தின் ஆராதகர்கள். பட்டறையில் கலந்துகொண்ட நாங்கள் ரஷ்யாவைப் பற்றி விமர்சன பூர்வமாகக் கேள்விகள் கேட்டால் எங்கள் மீது கோபமுற்றார்கள். ஆனால் டாக்டர். ஜி. ராமகிருஷ்ண அவர்கள் எடுத்த வகுப்பில் நான் மிகவும் பயன் அடைந்தேன். அவர் பேச்சில் கிண்டல் கூர்மையாக இருக்கும். நவீன சூழலில் தீண்டாமையைப் பின்பற்றுவது நடைமுறையில் எவ்வளவு கஷ்டம் என்று மிகவும் விவரமாய்ச் சொன்னார். ஒரு ஆசாரவாதி சிறீராமபுரத்தில் இருந்து பஸவனகுடிக்குச் செல்லவேண்டுமெனில் பஸ்ஸில் ஏறியே ஆகவேண்டும். தன் தூய்மை கெட்டுவிடும் என்று பயந்தால் நடந்தே போகவேண்டும். அதனால் பஸ்ஸில் ஏறிவிடுகிறான். பஸ்ஸில் எந்தெந்தச் சாதிக்காரர்களோ அவனைத் தள்ளி அவன் தூய்மையைக் குலைக்கிறார்கள். இந்த ஆசாரக்காரன் வீட்டுக்குச் சென்று தன் சிவலிங்கத்தையோ பூணூலையோ எப்படித்தான் சோப்பு போட்டு கழுவினாலும் அவனுடைய தூய்மை கேள்விக்குள்ளாகிவிடும். ஏனெனில் சோப்புத் தொழிற்சாலையில் 19 சதவிகிதம் இடஒதுக்கீடு இருப்பதால் எல்லாச் சாதிக்காரர்களும் அதில் வேலை செய்வார்கள் என்பதுதான் காரணம். அதுபோலவே கிரஹணம் அன்று தண்ணீர் வாரியக்காரர்கள் தண்ணீர் விடாவிட்டால் ஆசாரவாதிகளுக்குக் குளியலே இல்லை. இப்படிப்பட்ட சுவாரசியமான பேச்சின் மூலம் ஜி. ராமகிருஷ்ண எங்களை மிகவும் கவர்ந்தார். இலக்கியம் என்பது மக்களுக்காக என்பது ராமகிருஷ்ண அவர்களின் வாதம். கவிஞன் தன் மகிழ்ச்சிக்காக மட்டுமே கவிதை எழுதுவதாக இருந்தால், அதை எழுதிப் படித்துப் பார்த்துத் தானே சந்தோஷப்பட்டுக்கொள்ளவேண்டுமே தவிர எதற்காக பிரசுரிக்கவேண்டும் என்று கேட்டார். ஒரு வாரச் சாப்பாடு மற்றும் ராமகிருஷ்ண அவர்களின் பேச்சு இரண்டும்தான் இந்தப் பட்டறையால் நான் கண்ட பலன்.

பி. லங்கேஷின் சொற்பொழிவு

நான் கன்னடத்தில் முதுகலை வகுப்பில் சேர்ந்தேன். டாக்டர். ஜி.எஸ். சிவருத்ரப்பா அவர்களின் சீடனாக இருக்கும் வாய்ப்பு கிட்டியது. முதல் ஆண்டுக்குரிய விடுதிக் கட்டணத்தைக்

கட்டவில்லை. இதனால் நான் தேர்வு எழுத இயலாத நிலை இருந்தது. இதை அறிந்த டாக்டர். கே. மருளசித்தப்பா அவர்கள் அக்கட்டணத்தைச் செலுத்தித் தேர்வு எழுத வகைசெய்தார். நான் படிப்பதைக் கைவிடப் போகிறேன் என்று கேள்விப்பட்டு டாக்டர். சி. வீரண்ணா அவர்கள் மாதத்திற்கு நூறுரூபாய் என்று ரொம்ப காலம் கொடுத்துவந்தார். பண்டி சேஷம்மா விடுதியில் பி. லங்கேஷ் அவர்களின் சொற்பொழிவு இருந்தது. நான் அங்கே சென்றிருந்தேன். அவருடைய பேச்சு முறை எனக்கு மிகவும் பிடித்திருந்தது. அவருடைய பேச்சில் பல உள்கருத்துகள் பொதிந்திருந்தன. கிராமப்பகுதிகளிலிருந்து வந்திருக்கும் கீழ்ச்சாதியைச் சேர்ந்த மாணவர்களுக்கு உற்சாகமூட்டும் வண்ணம் அவர் பேச்சு அமைந்திருந்தது.

மார்க்ஸிஸ்ட் கட்சியின் தொடர்பு

இந்தியக் கம்யூனிஸ்ட் கட்சி நெருக்கடிநிலை சமயத்தில் அதற்கு ஆதரவாக இருந்ததால் என் மனம் மார்க்ஸிஸ்ட் கட்சியின்பால் கவரப்பட்டது. ஒருநாள் மைசூர் வங்கியிலிருந்து கப்பன் பார்க்கை நோக்கி கூலி விவசாயிகளின் ஊர்வலம் ஒன்று போவதைக் கண்டேன். அங்கிருந்த விவசாயிகள் பெரும்பாலும் கிழிந்த சட்டைகளோடு இருந்தார்கள். “இந்திராகாந்தி சோஷலிசம் சஞ்சய்காந்தி கார்பேக்டரி” என்று அவர்கள் கோஷம் எழுப்பினர். அந்த விவசாயிகளும் அவர்களின் கோஷங்களும் நான் மார்க்சியத்தின்பால் கவரப்பட்டதற்குக் காரணங்களாகும். இச்சமயத்தில் என்னைப் பாதித்தவர் எம்.கே.பட் அவர்கள். விவசாயிகள் சங்கத்தைச் சேர்ந்த ஜகன்னாத் எனக்கு நெருக்கமானார். மார்க்சியக் கட்சி அலுவலகத்தில் இருந்த சங்கரலிங்க கௌட எப்படியோ பணத்தைப் புரட்டி மீன் குழம்புச் சாப்பாடு வாங்கித்தந்தார். இச்சமயத்தில்தான் சமுதாயா குழுவைச் சேர்ந்த பிரசன்னா அவர்களின் அறிமுகம் கிடைத்தது. கட்சியோடு மேலும் என்னை நெருக்கமாக்கியவர் மோகன் கொண்டஜ்ஜி. பாராளுமன்றத்தில் ஏ.கே. கோபாலன் நெருக்கடி நிலையை எதிர்த்து நிகழ்த்திய ஆங்கிலச் சொற்பொழிவை நானும் கொண்டஜ்ஜியும் சேர்ந்து கன்னடத்தில் மொழிபெயர்த்தோம். அதைச் சிறு பிரசுரமாக வெளியிட கையெழுத்துப் பிரதியோடு வி.ஜி.கே. நாயர் அச்சகத்திற்குச் சென்றிருந்தபோது போலீஸ் கைது செய்தது.

அவர் ஒன்றரையாண்டுக்காலம் சிறைவாசம் அனுபவித்தார். எங்கள் பெயர்களை போலீசாரிடம் சொல்லவில்லை. அதனால் நாங்கள் பிழைத்தோம். சமுதாயா குழுவினர் மாநிலம் முழுக்கச் சுற்றி நாடகம் போட்டார்கள். அவர்கள் போகும் இடத்தில்

எல்லாம் நாடகம் தொடங்கும் முன்பு முதல் ஐந்து நிமிஷ அளவு என்னுடைய சிறிய சொற்பொழிவு இருக்கும். நடிகர்களின் நடிப்பால் கவரப்படும் பார்வையாளர்கள் அவர்கள் மீது ரூபாய் நோட்டுகளை வீசுவார்கள். இதில் ஆச்சரியம் என்னவென்றால் என் சொற்பொழிவுக்கு அவ்வப்போது நோட்டுகளை வீசினார்கள் என்பதுதான்.

சேரிப்புறங்களில் இரவுப் பள்ளிகள்

இத்தருணத்தில் நாங்கள் சில நண்பர்கள் சேர்ந்து பெங்களூரில் இருந்த சேரிப்புறங்களில் இரவுப் பள்ளிகளைத் தொடங்கினோம். சொல்லித்தர ஓர் ஆசிரியர் படையே தயாராக இருந்தது. அந்த வகுப்புகளில் நாங்கள் நாத்திகக் கருத்துகளையும் சொல்லித் தந்ததால், அக்குழந்தைகளின் பெற்றோர்களிடமிருந்து எதிர்ப்பு எழுந்தது. எங்களிடம் படித்தால் பிள்ளைகள் பாழாகிவிடக்கூடும் என்று அவர்கள் நம்பினார்கள். அதனால் சாயங்காலமானதும் பிள்ளைகளை வெளியே விடாமல் உள்ளேயே அடைத்து வைத்துக்கொள்ளத் தொடங்கினார்கள். நாங்கள் அடிக்காமல் சொல்லித் தந்ததால், மாணவர்கள் எங்களோடு மிகவும் ஒட்டுதலோடு இருந்தார்கள். ஜன்னல் வழியே எட்டிப் பார்த்து அவர்கள் கூவுவார்கள். ‘எப்படியாவது நாங்கள் படிக்க வரும்படி செய்யுங்கள்’ என்று சொல்வார்கள். சில நாள்களில் எல்லாம் சரியாகி, பெங்களூரில் பத்துப் பதினைந்து சேரிப்புறங்களில் இரவுப்பள்ளிகள் ஒழுங்காக நடந்தன.

பெங்களூர் சேஷாத்ரிபுரத்துக்கருகில் உள்ள ஒரு இடத்தில் பள்ளி எப்படி நடக்கிறது என்று பார்த்து வரச் சென்றபோது, அங்கே நான்கைந்து பிள்ளைகள் தலை நிற்காமல் கண்கள் செருக எழுதிக்கொண்டிருந்தார்கள். முதலில் அவர்கள் உடல்நிலை குன்றியிருக்கவேண்டும் என்று நம்பினேன். ஆனால் உண்மை வேறாக இருந்தது. அவர்கள் அந்த நேரத்திலேயே குடித்துவிட்டு வந்திருந்தார்கள். அவர்கள் பெற்றோர்களுக்கு சாப்பாடு போடுகிற சக்தி இல்லை. இதனால் தாம் தயாரித்த கள்ளச் சாராயத்தையே ஊற்றிக் குடிக்கவைத்துவிட்டுப் பள்ளிக்கு அனுப்பினார்கள். அவர்கள் மூச்சுமுட்ட குடித்திருந்தாலும், மனசுக்குள் படிக்கிற ஆர்வம் அழியவில்லை. மயக்கத்திலேயே படிக்க வந்திருந்தார்கள். பெங்களூரில் வினோபா நகரில் நாங்கள் பள்ளியொன்றைத் தொடங்கச் சென்றபோது அங்கிருந்த ரௌடி ஒருவன் குடித்துவிட்டு வந்து கலாட்டா செய்து எங்களை விரட்டப்பார்த்தான். ‘இன்னொரு முறை இந்தப்பக்கம் காலடி வைக்கக்கூடாது. எச்சரிக்கை’ என்றான். அப்போது நான் ‘இதனால் எங்களுக்கு ஒன்றும் நஷ்டமில்லை.

அரசாங்கத்துக்குத்தான் நஷ்டம்' என்று பொய் சொன்னேன். இதைக் கேட்டு அவன் அமைதியடைந்தான். பிறகு அங்கே வகுப்புகள் ஒழுங்காக நடக்கத் தொடங்கின.

ஆர். கோபாலஸ்வாமி காலனியில் நான் பாடம் நடத்திக்கொண்டிருந்த வேளையில் சுதந்திரபாளையத்தில் இருந்த பள்ளியில் ஏதோ சண்டை நடக்கிறது என்றும், அவசரமாக நான் அங்கே வரவேண்டுமென்றும் அழைப்பு வந்தது. உடனே நான் அங்கே சென்றேன். இரவு ஒன்பது மணியானாலும் நூற்றுக்கணக்கான மக்கள் பள்ளியைச் சுற்றிக் கூடியிருந்தார்கள். பள்ளிக்குள் இருந்த ஆசிரியரை அடிக்கவேண்டும் என்பது அவர்கள் நோக்கமாக இருந்தது. காரணம் என்ன என்று விசாரித்தேன் நான். அங்கே எஸ்.எஸ். எல்.சி.யில் தோல்வியுற்றவர்களுக்குச் சொல்லிக்கொடுத்து வந்தோம். அங்கே பாடம் நடத்தியவர்களில் ஒருவன் எப்போதும் பெண்கள் பக்கம் மட்டுமே கவனம் செலுத்துகிறான் என்றும், அனாவசியமாக பெண்களின் கையைத் தொடுகிறான் என்றும் கூடியிருந்தவர்கள் சொன்னார்கள். இதில் சிறிதளவு உண்மையும் இருந்தது. பிறகு பொதுமக்களிடம் மன்றாடிக் கேட்டுக்கொண்டு கலைந்து போகச் செய்தோம். அதன்பின் அந்த ஆசிரியரை வேறு இரவுப்பள்ளிக்கு மாற்றினோம்.

எங்கள் வகுப்புகளில் முற்போக்குப் பார்வையில் பாடம் நடத்தப்பட்டது. இது ஏறத்தாழ உச்சக்கட்டத்தை அடைந்தது. ஒருமுறை ஆசிரியர் 'அக்கா' என்ற சொல்லைப் பலகையின்மீது எழுதினார். பிறகு 'கா'வைச் சுரண்டுபவன் என்றும் 'க்'கைச் சுரண்டப்படுபவன் என்றும் பொருள்சொன்னார். சமுதாயத்தில் சுரண்டல் எப்படி நடக்கிறது என்று சொல்வது அவர் நோக்கமாக இருந்தது. இந்த இரவுப் பள்ளிகளை வெற்றிகரமாக நடத்துவதற்கு ஓ. ராஜண்ணாவும் மற்றும் ஓ. சிறீதரனும் மிகவும் சிரமப்பட்டார்கள்.

ரௌடிகளிடமிருந்து தப்பித்தது

ஒருநாள் நானும் என் நண்பனும் பிரகாஷ் நகருக்குச் செல்லும் பாதையில் சென்றுகொண்டிருந்தோம். என் நண்பன் மிகவும் நல்லவன். அப்போதுதான் கிராமத்திலிருந்து வந்திருந்தான். நாங்கள் நடந்து கொண்டிருந்தபோதே பொழுது சாய்ந்து இருட்டாகிவிட்டது. பாதையோரத்தில் ஒரு சிறுவன் அழுதபடி நின்றிருந்தான். நான் தொடர்ந்து செல்ல முயன்றேன். ஆனால் என் நண்பன் அழுதுகொண்டிருந்த சிறுவனிடம் சென்று "யாரப்பா நீ? ஏன் அழுகிறாய்?" எனக் கேட்கப் போனான். ரொம்ப நேரமான பிறகு கூட நண்பன் வராததைக்

கண்டு நான் திரும்பிப் பார்த்தேன். அழுதுகொண்டிருந்த சிறுவனும் இன்னும் நாலைந்து பேர்களும் சேர்ந்து அவனை அடித்துக்கொண்டிருந்தார்கள்.

உடனே நான் அந்த இடத்துக்கு ஓடினேன். என்னைப் பார்த்ததுமே, அந்த நாலைந்து பேர்களும் "வாத்யாரு வந்துட்டாரு . . . ஓடு . . . ஓடு" என்று சொல்லிக்கொண்டே ஓடத் தொடங்கினார். அத்தாக்குதலில் இருந்து என் நண்பன் எப்படியோ தப்பினான். சிறுவன் அழுததெல்லாம் வெறும் நடிப்பு. இதை உண்மையென்று நம்பி என் நண்பன் விசாரிக்கப்போனதும் தொலைவில் பதுங்கிக்கொண்டிருந்தவர்கள் அவனை நெருங்கிச் சூழ்ந்துகொண்டார்கள். அழுதுகொண்டிருந்தவன் என் நண்பனைக் காட்டி, 'இவன் என் பணத்தைத் திருடிக்கொண்டான்' என்று சொல்லிவிட்டான். எல்லாமே முதலிலேயே திட்டமிடப்பட்டிருந்தது. எல்லாரும் சேர்ந்து என் நண்பனை அடித்துவிட்டு அவனிடமிருந்த கொஞ்சநஞ்சம் பணத்தையும் சுருட்டிக்கொள்ள முயற்சி செய்திருக்கிறார்கள். சரியான சமயத்தில் நான் சென்று சேர்ந்ததால் நண்பனின் பணம் பிழைத்தது. அந்தப்பகுதியில் என் மாணவர்களாக இருந்தவர்களே அக்கேடிகள்.

கோலாரில் நடந்த விழா

கோலாரில் உள்ள நசிகேதன் நிலையத்தில் ஒரு பெரிய விழா நடந்தது. அந்த விழாவுக்குப் பேச வரும்படி நண்பர்கள் மிகவும் அன்போடு கேட்டுக் கடிதம் எழுதியிருந்தார்கள். அன்று அமைச்சராக இருந்த என். ராச்சய்யா அவர்கள்தான் அன்றைய முக்கிய விருந்தாளி. ராச்சய்யா அவர்கள் மிகவும் உறுதியோடு பேசினார். என் சொற்பொழிவில் சில புரட்சிகரமான கருத்துகளைச் சொன்னேன் நான். நெருக்கடி நிலையை எதிர்த்துப் பேசினேன். இதனால் ராச்சய்யா அவர்களுக்குக் கவலையுண்டானது. அவர் அவையோர் மனத்தில் நிறைந்திருந்த புரட்சிகரமான எழுச்சியை உடனே அழித்துவிட நினைத்தார். அதனால் அவர் பேசுவதற்கு முன்பு என்னைப் பாராட்டினார். 'சித்தலிங்கையாவை எனக்கு மிகவும் பிடிக்கும். ஏனென்றால் அவன் தினமும் செய்தித்தாள் படிக்கிறான்' என்றார். இதைக் கேட்டு அவையோர் கரவொலி எழுப்பினர். அதற்கப்புறம் 'தலித்துகளுக்கு இன்றைய தேவை புரட்சியல்ல, கல்வி' என்றார். 'கல்வியின் மூலம் வேலை. வேலையின் மூலம் சாப்பாடு. சாப்பாட்டின் மூலம் தூக்கம்' என்று சொன்னார். இதைக்கேட்டு மக்கள் மிகவும் மகிழ்ச்சியடைந்தார்கள். கல்வி, வேலை, சாப்பாடு, தூக்கம் என்ற தத்துவம் மக்களை மிகவும் ஈர்த்தது.

தலித் போராட்டக்குழு

இந்த இடைப்பட்ட காலத்தில் தலித் போராட்டக் குழுவொன்றை நாங்கள் நிறுவினோம். அப்போது கர்நாடகத்தின் பல பகுதிகளிலும் சுற்றி, கவிதைகள் படித்து, சொற்பொழிவாற்றினேன். பல சமயங்களில், நள்ளிரவுகளில் பல ஊர்களுக்குச் சென்றுவிட்டு, விடிகிற வரைக்கும் தெருவோரம் படுத்திருந்ததும் உண்டு. சிக்கமகளூரில் உள்ள அல்லூரு என்னும் இடத்தில் பஸ்ஸை விட்டு இறங்கிய போது நள்ளிரவு. தலித் போராட்டக்குழு தங்கியிருக்கிற இடத்துக்குச் செல்ல ரொம்ப நேரம் நடக்கவேண்டி இருந்தது. ஐந்தாறு இடங்களில் மக்கள் கும்பல்கும்பலாகப் படுத்துக் கிடந்தார்கள். மனத்தைத் தைரியப்படுத்திக் கொள்வதற்காக அவர்கள் அருகில் சென்று நான் படுத்துக்கொண்டேன். அவர்கள் அனைவரும் பிச்சைக்காரர்கள். 'யாரோ திருடன் ஒருவன் வந்து நம்ம பக்கத்தில் படுத்திருக்கிறான். எச்சரிக்கை' என்று ஒருவன் சொன்னான். எல்லாரும் அவன் வார்த்தையை நம்பி என்னைப்பற்றி விவாதிக்கத் தொடங்கிவிட்டனர். அவர்கள் எண்ணத்தை அறிந்துகொண்ட நான் அவர்களிடம் என்னை அறிமுகப்படுத்திக் கொண்டேன். அவர்கள் பிச்சைக் காரர்களெனினும் தம்மைப்

பிச்சைக்காரர்கள் என்று சொல்வதை ஒப்புக்கொள்ளவில்லை. தாம் அனைவரும் பெரிய பணக்காரர்கள் என்றும் தர்மஸ்தலத்திற்குத் தீர்த்தயாத்திரை புறப்பட்டிருப்பதாகவும் மக்களின் தரும உணர்வைச் சோதித்துப் பார்ப்பதற்காக அப்படிப் பிச்சைக்காரர்களாக நடிப்பதாகவும் சொன்னார்கள். விடிந்ததும் எனக்கு அன்போடு விடைகொடுத்தார்கள்.

ஹாசனில் டி.எஸ்.எஸ்.ஸின் கூட்டத்திற்கு ஒருமுறை செல்லவேண்டியிருந்தது. எவ்வளவோ முயற்சி செய்தும் ஹாசன் நகரில் அவருடைய முகவரி கிடைக்கவில்லை. சுவரின்மேல் என்னுடைய கவிதை வரிகளை எழுதிவைத்திருந்தார்கள். அவற்றை எழுதியவரின் வீட்டைக் காட்டுகிறீர்களா என்று அங்கே நின்றிருந்த சிறுவர்களைக் கேட்டேன். அவர்கள் உடனே டி.எஸ்.எஸ்.ஸின் செயலாளருடைய வீட்டைக் காட்டினார்கள். பிறகு அவருடைய உதவியோடு தலித் போராட்டக் குழுவின் பொதுக்கூட்டம் நடக்கும் இடத்திற்குச் சென்றேன்.

பெங்களூரை அடுத்துள்ள கிராமம் ஒன்றில் தலித் மேல் தாக்குதல் நிகழ்த்தப்பட்டிருந்தது. நாங்கள் அந்த ஊருக்கு சென்றோம். அவன் தலையில் பலத்த அடிபட்டிருந்தது. தலையில் கட்டுபோடப்பட்டிருந்தது. பத்திரிகையில் வெளியிட அவனுடைய போட்டோவை எடுக்கலாம் என்று சொன்னோம். போட்டோவில் அவன் சிரித்த கோலத்தில் இருந்தான். போட்டோ எடுப்பவன் போட்டோ எடுக்கும்போது அவனைப் பார்த்து ‘ஸ்மைல்’ என்று சொன்னானாம். அதனால் சிரித்து விட்டிருக்கிறான். இதனால் அடிபட்டவனின் வழக்கு வலுவிழந்து போனது.

வீட்டுக்கு வந்த ரௌடி

ஒருநாள் வீட்டுக்குத் திரும்பிக்கொண்டிருந்தபோது என்னுடைய அம்மா பாதிவழியில் வந்து நின்றிருந்தாள். வீட்டில் ஒரு ரௌடி வந்து காத்திருப்பதாகவும் என்னை அப்படியே திரும்பிப் போகுமாறும் சொன்னாள். நான் பயப்படாமல் எங்கள் வட்டாரத்தைச் சேர்ந்த ஐந்தாறு பேர்களுடன் எங்கள் வீட்டுக்கு வந்தேன். ரௌடியிடம் என்னை நானே அறிமுகப்படுத்திக் கொண்டேன். பல்கலைக்கழக ஆசிரியர் ஒருவர் என்னை அடித்துவிட்டு வருமாறு அவனை அனுப்பியிருந்தார். இந்த விஷயத்தை ரௌடியே என்னிடம் சொன்னான். பல்கலைக் கழகத்தில் தலித் பேராசிரியர் ஒருவர் இந்தப் பேராசிரியரைப் பற்றி என் பெயரில் அவர் தலித் விரோதி என்று அரசாங்கத்துக்கு எழுதிப் போட்டிருந்தார். இதனால் கோபம் கொண்ட அந்தப் பேராசிரியர் என்னைக் கவனித்துக்கொள்ள அந்த ரௌடியை நியமித்துவிட்டார். எனக்கும் அந்த விஷயத்துக்கும் எந்தச்

சம்பந்தமும் இல்லை என்று சொன்னபிறகு, என் வார்த்தையை நம்பி அந்த ரௌடி புறப்பட்டுச் சென்றான்.

இன்னொரு நாள் இரவு பத்து மணியளவில் வீட்டுக்குத் திரும்பியவுடன் அம்மாவும் அப்பாவும் ஓவென்று அழுது புலம்பிக்கொண்டிருந்தார்கள். காரணம் என்ன என்று கேட்டேன். என்னை அடிப்பதற்காகச் சாயங்கால அளவில் பத்து பதினைந்து கபடி ஆட்டக்காரர்கள் பனியனும் கால் சட்டையும் அணிந்து வந்திருந்தனர் என்றும் சித்தலிங்கையா இல்லையா என்று கேட்டுவிட்டுப் போனார்கள் என்றும் சொன்னார்கள். என்ன காரணம் என்று கேட்டதற்கு எந்த பதிலும் சொல்லவில்லை என்றும் சொன்னார்கள். சற்றே பயத்தோடு அவர்கள் சொன்ன விவரங்களின் அடிப்படையில் ஒருவனின் முகம் விளங்கியது. உடனே அவனுடைய வீட்டுக்குச் சென்றேன். தூங்கிக்கொண்டிருந்தவனை எழுப்பிக் காரணம் கேட்டேன். அவன் என்னைக் கண்டு பயந்து போனான். வந்திருந்தவர்கள் அனைவரும் கபடி ஆட்டக்காரர்கள் என்றும், கபடிப் பந்தயத்தில் வென்றவருக்கான கோப்பையை என் கையால் வழங்க வேண்டும் எனக் கேட்டுக் கொள்வதற்காகத்தான் வீட்டுக்கு வந்ததாகவும் அவன் சொன்னான். நான் அமைதியோடு வீட்டுக்குத் திரும்பி வந்து படுத்தேன்.

உடுப்பிக்குச் சென்றது

உடுப்பியில் ஒரு சங்கத்தவர்கள் ஒரு கருத்தரங்கம் நடத்தினார்கள். சாதிப் பழக்கங்களைப் பற்றிப் பேசும்படி காளேகௌட நாகவாரரை அழைத்திருந்தனர். காளேகௌட தனக்குப் பதிலாக என் பெயரைப் பரிந்துரைத்து அவர்களுக்குக் கடிதம் எழுதிவிட்டார். அதன்படியே சங்கத்தவர்கள் என்னை அழைத்திருந்தனர். காளேகௌட நாகவாரும் டி.ஆர். நாகராஜும் என்னை பஸ் ஏற்றிவிட வந்திருந்தார்கள். அதே கூட்டத்திற்கு என் ஆசிரியராக இருந்த டாக்டர். சிதானந்த மூர்த்தி அவர்களும் கிளம்பி வந்திருந்தார். உடுப்பியில் அடுத்த நாள் காலையில் இறங்கியபோது சங்கச் செயலாளர்கள் எங்களுக்காகக் காத்திருந்தனர். அவர்கள் சிதானந்த மூர்த்தி அவர்களை அடையாளம் கண்டு மரியாதையுடன் வரவேற்று ஆட்டோவில் அமரவைத்துக்கொண்டு கிளம்பினார்கள். என்னை அவர்களுக்கு அடையாளம் தெரியாததால் நானே அந்த ஆட்டோவுக்குள் ஏறி சிதானந்த மூர்த்தியின் அருகில் உட்கார்ந்தேன். ஆட்டோ எவ்வளவோ நேரமாகியும்கூட, கிளம்பவில்லை. மூர்த்தி அவர்கள் 'கிளம்பலாமே' என்று சொன்னபோது செயலாளர்கள் கிளம்பவில்லை. தாமதத்திற்கு

ஊரும் சேரியும்

என்ன காரணம் என்று சிதானந்த மூர்த்தி கேட்டார். அப்போது செயலாளர்கள் சித்தலிங்கையாவிற்காகக் காத்திருப்பதாய்ச் சொன்னார்கள். அப்போது சிதானந்த மூர்த்தி என்னை அவர்களுக்கு அறிமுகப்படுத்தினார். அவர்கள் என்னை சிதானந்த மூர்த்தியோடு வந்திருக்கிற ஒரு மாணவன் என்று நினைத்துவிட்டிருக்கிறார்கள். இதற்காக என்னிடம் மன்னிப்பு கேட்டுக்கொண்டனர். அப்புறம் ஆட்டோ புறப்பட்டது.

கருத்தரங்கில் நாங்கள் மேடையில் அமர்ந்திருந்தோம். பேஜாவர மடத்தைச் சேர்ந்த சுவாமிகள் வாழ்த்துரைப்பதாக இருந்தது. அவர் வந்ததுமே அவையோர் அனைவரும் எழுந்து நின்று மரியாதை செலுத்தினர். மேடையில் இருந்தவர்களும் எழுந்து நின்றார்கள். உட்கார்ந்திருந்தவன் நான் ஒருவனே. இப்போது அதைப் பற்றி நினைத்தால் எனக்கு வருத்தமாகத்தான் இருக்கிறது. ஆனால் அப்போது நான் செய்தது சரி என்றே பட்டது. உட்கார்ந்திருந்ததன் மூலம் அவையோரின் கவனத்துக்கும் சுவாமிகளின் கவனத்துக்கும் உள்ளானேன். வயதில் மிகச் சிறியவனாக இருந்த என்னை யாரும் மிகச் சுலபமாக எடுத்துக்கொள்ள இயலாத சூழல் உருவாகியது. பேஜாவர மடத்துச் சுவாமிகள் தலித்துகளின் சேரிகளுக்கு வருகை புரிவதுண்டு. சீர்திருத்தக் கருத்துக்களைப் பேசுவார். அந்த அமைப்பில் அவர் அந்த அளவு செய்ததே அதிகபட்சமாகும். ஆனால் அந்த நாள்களில் தீவிர புரட்சியாளனாக இருந்த நான் அதே மேடையில் 'உங்களுக்கு உண்மையிலேயே தலித்துகள் மீது அக்கறை இருந்தால் ஒரு தலித்தை உங்கள் மடத்துக்குத் தலைவராக்குங்கள்' என்று வெளிப்படையாய்க் கேட்டுக்கொண்டேன். இதற்கு நேரிடையாக எந்தவிதமான பதிலைச் சொல்லாவிடினும் சுவாமிகள் சீர்திருத்தத்தின்பால் தனக்கு இருக்கும் அக்கறையைப் பற்றிப் பேசினார். சங்கத்தைச் சேர்ந்தவர்கள் நான் உடுப்பியிலிருந்து புறப்படும்வரை என்னை நன்கு கவனித்துக்கொண்டனர்.

'ஹொலெமாதிகர ஹாடு'

இக்கால கட்டத்தில் என்னுடைய முதல் கவிதைத் தொகுதி 'ஹொலெமாதிகர ஹாடு'* பிரசுரமானது. கீ.ரம். நாகராஜ், காளேகௌட நாகவார், டி.ஆர். நாகராஜ் ஆகியோர் சேர்ந்து இந்நூலைப் பிரசுரித்தார்கள். மல்லேஸ்வரத்தில் இருக்கும் கூர்க் அச்சகத்தில்தான் அச்சேறியது. கீ.ரம். நாகராஜ் அவர்கள்

---

* ஹொலெயரு மாதிகரு ஆகியவை கர்நாடகத்தில் வழங்கப்படும் சாதிப் பெயர்களாகும். இவை தாழ்த்தப்பட்ட சாதிகளைக் குறிக்கின்றன.

பசவனகுடியில் இருந்து ஒரு வாடகை சைக்கிளில் தினமும் அச்சகத்துக்கு வந்து ப்ரூஃப் பார்த்துவிட்டுச் சென்றார். ‘ஹொலெமாதிகர ஹாடு’ தொகுப்பானது தாவணகெரெயில் நடந்த முற்போக்காளர்கள் மாநாட்டில் வெளியிடப்பட்டது. நிரஞ்சன், அனுபமா நிரஞ்சன், பசவராஜ் கட்டிமணி ஆகியோர் தொகுப்பைப் படித்துவிட்டு மிகவும் மகிழ்ச்சியடைந்தனர். யாரோ ஒருவர் கட்டிமணியிடம் என்னை அறிமுகப்படுத்தினார். அப்போது கட்டிமணி அவர்கள் என்னைத் தழுவிக்கொண்டு ஓவென்று அழுதேவிட்டார். நண்பர்களின் ஒத்துழைப்பால் ‘ஹொலெமாதிகர ஹாடு’ தொகுதியின் ஆயிரம் பிரதிகளும் ஒரே வாரத்தில் விற்றுத் தீர்ந்துவிட்டன. மீண்டும் இரண்டாம் பதிப்புக்கு ஏற்பாடு செய்து, அவையும் உடனுக்குடன் விற்றுத் தீர்ந்தன. இன்றுவரை அத்தொகுதி பத்து பதிப்புகள் வந்துள்ளன. ஏறத்தாழ இருபதாயிரம் பிரதிகள் விற்றுள்ளன.

ஜி.எஸ்.எஸ். தேடியது

முதுகலைப் படிப்பில் முதல் வகுப்பில் தேறி டி.எல். நரசிம்மாச்சார் நினைவு தங்கப்பதக்கத்தைப் பெற்றேன். ஒருநாள் சென்ட்ரல் கல்லூரியில் ஒரு கல்மீது உட்கார்ந்திருந்தேன். காளேகௌட நாகவார் மற்றும் டி.ஆர். நாகராஜ் இருவரும் என்னைத் தேடிக்கொண்டு வந்தனர். ‘ஜி.எஸ்.எஸ். உன்னை அவசரமாக பார்க்கணுமாம்’ என்றார்கள். மறுநாள் நான் ஜி.எஸ். சிவருத்ரப்பாவின் வீட்டுக்குச் சென்றேன். கன்னடப் பிரிவில் உதவி ஆய்வாளர் பதவிக்கான இடம் காலியாக இருப்பதாகவும் அதற்கு ஒரு விண்ணப்பம் எழுதிக்கொடு என்றும் கேட்டார். அங்கேயே ஒரு விண்ணப்பத்தையும் எழுதி வாங்கிக் கொண்டார். பிறகு அவரே பல்கலைக்கழகத் துணை வேந்தராக இருந்த டாக்டர். எச். நரசிம்மய்யா அவர்களைக் கண்டு நியமன ஆணை கிடைக்கவும் வழிசெய்தார். கன்னட ஆய்வு மையத்தில் எனக்கு ஒரு இடத்தைக்காட்டி, மேசை நாற்காலி முதலியன கிடைக்கவும் வழி செய்தார்.

பின்னுரை

ஏழைகளின் சிரிக்கும் சக்தி

பிச்சை கேட்டு சிவன் வந்தான்
வந்து பாரடி — தங்காய்
அவனைப்போல் அழகனில்லை
வந்து பாரடி — தங்காய்

— ஒரு நாட்டுப்புறப்பாடல்

ஒன்று

நாம் வாழும் யுகத்தின் முக்கியமான சிந்தனை வறுமையைப் பற்றியதாகும். அதனாலேயே இது வறுமையின் யுகம் எனலாம். 'வறியவர்களின் யுகம் இது' என்று எழுத முனைந்த என்னால் அந்த வாக்கியத்தை எழுத இயலாமல் போய்விட்டது. வறுமையின் யுகம் என்பதற்கும் வறியவர்களின் யுகம் என்பதற்கும் பல வேறுபாடுகள் உள்ளன என்பதுதான் காரணம். வறியவர்களின் புரட்சிகர அணுகுமுறைகளையும் புரட்சிக் கதைகளையும் பல அரசியல் தத்துவங்களின் வழியாக இந்த யுகம் கண்டுவிட்டது. வறியவர்களின் ஆசைகளுக்குக் கொடுத்த பெயர்களாக மட்டுமே சோஷலிசமும் கம்யூனிசமும் நின்றுவிட்டன என்றாலும் தப்பில்லை. ஆனால், இதே யுகம் எந்த அளவுக்கு வறியவர்களைப்பற்றிக் கவலைப்பட்டதோ அந்த அளவுக்கு வறியவர்களை நசுக்கியும் வந்துள்ளது. வயிற்றை மையப்படுத்திய ஒன்றாக எந்த அளவு மனிதவாழ்வு மாற்றமுற்றதோ அந்த அளவு

வறியவர்களின் தனித்தன்மைமிக்க மற்ற பரிமாணங்கள் மங்கிவிட்டன. இந்த யுகத்தில் மனிதன் வெறும் சோற்றால் மட்டும் வாழ்ந்து விடுவதில்லை என்கிற கூற்றுக்குப் பதிலாக சோறில்லாமல் வாழ வல்ல மனிதன் இன்னும் பிறக்கவில்லை என்கிற கூற்று உருவானது. இவை இரண்டையும் முழுக்கமுழுக்க எதிர்எதிராகக் காணும் அளவுக்கு இந்த யுகம் மாறி இருந்திருக்கத் தேவையில்லை. சமூகப் பொருளாதார அரசியல் கோணங்களில் எந்த அளவுக்கு ஏழை தீவிர விமர்சனத்துக்கு உள்ளானானோ அந்த அளவுக்கு அவனுடைய அறிவுபூர்வமான இருப்பு ஒரு குறிப்பிட்ட எல்லைக்குட்பட்டதானது.

இந்த முதல் பத்தியில் இருக்கும் விஷயத்தின் பின்னணியாக உள்ள என் அக்கறையை விவரிக்க மேலேயுள்ள நாட்டுப்புறப் பாடலைப் பயன்படுத்திக் கொள்கிறேன். சமூகம் எவ்வளவுதான் ஏழைகளுக்கு ஆதரவானதாக இருந்தாலும், பிச்சை எடுத்துக்கொண்டு வந்தவனை, அது சிவன் என்று கற்பித்துக் கொள்ளக்கூடாது. எல்லாவகைகளிலும் பலவீனனாகவும் சுரண்டலுக்குட்பட்டவனாகவும் பிச்சைக்கு வந்தவனை அருவருப்போடு பார்ப்பது ஒன்றே அரசியல் ரீதியாகவும் உணர்ச்சி ரீதியாகவும் சரியான விஷயமாய்த் தெரிகிறது. வறுமையை அழகுபடுத்துகிற அல்லது உயர்த்திப் பேசுகிற அல்லது புனிதப்படுத்துகிற குற்றத்திற்கு என் வாக்கியம் பலியாகி விடக்கூடும் அபாயம் இருக்கிறது என்று தெரிந்தும் கூட இதை எழுதுகிறேன். பிச்சை கேட்டு வந்தவனைச் சிவனாகக் காணும் ஆற்றல் இல்லாத சமூகங்களில் ஏழைகளுக்கு நிச்சயமாகப் பிச்சையெடுப்பது ஒன்றே வழியாகி விடும். ஏழைகளைப் பற்றியும் அறிவுபூர்வமாய்ச் சிந்திக்கும் ஆற்றல் பற்றியும் சரித்திர ரீதியான அலசலை முன்வைக்கிறேன்.

இரண்டு

'ஊரும் சேரியும்' நூலின் முக்கிய அம்சமாக வறுமைக்கும் திறமைக்கும் இடையிலான உறவைக் கொள்ளலாம். தலித் இலக்கியவாதிகளின் சுயசரிதைகளைப் படிப்பது ஒரே சமயத்தில் ஆர்வத்தையும் பதற்றத்தையும் உருவாக்குகிறது. ஒரு புது அனுபவ உலகத்தைப்பற்றி அறிவதில் ஆர்வம். மேல்சாதிக்காரர்களின் கொடுமை சுயசரிதை இலக்கியங்களில் தூக்கலாகக் காணப்படுகிறது என்பதால் பதற்றம். மராத்தி மொழியில் அல்லது கன்னடத்தில் வரும் தலித் எழுத்தாளனின் சுயசரிதையைப் படிக்கும்போது ஒரு 'போன்சாய்' மரத்தைக் கண்ட அனுபவமாகிறது. இங்கே, ஒரு சிறிய சுயசரிதை நூலில் பல நாவல்களின் சுருக்கங்கள் அடங்கியிருக்கின்றன.

ஒரு இலக்கிய – சமூகவியல் பார்வையின் அடிப்படையில் நம் ஊகங்களை இங்கே தொடங்கலாம் என்று தோன்றுகிறது. குவெம்பு, சிவராம காரந்த் ஆகியோரின் நாவல்கள் மற்றும் அவருடைய சுயசரிதைகளுக்கு இடையேயான உறவையும், அரவிந்த மாளகத்தி, லட்சுமணராவ் கெய்க்வாட் போன்ற எழுத்தாளர்களின் படைப்புகளையும் ஒப்பிட்டு விவாதத்தை முன்னெடுத்துச் செல்லலாம். குவெம்பு, காரந்த் ஆகியோரிடம் சுயசரிதைக்குரிய விவரங்கள், இளமை, ஊர், சேரி எல்லாமே உயர்வு நவிற்சிக்குள்ளாகி ‘கானூரின் ஹெக்கடத்தி’ மற்றும் ‘மீண்டும் மண்ணுக்கே’ ஆகிய படைப்புகள் பிறக்கின்றன. ஊர், சேரி, குலம், சொந்த உறவுகள் எல்லாம் கலந்து ஒரு படைப்பு உருவாகி இருப்பது தெரிகிறது. ஆனால், இதே அம்சங்கள் தலித் எழுத்தாளர்களின் படைப்புகளில் மிகவும் உள்சுருங்கிக் காணப்படுகின்றன. இது ஏன் இப்படி நேர்ந்தது? இக்கேள்விக்கான பதிலையும் – தலித் தனித்தன்மை என்பது என்னவென்பதற்கான பதிலையும் – சமகால கலாச்சாரமும் அரசியலும் முன்வைத்துள்ள விமர்சன முறையில் கண்டடைய முடியும். கொடுமை, அதிர்ச்சி, கோபம், ரோஷம் ஆகிய உணர்வுகளே முக்கியத்துவம் வாய்ந்தனவாக உள்ள வகையில் இருப்பதுதான் தலித் தனித்தன்மை என்று தத்துவ அடிப்படையில் நிறுவ முடியும். எல்லா வகையான சுயவிமர்சனங்களும் தத்துவப் படைப்புகளே என்கிற அம்சத்தை ஞாபகப்படுத்திக்கொண்டால் இந்த விஷயம் தெளிவாகப் புரியும். ‘மீண்டும் மண்ணுக்கு’ நாவலின் முதல் பதிப்பில் ‘என் மக்களின் வறுமை மிக்க வாழ்வே இப்படைப்பின் கரு’ என்கிற பொருளில் முன்னுரையில் காரந்த் எழுதியிருந்தார். ஆனால் ‘மீண்டும் மண்ணுக்கு’ நாவல் வெறுமனே வறுமையைச் சித்திரிப்பதோடு நின்றுவிடுகிறது என்று யாராவது சொன்னால், அது சிரிப்புக்கிடமாகி விடும். அந்த வறுமைமிகுந்த உலகிற்குள் எவ்வளவு ரகசியங்கள் அடங்கிக்கிடக்கின்றன என்பதை அரவிந்த மாளகத்தியின் சுயசரிதையைக் காட்டிலும் அவருடைய ‘குரூரம்’ என்கிற நாவலில் மிகுந்த ஆழமானமுறையில் சொல்லியிருப்பதைக் காண்கிறோம். அந்த நாவல் அதிக அளவு படைப்பாற்றலோடு இருப்பதையும் காண்கிறோம். சுயசரிதைக்கான அம்சங்களே இறுதியில் கதை, நாவல்களின் கருப்பொருள்களாகின்றன என்பது, தலித் இலக்கிய அனுபவத்திற்கு ஏற்ற விஷயமாக இல்லை. இலக்கியத்துக்குப் புறம்பான காரணங்கள் தலித் அறிவின்மீது செலுத்தும் அழுத்தங்களின் விளைவாக இதை எடுத்துக்கொள்ளலாம்.

மூன்று

சித்தலிங்கையாவின் சுயசரிதையில் தலித் எழுத்தாளர்களின் படைப்புகளில் நாம் எதிர்பார்க்கக்கூடிய அநேக அம்சங்களிருக்கின்றன. வறுமை, கோபம், அவமானம் அனைத்தும் இருக்கின்றன. ஆனால் மொத்தப் படைப்பின் ஊடே, ஒரு புதிய, எதிர்பாராத, முக்கிய அம்சமொன்றும் இருக்கிறது. அது வறுமை மற்றும் கொடுமையைப் பற்றிய பயமின்மை. இப்புத்தகத்தின் கரு தலித் படைப்புகளில் பொதுவாக நிலவக்கூடிய கருதான். ஆனால், இக்கருவைக் கையாளும்முறை மிகவும் வேறுபட்டது. புத்தெழுச்சி தரக்கூடியது என்றும் சொல்லலாம். வறுமை, சாதி அவமானம், பயம் ஆகியவை இல்லாத தலித் கதை என்பது பொய்யானது. ஆனால் அவற்றை ஓர் எழுத்தாளன் ஆற்றலோடு எதிர்கொண்டு வெல்கிறான் என்பது உண்மை. தம் வாழ்வின் பசி, அவமானங்களைத் தனக்குகந்த முறையில் கையாள்வதன் வழியாக கவிஞரான சித்தலிங்கையா அவற்றைத் தாண்டும் வழிமுறைகளையும் காட்டுகிறார்.

நான்கு

இப்படைப்பை 'அட்சரா' சிந்தனைத்தொடரின் வெளியீடாகக் கொண்டுவருவதில் நான் பிடிவாதமாக இருந்தேன். ஓர் ஆண்டுக்கு முன்னால், ஒரு மாலையில் சட்டமன்ற உறுப்பினர் விடுதியில் உள்ள தம் அறையில் தமது சுயசரிதையில் முதல் இருபது பக்கங்களைச் சித்தலிங்கையா படிப்பதற்காக என்னிடம் தந்தார். அதே அறையில் இருந்த கட்டிலில் படுத்துக்கொண்டே அதைப் படித்து முடித்தேன். வெளியே, கவியும் சட்ட மேலவையின் உறுப்பினருமான சித்தலிங்கையாவோடு தலித் போராட்டக் குழுவின் செயற்குழுவினர் ஏதோ விவாதித்துக்கொண்டிருந்தார்கள். ஏதோ ஒரு கிராமத்தில் ஒரு தலித் மீது நிகழ்த்தப்பட்ட கொடுமையைக் குறித்த விவாதம். தலித் செயற்குழுவினரின் விவாதங்களில், அவர்களுக்கே உரிய முறையில் தம் கருத்துகளை முன்வைத்தார்கள். அங்கே உருவான கோபம், ஆவேசம் மிகுந்த சூழலுக்கும் நான் படித்துக்கொண்டிருந்த பக்கங்களில் வெளிப்பட்ட தொனிக்கும் இருந்த வேறுபாடு சட்டென என் மனசில் புரிந்தது. இருவரின் அனுபவங்களும் ஒன்றே. தலித் போராட்டக் குழுவினருடையது சமூக தார்மீகக் கோபம். சித்தலிங்கையாவின் தொனி, படைப்பாற்றல் மிக்க இலக்கியவாதியின் தெளிவான தொனி. தன் தெளிவை 'ஊரும் சேரியும்' நூலில் கவிஞர் மீண்டும்மீண்டும் வலியுறுத்தி அரசியல் ஆவேசத்துடன் சொல்லவில்லை. இந்த அம்சமும் முக்கியமானதாகும்.

சித்தலிங்கையாவின் தெளிவு அவருடைய நடையில் தெரிகிறது. இங்கே குறும்பும் புத்திசாலித்தனமும் மிகுந்த ஒருவனின் பார்வையில் கிண்டல் விரவ கட்டுரைகளுக்கே உரிய தொனியில் எழுதப்பட்டிருக்கிறது. அன்று மாலையே, இந்த நூல் 'அட்சரா சிந்தனை' வழியாக வருவதுதான் பொருத்தம் என்று தீர்மானித்தேன். புதிய முறையில் தன்னம்பிக்கையையும் சுய பரிசீலனைகளையும் உருவாக்கும் நோக்கத்தில் அட்சரா பதிப்பகம் ஈடுபட்டுள்ளது – மேற்கு உலகிற்கு எதிராகப் புதிய முறையில் தன்னம்பிக்கை மிக்க நாகரிகமாக இந்திய நாகரிகம் உருவாக வேண்டும். இந்தியாவில் 'அவமானத்துக்குள்ளான' வர்க்கங்களும் 'தோற்கடிக்கப்பட்ட' மக்கள் திரளும் வெளிப்படையாக, புதுவகையான தன்னம்பிக்கைகளை உருவாக்கிக்கொள்ள வேண்டும் – இவை இரண்டும் பண்பாட்டு அரசியல் எதிர்வினை களாகும். இந்தக் கோணத்தில், 'ஊரும் சேரியும்' நூலில் தலித் ஆளுமையைப் புதிய முறையில் வெளிப்படுத்தும் முயற்சி இருக்கிறது. இவ்வகையான தொனியானது பெரும்பாலும் முற்போக்கு முகாமைச் சேர்ந்த தலித் எழுத்தாளர்களுக்குக் கைவராத ஒன்று.

அதே சமயத்தில், முழுக்கமுழுக்கப் புதிய வகையான படைப்பு இது என்று நிறுவ முனையவில்லை. ஆச்சரியம் ததும்பும் ஒரு புதுப் பிறவியாக மாறிவிடுவதென்பது சித்தலிங்கையாவிடம் இல்லாத விஷயம். இக்கவிஞரின் மனிதாபிமானம் மிகச்சிறிய அளவில் மட்டுமே மாறக்கூடியது. மற்ற தலித் படைப்பாளிகளிடம் இருக்கும் குணம் – சுருக்கிப் பார்க்கும் 'போன்சாய்' குணம் படைப்பு என்கிற மட்டத்தில் பார்க்கிறபோது இந்நூலிலும் இருக்கிறது. இதைப் படிக்கிறபோது, பல இடங்களில் இது அற்புதமான கதையாக நீளக்கூடிய வாய்ப்புண்டு என்று தோன்றுகிறது. ஆனால், மொத்தப் படைப்பின் பின்னணியாக உள்ள வாழ்வின் தரிசனத்தை, தொனியைச் சமகால தலித் அரசியல் காரணத்தைவிட வேறுபட்ட ஒன்றாகக் குறிப்பிடவேண்டும். தலித் அரசியல், பண்பாட்டு, கோப எல்லைக்குள் இருந்து கொண்டே மாறுபடும் சுவாரஸ்யமான முயற்சியைக் கவிஞராகிய சித்தலிங்கையா இந்நூலில் மேற்கொண்டுள்ளார். கோபத்தை அழகாக முன்வைக்கும் எழுத்துவகை இது. இங்கே கோபம் தைக்கிறது. வாழ்வின் சூட்சமங்களைக் காண்கிற குறும்பாகக் கோபம் உருமாறுகிறது. பெரிய ஆளுமைகளின் சித்திரிப்புகளாக வளரும்போது விசித்திரமாகக் காணத்தக்க விஷயங்கள் மனிதாபிமானத்தின் கதைகளாகின்றன. கோபமானது சித்தலிங்கையாவின் எழுத்துக்களில் குறும்பாக வெளிப்படுகிறது. எனக்குத் தெரிந்த பலரும் இங்கே வெகு சகஜமாகவும் பல மனித

பலவீனங்களும் நிறைந்த மனிதர்களாகக் காணப்படுகின்றார்கள். தலித்துவின் கோபத்தால் உலகம் நொறுங்கிப்போவது சற்றே ஐயப்பாடான விஷயம். ஆனால், இங்கே அவன் கொல்லென்று சிரிக்கும் சிரிப்புக்கே உலகம் நொறுங்கி விழுவது உறுதி.

பண்பாட்டு, அரசியல், விஞ்ஞானபூர்வமாக தலித் நம்பிக்கொண்டிருக்கிற பல தாழ்வு மனப்பான்மைகளை 'ஊரும் சேரியும்' நூல் தகர்த்து விடுகிறது. எடுத்துக்காட்டாக, சித்தலிங்கையா தன் பெரியப்பாவைப்பற்றி விவரிக்கும்போது தலித்துகளுக்கு இறந்தகாலப் பண்பாட்டுப் பெருமை இல்லை என்கிற எண்ணத்தைத் தகர்க்கின்றார்; கிண்டல் செய்கிறார். ஆனால் நேரிடையாக அல்ல. அந்தப் பெரியப்பா சேரிக்குத் தலைவனாகவும் ஊருக்குள் கண்ணியமான ஆளாகவும் இருந்தவர். எல்லாவற்றைக் காட்டிலும் முக்கியமான விஷயம் அவர் ஜைமினி பரதம் படித்தவர். ஆனால் கடன்காரராகி அந்த அவமானத்தைத் தாங்கிக்கொள்ள இயலாமல் தற்கொலை செய்துகொள்கிறார். தலித் மக்களின் வேதனை மற்றும் சுயகௌரவங்களைப் பற்றிய இச்சிறு குறிப்புக்கு ஒரு பெரிய நாவலாகும் வலிமை இருக்கிறது. இங்கே சின்னக் கன்றாக இருக்கும் விஷயமானது சித்தலிங்கையாவிடமோ அல்லது மற்ற யாரிடமோ விசாலமான மரமாக வளரட்டும் என்பதே என் ஆசை. வறுமையையே அடித்துத் துவைக்கிற இந்தப் படைப்பு 'அட்சரா சிந்தனை' வெளியீடாக வராமல் வேறு எந்த வெளியீடாக வரவேண்டும்? அறிவு நெருப்பில் ஏழைகள் வெந்து தங்கச் சிலைகளாக வருகிறார்கள்.

ஐந்து

இச்சுயசரிதை குழந்தைப் பருவ மற்றும் கல்லூரி நாள்களைப் பற்றியது என்பது மிகவும் ஆர்வமூட்டுகிற விஷயமாகும். நவீன கன்னட இலக்கிய உலகில் வேரூன்றும் முக்கியமான ஒரு நம்பிக்கையின் மேலும் இது வெளிச்சத்தைப் பாய்ச்சுகிறது. இளமைக்காலம் என்பது வெறும் வயதைப் பற்றியது மட்டுமல்ல. அது ஒரு படைப்பு நிலை. இளமைக்கால விவரங்கள் மிக அதிக அளவில் விரவி, அவ்விவரங்கள் ஒன்றோடொன்று கலந்து, வளர்ந்துகொண்டே போகிற அம்சம் உண்மையில் மெய்ச்சிலிர்ப்பூட்டுகிற விஷயமாகும். இது குவெம்புவிடமிருந்து அனந்தமூர்த்திவரைக்கும் பொருந்துகிற விஷயமாகும். இளமை அனுபவங்கள் மிகுதியான அளவில் பெருகப்பெருகச் சுயசரிதை எழுதுவது கஷ்டமாகிறது. இதனால் சமூக உறவுகளின்

விவரங்களைச் சொல்லும் முகமாக மட்டுமே அவை முற்றுப் பெற்றுவிடுகின்றன. குவெம்பு அவர்களின் 'நினைவுத் தோணி'யையே எடுத்துக்கொண்டு விவாதிக்கலாம். பொதுவாக குழந்தைப்பருவம் வெளிப்படும் அளவுக்கு சுயசரிதைகளில் இளமைப்பருவம் வெளிப்படுவதில்லை. வாழ்வின் அம்சங்கள் யாவும் கதை நாவல்களுக்குள் உருமாறி வெளிப்படுகின்றன. குழந்தைப் பருவம் என்பது விரிவான உணர்வுநிலை. தனிப்பட்ட, பொதுவான என்கிற பேதங்கள் எதுவும் இல்லாத நிலை. இளமைப் பருவம் என்பதோ பேதங்கள் மிகுந்த ஒன்றாகும். இவ்வனுபவங்களே தன் சமூக முகமூடியையே மறைத்துக்கொள்கிற சுயகிண்டல் மிகுந்த குணங்கள் அற்ற விஸ்தரிக்கிற, விவரிக்கிற எழுத்தாக மாறி சுயசரிதைக்கான விஷயமாகிறது. நோக வைக்கிற, சுயசரிதைகள் சுயதம்பட்டங்களுக்கான மலிவான படைப்புகளாகின்றன. கன்னடத்தில் நேர்மையான இளம்பருவம் பற்றிய ஒரு சுயசரிதைக்கு பண்பாட்டு ரீதியான ஒரு தடை இருக்கிறது.

சித்தலிங்கையா தீவிரமாக அனுபவித்து மறு ஆக்கமாக வெளிப்படுத்தியிருக்கிற இளம்பருவம் பற்றிய குறிப்புகளும் சுவாரஸ்யமான வகையில், ஒருவிதமான மென்மையோடு மறுஆக்கம் செய்துள்ள கல்லூரி நாள்கள் பற்றிய குறிப்புகளும் கொண்டதாக மட்டுமே 'ஊரும் சேரியும்' முடிந்து விடுகிறது. இது கன்னடப் பண்பாட்டின் எழுதாத விதி மற்றும் நம்பிக்கையை வெளிப்படுத்துகிறது. இக்கோணத்தில் இருந்து பார்க்கும்போது இந்த 'ஊரும் சேரியும்' என்கிற படைப்பும் கன்னட மொழியின் ஏனைய பிரசித்தி பெற்ற சுயசரிதைகளின் வரிசையில்தான் இருக்கிறது. நவீன கன்னட சுயசரிதைகளைப் பற்றிய ஒரு படிப்புப் பிரிவு *(Course)* நம்மிடையே உருவாகுமெனில், இப்படைப்பு தானாகவே மற்ற உயர்ந்த படைப்பாக்கங்களின் வரிசையில் சென்று சேர்ந்துவிடும். அவற்றைப் போதிக்கும் ஆசிரியர் இவற்றின் இடையேயான ஒற்றுமையைக் கண்டு ஆச்சரியப்படாமல் இருக்கமாட்டார். நகர வாழ்வைப் பற்றிய குறிப்பு இன்னும் சுயசரிதைகளில் அந்த அளவு ஆழமாக இடம் பெறாமல் இருப்பதுபற்றியும் அவர் ஆச்சரியப்படாமல் இருக்கமாட்டார். கன்னடச் சுயசரிதைகளில் நகரங்கள் இருந்தும் இல்லாததுபோலவே இருக்கிறது. கிராமிய வாழ்வின் விவரங்கள் வந்த அளவு நகர வாழ்வின் விவரங்கள் இடம் பெற்றதில்லை. குறிப்பாக, சுயசரிதைகளில் இது முக்கியமான பிரச்சினை என்பதையும் இச்சமயத்தில் கவனிக்கவேண்டும்.

ஆறு

'ஊரும் சேரியும்' கடைசிப் பகுதியில் நானும் ஒரு சிறிய பாத்திரமாக இடம் பெற்றுள்ளேன். நம் கவிஞரின் கருணையால் எந்த வேற்றுமைக்கும் உள்ளாகாமல் வருகிறேன். எழுபதுகளின் அந்த வருஷங்கள் இங்கு எழுத்தாக வடிவம் கொண்டுள்ளன. எங்கள் தலைமுறையினர் பலரும் இங்கே சுற்றிச் சுற்றி வந்து போகிறார்கள். இத்தலைமுறையினரைப் பற்றி தீர்ப்பு வழங்கக் காத்திருப்பவர்களுக்கு இப்படைப்பு ஒரு நல்ல சுரங்கமாகும். எதைப்பற்றியும் தீவிரமான அளவில் ஈடுபாடு கொள்ள இயலாமல், சதா காலமும் குறும்பு, விளையாட்டு, கோணல் பார்வை, சிரிப்பு, சந்தேகங்களிலேயே சுற்றி வளர்ந்த தலைமுறை அது. நாங்கள் பாதி நம்பிக்கையோடும் பாதி சந்தேகத்தோடும் சொன்னவற்றைப் பலரும் முழுமையான அளவில் ஆவேசத்தோடு ஏற்றுக்கொண்டு கடந்த இருபது வருடங்களில் பல பாதகங்களை உருவாக்கிவிட்டனர். சதாகாலமும் சிறுபிள்ளைத்தனமாகவே நடத்திய எங்கள் நண்பர் கூட்டத்தின் செயற்பாடுகள் சமகால வாழ்வில் சில நல்ல செயல்களையும் செய்துள்ளன. அதனால் சில பெருந் தொண்டைக்காரர்கள் பிற்காலத்தில் இலக்கியத் தொண்டைக்காரர்களாக உருமாறியது எங்கள் சகவாசத்தால்தான். அவர்கள் தத்துவங்களைப் பேசியபடி பைத்தியக்காரத்தனமாக அலையும்போது, நம் கவிஞர் மெல்ல வெளியே வந்து இப்படைப்பை எழுதியுள்ளார்.

இதற்காக கன்னட மக்கள் சித்தலிங்கையாவுக்கு நன்றிக்கடன்பட்டுள்ளார்கள்.

டி.ஆர். நாகராஜ்

குறிப்புகள்

1. **குவெம்பு:** ஞானபீட விருதுபெற்ற மூத்த கன்னடக்கவிஞர். ஷிமோகா மாவட்டத்தில் பிறந்தவர். இயற்பெயர் கே. வி. புட்டப்பா. "ராமாயணதரிசனம்" என்பது இருவருடைய முக்கிய படைப்பாகும். இந்திய அரசு, 'பத்மபூஷண்' விருதையும் கர்னாடக அரசு 'கர்னாடக ரத்ன' விருதையும் அளித்து இவரைக் கௌரவித்துள்ளன.

2. **சிவராம காரந்த்:** ஞானபீட விருதுபெற்ற இன்னொரு கன்னட எழுத்தாளர். மலைநாட்டைச் சேர்ந்தவர். நாவல் துறையில் இந்திய அளவில் பேசப்படும் சாதனையாளர். குழந்தைகளுக்கான அறிவியல் நூல்களை எழுதியுள்ளார். சுற்றுச்சூழல் பாதுகாப்புக்காக தன் எதிர்ப்புகளைப் பலவிதங்களிலும் தொடர்ந்து முன்வைத்தவர். இவரது நாவல் "மண்ணும் மனிதரும்" என்ற தலைப்பில் தமிழில் மொழிபெயர்க்கப்பட்டுள்ளது. தமிழில் கிடைக்கும் இவரது மற்ற படைப்புகள் அழிந்த பிறகு, பாட்டியின் நினைவுகள்.

3. **அரவிந்த மாளகத்தி:** கன்னட தலித் எழுத்தாளர். 'குரூரம்' என்ற நாவலின் ஆசிரியர். 'கவர்ன்மென்ட் பிராமணன்' என்கிற தலைப்பில் எண்பதுகளில் இவருடைய சுயசரிதை வெளிவந்து மிகவும் பரவலாகப் பேசப்பட்டது. இது தமிழில் மொழிபெயர்க்கப்பட்டுள்ளது.

4. **லட்சுமணராவ் கெய்க்வாட்:** கன்னட தலித் எழுத்தாளர். இவருடைய சுயசரிதையும் தலித் இலக்கியத்தில் முக்கியப் படைப்பாகக் கருதப்படுகிறது.

5. **யு. ஆர். அனந்தமூர்த்தி:** கன்னட மொழியில் ஞானபீட விருதுபெற்ற ஆறாவது எழுத்தாளர். சிறுகதை, நாவல், கவிதை, விமர்சனம் ஆகிய எல்லாத்துறைகளிலும் அழுத்தமாய்த் தனது தடங்களைப் பதித்தவர். சம்ஸ்கார, அவஸ்தை, பாரதிபுரம், பிறப்பு ஆகிய இவருடைய நாவல்கள் தமிழில் மொழிபெயர்க்கப்பட்டுள்ளன.

6. **அட்சரா:** 'நீநாசம்' என்கிற பெயரில் நாடக இயக்கமொன்றை நடத்தி வந்த கே.வி. சுப்பண்ணா தனது கலாச்சார நடவடிக்கையின் ஒரு பிரிவாக எழுபதுகளின் தொடக்கத்தில் 'அட்சரா' என்னும் பெயரில் ஒரு பதிப்பகத்தைத் தொடங்கினார். 'நவ்ய' கால கன்னடப் படைப்பாளிகள் பலருடைய நூல்களையும் 'அட்சரா' வெளியிட்டது. நவீன கன்னட இலக்கிய வளர்ச்சிக்கு இப்பதிப்பகம் ஆற்றியுள்ள பங்கு மகத்தானது. மகசேசே விருதுபெற்ற பின்பு அவ்விருதுத்தொகை முழுவதையும் 'நீநாசம்' 'அட்சரா' இரண்டின் வழியாகவும் கன்னடமொழியின் வளர்ச்சிக்குத் தந்துவிட்டார் சுப்பண்ணா. அப்போது, டி. ஆர். நாகராஜின் பொறுப்பில் உலகில் பல்வேறு சிந்தனைகளையும் கன்னட இலக்கிய உலகுக்கு அறிமுகப்படுத்தும் நோக்கத்தோடு 'அட்சராவின்' ஒரு கிளையாக 'அட்சரா சிந்தனா' தொடங்கப்பட்டது. அதன்மூலம் வெளியிடப்பட்ட நூல்களின் வரிசையில் சமீபத்திய வெளியீடாக வந்திருப்பது 'ஊரும் சேரியும்'